`મેલુહા' પર વરસેલા પ્રશંસાની પુષ્પવૃષ્ટિ

'શિવ શૈલ્ય સ્વરૂપ. 'મેલુહા'માં શિવની ભવ્યાતિભવ્ય કલ્પનાનું સર્જન કરવામાં આવ્યું છે... અહીં શાતાંગારથી મહાદેવ સુધીની સફર વાચકને માટે આનંદનો અવસર બની જાય છે... ખરેખર તો વાચકને જે જકડી રાખે છે એ જે કોઈ પુત્રવત્ આનંદભાવથી લેખકે કંડારેલી શિવની ભવ્યતા.'

ધ ટાઇમ્સ ઑફ ઇન્ડિયા

'વાર્તાનો પ્રવાહ વાચકને છેક સુધી જકડી રાખે તેવો એકધારો વહે છે. આધુનિક શૈલીમાં લખાયેલી આ પૌરાણિક નવલકથા વાચકના દિમાગમાં અગાઉથી જ જિજ્ઞાસા જન્માવે છે અને વાર્તા પૂરી ન થાય ત્યાં સુધી વાચકને વાંચતા રહેવાની ફરજ પાડે છે. વાર્તાનો અંત વાચકને વધારે ને વધારે વાંચવાની તરસ જગાડે તેવો છે.'

બિઝનેસ વર્લ્ડ

'બ્રન્ચે ભલામણ કરેલાં શ્રેષ્ઠ પાંચ પુસ્તકોમાંનું આ પુસ્તક... વાચકને મોહિની લગાડે તેવું છે.'

ધી હિન્દુસ્તાન ટાઇમ્સ

'...આ પુસ્તકનું હાર્દ જીવનદર્શનનું છે, પરંતુ વાચકોને જીવનપર્યંતના સાહસ માટેની રસિક સામગ્રી પૂરી પાડે છે.'

ધ હિન્દુ

'૨૦૧૦નાં 'ફેવરિટ હોલિડે બુક્સ'માં સ્થાન મેળવનાર આ પુસ્તક તમને તેજગતિએ ચાલતા રસપ્રદ વાર્તાપ્રવાહ સાથે એવા તો વહેતા રાખશે કે તમે એકી બેઠકે એ પૂરું કરીને જ જંપશો.'

ધ ડેક્કન ક્રોનિકલ

'...આ નવલકથાના લેખક અમિષ, IIMના સ્નાતક છે જેમણે પૌરાણિક કથા અને ઇતિહાસનો રસપ્રદ સમન્વય કરીને સમગ્ર કથાના ત્રણેય

ભાગમાં ભગવાન શિવના પાત્રને નાયકરૂપે ઉપસાવ્યું છે. હમણાં થોડા જ સમય પહેલાં આ ભાગ 'ઇન્ડિયન બેસ્ટ સેલર'ની યાદીમાં સ્થાન પામી ચૂક્યો છે.'

ધ ઇન્ડિયન એક્સપ્રેસ

'...મારે મન તો 'મેલુહા' આપણી દુનિયા માટે અનેકવિધ સંદેશા સાથેનું વિવરણ અને એક આશા છે જે સ્વયં મહાદેવમાંથી પ્રગટ્યું છે અને સૌએ તેનો સ્વીકાર કર્યો છે. શિવના 'હર હર મહાદેવ'ના યુદ્ધ ટંકારનું એવું અર્થઘટન કરો કે જાણે પ્રત્યેક વ્યક્તિ કાંતો મહાદેવરૂપે કાંતો પરાક્રમી સતી રૂપે પોતાનો જંગ ખેલે છે – પ્રત્યેક ફકરો અર્થથી સમૃદ્ધ છે તેમ છતાં તે જુદા જુદા અર્થઘટન માટે એટલો જ મોકળો છે. આ જ તો આ પુસ્તકની શક્તિ છે!

Indiareads.com

'...અદ્‌ભુત પુસ્તક, ઍક્શનથી ભરપૂર, પ્રેમ અને સાહસ, પ્રશંસનીય સદ્‌ગુણો અને આદર્શો... લેખકે અહીં પૌરાણિક પાત્રોને જીવતા જાગતા હાડ-માંસના સામાન્ય માણસો રૂપે રજૂ કરવામાં ગજબની સફળતા મેળવી છે અને એમાં જ આ પુસ્તકની આભા અને સ્વીકૃતિ રહેલી છે.'

ધ આફ્ટરનૂન

'લેખકે પૌરાણિક વાતને સમકાલીન સંદર્ભમાં રજૂ કરીને આજના વાસ્તવિક અને પારિવારિક પ્રશ્નોને વાચા આપી છે. લોકકથા, ધર્મ અને પુરાતન હકીકતો પર આધારિત નવલકથા લખવાનો આ અદ્‌ભુત પ્રયાસ છે.'

પીપલ્સ

''મેલુહા' ભગવાન શિવ અને તેમની માયાવી જિંદગીનું ઉત્તેજનાભર્યું વર્ણન છે... સુંદર સર્જન... ભારતીય ઇતિહાસ અને પૌરાણિક કથાના કોઈ પણ પ્રેમીને આ પુસ્તક વાંચ્યા વગર મૂકવાનું મન ન થાય એવું છે.'

સોસાયટી

અનિલ ધારકર

જાણીતા મીડિયા પર્સનાલિટી, પત્રકાર અને લેખક

'મેલુહા' સતત ઉત્કંઠા જગાવતી, ઝડપથી વહેતી વાર્તા છે. અમિષે એમાં દિલધડક લડાઈઓથી માંડીને હૃદયસ્પર્શી પ્રણયકથાઓ વગેરે જેવી અનેક પ્રકારની લાગણીઓ અને સૂર એવી રીતે વણી લીધાં છે કે વાચક જકડાયેલો રહે છે અને એનો રસ જળવાઈ રહે છે.

પ્રહ્લાદ કક્કડ

જાણીતા ઍડ ફિલ્મ મેકર, રેસ્ટોરાં માલિક તથા સ્કૂબા ડાઇવિંગના શોખીન

...એ ઉત્તેજક અને વેગેલી એવી આ સાહસકથાના સમૃદ્ધ પાત્રોની લાગણીઓ હું અનુભવી શક્યો અને વાર્તાના પ્લોટે મને જકડી રાખ્યો. રોજબરોજ બોલાતી અંગ્રેજી ભાષાને લીધે મારા મનમાં ભગવાન શિવે આધુનિક રૂપ ધર્યું અને હું એમને એક માનવી તરીકે જોઈ શક્યો.

સંદીપન દેવ

ભૂતપૂર્વ ઍડિટર-ઇન-ચીફ (આરપીજી પબ્લિકેશન્સ),

ભૂતપૂર્વ મૅનેજિંગ ઍડિટર (આઉટલૂટ મૅગેઝિન), લેખક

...દોઢ દિવસના મેરેથોન રીડિંગ સત્રમાં મેં એક 'મેલુહા' (અંગ્રેજી આવૃત્તિ) પૂરી કરી. મને લાગે છે કે એ એક ભવ્ય સાહસ છે. જકડી રાખે એવું, ઉત્તેજક... આ પુસ્તકના પાયારૂપ ભારતીય પુરાણશાસ્ત્રની લેખકની ઊંડી સમજ પ્રભાવશાળી છે અને આપણા પૌરાણિક પાત્રોને લેખકે જે રીતે રજૂ કર્યાં છે એ બધું ગમે એવું, નવાઈ પમાડે એવું અને ક્યારેક અત્યંત રમૂજી પણ છે. આ શિવકથનના બાકીના બે ભાગની હું રાહ જોઈશ.

દેવદત્ત પટનાયક

ભારતના અગ્રણી માયથોલૉજિસ્ટ, કૉલમિસ્ટ અને લેખક

આ પુસ્તક પુરાણોને ઇતિહાસના ચશ્માંમાંથી જોવાની નવી દૃષ્ટિ આપે છે. સિંધુ ખીણના શહેરો અચાનક જીવંત થઈ ઊઠે છે અને પૌરાણિક ઘટનાઓ એક સાહસકથાના પ્લોટનું રૂપ ધરે છે.

જી. વેંકટરામન

એક્ઝિક્યુટિવ વાઇસ પ્રેસિડેન્ટ – રિટેલ બિઝનેસ, ફુલર્ટન ઇન્ડિયા

'શા માટે' એવું પૂછવું આસાન છે. 'શા માટે નહીં' એ સવાલ અઘરો છે. એનો જવાબ આપવા 'શા માટે' એની ઊંડી સમજ જોઈએ અને પછી શક્ય વિકલ્પોનો ઉઘાડ કરતો પ્રવાસ ખેડાય...

...પાત્રો સમૃદ્ધ છે, દોષમુક્ત છે – તમે એને ચાહી શકો, અનુભવી શકો તથા માનવ ને મહામાનવ વચ્ચેની પાતળી ભેદરેખા જોઈને દિગ્મૂઢ થઈ શકો.

શું શિવ હિમાલયના આદિવાસી હતા? શું સિંધુ ખીણની સંસ્કૃતિ મનુની દેણ હતી? શું સોમરસ એવું કોઈ અદ્‌ભુત રસાયણ હતું જેને કઈ રીતે માણવું એની કળા પ્રાચીન સમાજે શીખી લીધેલી? શું આદર્શ દુનિયા શક્ય છે? શા માટે શક્ય ન હોય?

વિગતવાર રિવ્યૂઝ માટે www.shivatrilogy.comની મુલાકાત લો.

મેલુહા

અમિષ

રજૂઆત : વર્ષા પાઠક

આર. આર. શેઠ ઍન્ડ કંપની પ્રા. લિ.

પુસ્તક પ્રકાશક અને વિક્રેતા

૧૧૦, પ્રિન્સેસ સ્ટ્રીટ
અર્થબાગ
મુંબઈ ૪૦૦ ૦૦૨
ટેલિ. (૦૨૨) ૨૨૦૧૩૪૪૧

'દ્વારકેશ'
રૉયલ ઍપાર્ટમૅન્ટ પાસે, ખાનપુર
અમદાવાદ ૩૮૦ ૦૦૧
ટેલિ. (૦૭૯) ૨૫૫૦૬૫૭૩

Visit us at : www.rrsheth.com
Email : sales@rrsheth.com

MELUHA
Originally Published in English as
'The Immortals of MELUHA'
Written by Amish
Translated into Gujarati by Varsha Pathak
Published by R. R. Sheth & Co. Pvt. Ltd.
Mumbai □ Ahmedabad
2016
ISBN : 978-93-5122-107-4

First Published in the English language in India by Westland Ltd., 2010

મુદ્રણો

પ્રથમ આવૃત્તિ	:	ફેબ્રુઆરી, ૨૦૧૨
પુનર્મુદ્રણ	:	જૂન, ૨૦૧૨
પુનર્મુદ્રણ	:	ફેબ્રુઆરી, ૨૦૧૩
પુનર્મુદ્રણ	:	એપ્રિલ, ૨૦૧૩
પુનર્મુદ્રણ	:	ઓગસ્ટ, ૨૦૧૩
પુનર્મુદ્રણ	:	નવેમ્બર, ૨૦૧૩
પુનર્મુદ્રણ	:	માર્ચ, ૨૦૧૪
પુનર્મુદ્રણ	:	જૂન, ૨૦૧૪
પુનર્મુદ્રણ	:	માર્ચ, ૨૦૧૫
પુનર્મુદ્રણ	:	સપ્ટેમ્બર, ૨૦૧૫
પુનર્મુદ્રણ	:	જાન્યુઆરી, ૨૦૧૬
પુનર્મુદ્રણ	:	જૂન, ૨૦૧૬

₹ ૧૯૫-૦૦

પ્રકાશક
આર. આર. શેઠ ઍન્ડ કંપની પ્રા. લિ.
મુંબઈ ૪૦૦ ૦૦૨ □ અમદાવાદ ૩૮૦ ૦૦૧

મુદ્રણ વૈદેહી ઑફસેટ, અમદાવાદ ખાતે થયું.

અર્પણ

પ્રીતિ અને નીલને...

તમે બન્ને મારું બધું જ છો,
મારા શબ્દો અને તેના અર્થ,
મારી પ્રાર્થના અને મારાં વરદાન,
મારો ચંદ્ર અને મારો સૂરજ,
મારો પ્રેમ અને મારું જીવન,
મારા આત્માના સંગાથી, મારા આત્માના અંશ.

ૐ નમઃ શિવાય

બ્રહ્માંડ ભગવાન શિવને નમન કરે છે.

હું ભગવાન શિવને નમન કરું છું.

પ્રસ્તાવના

શિવ! દેવોના દેવ, મહાદેવ. આસૂરી તત્ત્વોના સંહારક. ઉત્કટ પ્રેમી. પ્રખર યોદ્ધા. અદ્દ્ભુત નર્તક. મહાન નેતા. સર્વશક્તિમાન અને તોયે નિરાહંકારી. નિષ્કપટ. હાજરજવાબી પણ રૂઠે ત્યારે ત્રણ ભુવન ધ્રુજાવે એવો કોપ.

સૈંકડો વર્ષોમાં આપણે ત્યાં વ્યાપારી, પ્રવાસી, આક્રમણકાર, વિજેતા વગેરે જાતજાતના રૂપમાં વિદેશીઓનું આગમન થતું રહ્યું, પણ એમાંથી કોઈ માનવા તૈયાર નહોતું કે આવો મહાપુરુષ ખરેખર ધરતી પર જન્મ લઈ શકે. એ લોકોએ કહી દીધું કે આ તો માત્ર દંતકથાના દેવ છે અને એનું અસ્તિત્વ માત્ર માણસોના કાલ્પનિક વિશ્વમાં છે. કમનસીબે એમની માન્યતાને આપણે શાણપણ અને સત્ય ગણીને સ્વીકારી લીધી.

પણ ધારી લો કે આપણે ખોટા હોઈએ તો? ધારી લો કે શિવ કોઈ કાલ્પનિક કથાનું પાત્ર નહીં, પણ મારી ને તમારી જેમ લોહી-માંસમાંથી બનેલી જીવતીજાગતી વ્યક્તિ હોય તો? શક્ય છે કે, આપણી ભૂમિ પર હકીકતમાં આ એક એવો મનુષ્ય થઈ ગયો જે પોતાના કર્મથી ભગવાન બન્યો.

આ તર્કના આધાર પર ત્રણ ભાગમાં શિવકથન 'The Shiva Trilogy'નું સર્જન થયું છે. પ્રાચીન કાળના ભારતમાંથી આપણને પૌરાણિક કથાઓનો અમૂલ્ય વારસો મળ્યો છે. એનું અર્થઘટન કરીને ઐતિહાસિક હકીકતોમાં કલ્પનાના રંગ પૂરીને આ ત્રણ ભાગમાં પથરાયેલા કથન 'Trilogy'ની રચના થઈ છે.

આ સાહિત્યકૃતિ શિવને અને એમનાં જીવનમાંથી આપણને જે શીખવા મળ્યું છે, તેને સમર્પિત છે. સમય અને અજ્ઞાનતાની ગર્તામાં ઘણાં કિંમતી પાઠ આપણે વિસારે પાડી બેઠા છીએ. જીવનમાં દરેક મનુષ્ય જન્મ નહીં, પણ કર્મથી ઊંચાઈ હાંસલ કરી શકે છે. દરેકે દરેક વ્યક્તિમાં ભગવાન બનવાનું સામર્થ્ય સમાયું છે. આમાંથી કંઈ અશક્ય નથી. આપણે તો માત્ર અંદરથી આવતો આત્માનો અવાજ સાંભળવાનો છે.

એક અસામાન્ય વ્યક્તિ, મહાનાયકની યાત્રા આલેખતા કથનનું આ પ્રથમ પુસ્તક છે. એ પછી 'The Secret of the Nagas' (દાનવલોક) અને 'The Oath of the Vayuputras' પ્રગટ થશે.

અનુક્રમણિકા

અનુક્રમણિકા

અનુક્રમણિકા

પ્રકરણ-૧

એ આવી ગયા!

ઈસ્વીસની પૂર્વ ૧૯૦૦, માનસરોવર (તિબેટ, કૈલાસ પર્વતની તળેટીમાં)

શિવની નજર આસમાન તરફ ગઈ. માનસરોવરની ઉપર ઝળૂંબી રહેલાં વાદળની પાછળ ક્યારનાય છુપાઈ રહેલા સૂરજે બહાર ડોકિયું કર્યું. સમીસાંજના આકાશમાં આછી લાલાશ હતી, પણ હવે થોડી જ વારમાં રંગ અને પ્રકાશની લીલા સમેટાઈ જવાની હતી. પૃથ્વીનો જીવનદાતા, તેજપૂંજ સૂર્ય હવે જવાની તૈયારીમાં હતો.

શિવે એના એકવીસ વર્ષના જીવનકાળ દરમિયાન થોડાઘણાં સૂર્યોદય જોયા હતા. વહેલી સવારે ઊગતા સૂર્યને જોકે એ જુએ કે ન જુએ એનાથી શિવને ખાસ ફરક નહોતો પડતો, પણ સૂર્યાસ્ત! એની તો વાત જ અલગ હતી. ભાગ્યે જ એવો કોઈ દિવસ ગયો હશે જ્યારે શિવે આથમી રહેલા સૂર્યદિવનાં દર્શન ન કર્યાં હોય.

સામે નજર પહોંચે ત્યાં સુધી હિમાચ્છાદિત પર્વતમાળા અને એના ચરણસ્પર્શ કરતું વિશાળ માનસરોવર પથરાયેલાં હતાં. સંધ્યાટાણે આ બધાં પર કેસરી આભા પથરાઈ જતી અને કુદરતનું આ અદ્‌ભુત સૌંદર્ય શિવને નખશિખ તરબોળ કરી જતું, પરંતુ આજે એને એવો કોઈ અનુભવ ન થયો. સરોવરના કાંઠે બેઠેલા શિવની આંખો ભલે આસમાનમાં વાદળની પાછળ સંતાકૂકડી રમી

રહેલા સૂર્ય તરફ હોય, પણ એનું મન ક્યાંક બીજે ખોવાયેલું હતું. શિવના મજબૂત, કસાયેલા શરીર પર અગણિત વાર લડાયેલા યુદ્ધોના નિશાન હતાં. શિવને એ દિવસો બરાબર યાદ હતા. જ્યારે શરીર કે મન પર આવા કોઈ જખમ હજી નહોતાં પડ્યાં. હાથમાં હથિયાર ગણો તો માત્ર નાના પથ્થર, કાંકરા હતા અને ખુદની હોશિયારી, આવડત પૂરવાર કરવા માટે લોહી નહોતું વહેવડાવવાનું. બસ, માનસરોવરના કિનારે ઊભા રહીને એવી રીતે અંદર કાંકરો ફેંકવાનો હતો કે પાણીની સપાટીને અડતાંની સાથે તરત ડૂબી જવાને બદલે એક વાર તો એ થોડો ઉપર ઊછળે, જાણે નીચે ઠંડુંગાર પાણી નહીં, પણ બરફ હોય. રમત નિર્દોષ હતી પણ સહેલી નહોતી. બે-ચાર નહીં પણ પૂરા સત્તર વાર. આમ, પાણી પર પથ્થર ઉછાળી ચૂકેલા શિવથી આજ સુધી આગળ નહોતું જઈ શકાયું. શિવ હવે યુવાન થઈ ગયો હતો, પણ બાળપણના એ દિવસો યાદ આવે એટલી વાર એના હોઠ પર સ્મિત મૂકી જતા વર્તમાનની બધીયે પીડા, રોષ, હતાશા ઘડીભર ભુલાઈ જતાં, પરંતુ આજે એવું ન થયું. કુદરતનું સૌંદર્ય કે બાળપણના સ્મરણ, શિવને આજે કોઈ વાતમાં શાંતિનો અનુભવ નહોતો થતો. અસ્વસ્થ મનોદશામાં ઊભા થઈને તેણે પીઠ ફેરવી અને ગામની દિશામાં પગ ઉપાડ્યો.

થોડે દૂર વાડ હતી અને એના મુખ્ય પ્રવેશદ્વારની રક્ષા કરતો ભદ્ર હંમેશની જેમ સાવધ, સચેત ઊભો હતો. શિવે માત્ર આંખથી ઇશારો કર્યો. ભદ્રએ પીઠ ફેરવીને જોયું તો એની સાથેના બે પહેરેદાર વાડને ટેકે બેઠા-બેઠા ઝોલે ચઢી ગયેલા. ભદ્રના મોઢામાંથી બે-ચાર અપશબ્દ સરી પડ્યા. લાત મારીને એણે પેલા બે જણને જગાડ્યા.

શિવ સરોવર તરફ પાછો ફર્યો. ભલું થજો ભદ્રનું! કમસે કમ આ એક માણસને તો એની જવાબદારીનું ભાન હતું.

શિવે એની ચલમ હોઠ વચ્ચે મૂકીને ઊંડો કશ ભર્યો. ડુંગરાળ પ્રદેશમાં ફરતા યાક નામના પ્રાણીના હાડકામાંથી બનાવેલી આ ચલમ હતી અને એમાં જે ગાંજો હતો એની અસર સામાન્ય સંજોગોમાં પહેલા જ કશની સાથે દેખાવા માંડતી. નશાની અસર તળે થોડો સમય તો દિમાગમાં ચાલતી ઊથલપાથલ શમી જતી અને શાંતિનો અનુભવ થતો, પણ આજે તો શિવના નસીબમાં એ ક્ષણિક, ભ્રામક શાંતિ પણ નહોતી લખાઈ.

એણે ડાબી તરફ નજર દોડાવી. વિદેશી મહેમાનની સાથે આવેલા એના સૈનિકો ત્યાં હતા. કોઈ ઊભેલા, કોઈ બેઠેલા તો કોઈ એમના સાથીદાર સાથે ટોળે વળીને વાતોએ ચડેલા દેખાતા હતા. જોકે એમની દરેક હિલચાલ પર

શિવના માણસોની બાજનજર હતી. દૂરથી આવેલા એ અજાણ્યા લોકોના ઇરાદા વિશે હજી શિવને કોઈ પાકી ખાતરી નહોતી, પણ કમસે કમ એટલી રાહત હતી કે પોતે કે પોતાના લોકો ઊંઘમાં નહોતા ઝડપાઈ જવાના. એક તરફ જળાશય હતું અને બીજી તરફ શિવના પહેરેદારો વચ્ચે બેઠેલા પેલા સૈનિકો. જોકે લડવા આવ્યા હોય એવું નહોતું લાગતું. શિવે એમને એમનાં શસ્ત્રો સોંપી દેવાનો આદેશ આપ્યો ત્યારે પણ કોઈએ વિરોધ નહોતો કર્યો. લડવા માટેનું કોઈ પણ બહાનું શોધી કાઢતા. લોહી તરસ્યા પણ અક્કલ વિનાના લોકોનો સામનો શિવે વારંવાર કર્યો હતો, પણ શાંતિપૂર્વક પોતાનાં શસ્ત્રો સોંપી દેનારા સૈનિકો કદાચ પહેલી વાર જોયા હતા.

એમના સરદારના શબ્દો ફરી એક વાર શિવના કાનમાં રણકી ઊઠ્યા. 'પર્વતની પેલે પાર અમારા દેશમાં આવો. લોકો એ જમીનને 'મેલુહા' નામે ઓળખે છે, પણ હું તો એને સ્વર્ગ કહું છું. ભારતનું એ સહુથી સમૃદ્ધ અને શક્તિશાળી સામ્રાજ્ય છે. ભારતમાં જ શું કામ, હું તો કહીશ કે આખી દુનિયામાં એની તોલે આવે એવું કોઈ રાજ્ય નથી. બહારથી આવનારા માટે અમારાં દ્વાર ખુલ્લાં છે. ખાલી હાથે આવનારા લોકોને અમે અમારી ફળદ્રુપ જમીન આપશું. એના પર ખેતી કરવા માટે જે સાધન, સહાયની જરૂર પડે એ આપશું. આજે તમારી ગુણ જાતિના લોકોને સૂકી, પથરાળ ભૂમિ પર અસ્તિત્વ ટકાવી રાખવા માટે સતત સંઘર્ષ કરવો પડે છે, પણ અમારે ત્યાં ચાલ્યા આવો. તમારામાંથી કોઈએ સપનામાં પણ નહીં જોયું હોય એવું સુખ, શાંતિ અને સમૃદ્ધિથી ભરેલું જીવન ત્યાં તમને મળશે. બદલામાં અમને કંઈ નથી જોઈતું. બસ, મેલુહાના લોકો સાથે હળીમળીને, શાંતિથી રહો, શાસકીય ખજાનામાં નક્કી કરેલા કરવેરા ભરો અને દેશના કાયદાનું પાલન કરો. બોલો, આમાં તમને કંઈ વાંધાજનક કે વિરોધ કરવા જેવું લાગે છે?

પહેલી નજરે તો આ વાતમાં કંઈ વિરોધ કરવા જેવું ખરેખર નહોતું લાગતું, પણ નાનો કહો કે મોટો, શિવને એક ખચકાટ હતો. મેલુહામાં ભલે બીજી બધી વાતનું સુખ મળે, પણ સત્તા પોતાના હાથમાં નહીં રહે. અહીં પોતાના દેશમાં, પોતાના લોકોની વચ્ચે શિવનો બોલ આખરી ગણાતો હતો, પણ મેલુહામાં જઈને શિવે પણ કોઈ બીજાની સત્તા, સર્વોપરિતા માન્ય રાખવાની હતી. વિચારોમાં અટવાયેલા મનના એક ખૂણેથી ઝીણો અવાજ આવ્યો, 'તો શું થઈ ગયું? મને સત્તાની ક્યાં એટલી ભૂખ છે?'

આ સવાલનો તત્કાળ જવાબ આપવાનું કદાચ કઠિન હતું એટલે વિચારોએ

સિફતભેર દિશા બદલી. નવાં બહાનાં શોધ્યાં, 'પારકી ભૂમિ પર ગયા પછી અમારે ત્યાંના કાયદા પાળવા પડશે. ત્યાં રહેવું હોય તો રોજેરોજ કામ કરવું પડશે.'

'ઓહો, અહીં રહીને રોજેરોજ, કોઈ ને કોઈ હુમલાખોરોની સાથે લડવું પડે છે. એમાં મને વાંધો નથી આવતો?' મનની અંદર પેલા ઝીણા અવાજે ફરી એક વાર શિવને ટોણો માર્યો.

શિવે પળભર જવાબ આપવાનું ટાળવું હોય એમ આંખો મીંચીને ચલમમાંથી ઊંડો શ્વાસ ભર્યો. ધુમાડાનું આવરણ દૂર થયું અને એણે દૂર ગામની વચ્ચોવચ ઊભેલા પોતાના ઘર તરફ જોયું. બરાબર એની બાજુમાં જ પરદેશી પરોણાને ઉતારો આપતી વખતે શિવને કહેલું કે અહીં તમારા આરામમાં કોઈ ખલેલ નહીં પાડે, પણ હકીકતમાં તો શિવ પેલા માણસ પર સતત નજર રાખવા માંગતો હતો. ઉપર-ઉપરથી તો અતિથિના ઇરાદા સાફ લાગતા હતા, પણ ધ્યાન તો રાખવું પડે ને!

શિવની આંખો ગામ તરફથી ફરતી-ફરતી પાછી માનસરોવરના શાંત, નિર્મળ જળ પર આવીને અટકી. આ વિશાળ, પવિત્ર જળાશયના કાંઠે વસવાનું સદ્ભાગ્ય એમને પ્રાપ્ત થયું હતું, પણ અહીં ટકી રહેવા માટે બહુ આકરી કિંમત પણ ચૂકવવી પડતી હતી. છાશવારે અહીં પક્રાતિના ધાડેધાડાં ધસી આવતાં હતાં અને દુશ્મન દિનબદિન વધુ ને વધુ શક્તિશાળી થઈ રહ્યો હતો. એ વાત શિવના ધ્યાન બહાર નહોતી. પક્રાતિને હવે પર્વતોમાં રહેતી બીજી જાતિઓનો સાથ મળ્યો હતો. એકલ-દોકલ દુશ્મનને તો કદાચ પહોંચી વળાય, પણ જુદી-જુદી જાતિઓએ સાથે મળીને જે સમંદર બનાવ્યો હતો એની ભરતી ચઢી આવી તો શિવ અને એના લોકોને એમાં તણાઈ જતાં વાર નહોતી લાગવાની. આવા સંજોગોમાં અસ્તિત્વ ટકાવી રાખવાનો એક નવો માર્ગ આ ઘડીએ ખૂલ્યો હતો. અર્થહીન પણ અંતહીન લાગતી હિંસાના ઓછાયામાંથી દૂર થઈને એક નવું જીવન શરૂ કરવાની તક સામે ચાલીને આવી હતી. શું કામ એ ગુમાવી દેવી?

શિવે ગાંજાનો છેલ્લો દમ ખેંચ્યો અને જાણે 'બસ, બહુ થઈ ગયું' એવું કહેતો હોય એમ ચલમને પથ્થર પર પછાડીને એમાંથી બધી રાખ ખંખેરીને ઊભો થઈ ગયો. ખુલ્લી છાતી પર હાથ ફેરવીને એણે ત્યાં પડેલી રાખ સાફ કરી અને કમરે બાંધેલા વ્યાઘ્રચર્મ પર હથેળીઓને ઘસીને ગામની દિશામાં પગ ઉપાડ્યા. વાડના દરવાજે એ પહોંચ્યો કે તરત બીજા સંત્રીઓની સાથે ભદ્ર પણ ટટ્ટાર ઊભો રહી ગયેલો. હાથ હલાવીને શિવ આગળ વધી ગયો. હોઠ સુધી આવેલા

શબ્દોને એણે અંદર જ દબાવી રાખ્યા. 'આ ભદ્ર પણ ખરો છે! વારંવાર કેમ ભૂલી જાય છે કે એ મારો બાળપણનો ગોઠિયો છે? બીજાઓ ભલે મને સરદાર કે સેનાપતિ ગણે, પણ મિત્ર માટે તો હું પહેલાં હતો એવો જ હજીયે છું. એણે બીજાઓની સામે એક અદના ચોકીદારની જેમ વર્તવાની જરૂર નથી, પણ કોણ એને સમજાવે?'

લોકો પોતપોતાના કામમાં વ્યસ્ત હતા. બીજી તકલીફો ભલે હોય, પણ બીજાં ગામોની તુલનાએ અહીંનાં ઘરો વધુ મોટાં, વધુ સુવિધાજનક હતાં. પડખેના રાજ્યોમાં તો માણસ પોતાના ઘરમાં સીધો, ટટ્ટાર ઊભો પણ ન રહી શકે એટલી નીચી છતવાળા, સાંકડાં ઝૂપડાં હતાં. શિવના ગામમાં કોઈએ ખુદના ઘરમાં ઝૂકીને ચાલવાની ફરજ નહોતી પડતી. ઘરનાં છાપરાં અને દીવાલો પણ એટલાં મજબૂત હતાં કે હિમાલયની દિશામાંથી સૂસવાટાભેર આવતા પવનની સામે કમસે કમ ત્રણેક વરસ તો ઝીંક ઝીલી શકે.

શિવે ચાલતાં-ચાલતાં જ પોતાના ઘરના ખુલ્લા દરવાજામાંથી ચલમનો અંદર ઘા કર્યો અને અતિથિગૃહના દરવાજે જઈને ઊભો રહ્યો. સાદું, કોઈ ખાસ સુવિધા વિનાનું ઝૂંપડું હતું, પણ અંદર પેલો પરદેશી તો જાણે કોઈ રાજમહેલના શયનખંડમાં, સો મણ રૂની તળાઈમાં સૂતો હોય એવા આરામમાં હતો. એના ચહેરા પર કોઈ પ્રકારની વ્યગ્રતાની એક આછી સરખી રેખા પણ નહોતી.

'કાં તો આ માણસને ભાન નથી કે એ નજરકેદમાં છે અને કાં તો એ ખરેખર માને છે કે આપ ભલા તો જગ ભલા!' ઉંબરે ઊભા રહી ગયેલા શિવને વર્ષો પહેલાં એના ગુરુએ ઉચ્ચારેલા શબ્દો અચાનક યાદ આવી ગયા. 'માણસની વર્તણૂક એના સમાજની અપેક્ષા પ્રમાણે ઘડાય છે. જે સમાજના પાયામાં ભલમનસાઈ, વિશ્વાસ જેવા ગુણો હોય એમાં ઉછરેલી વ્યક્તિ સ્વાભાવિક રીતે જ આસપાસના લોકોને વિશ્વાસની નજરે જોવા ટેવાઈ ગઈ હોય.' અત્યારે અજાણી જગ્યાએ પણ નિશ્ચિંત થઈને સૂતેલા અતિથિને જોઈને લાગતું હતું કે મેલુહા ખરેખર આવી જ જગ્યા હશે. જ્યાં લોકો એકમેકને શંકા કે અવિશ્વાસની નજરે નહીં જોતા હોય. મેલુહાથી બહાર નીકળ્યા બાદ પણ એમની આ શ્રદ્ધા ટકી રહી હતી. શિવે એની ખરબચડી દાઢી પર હાથ ફેરવતાં વિચાર્યું. એ કેવી જગ્યા હશે, જ્યાંના સૈનિકોને પણ અજાણ્યા લોકોની ભલમનસાઈ પર ભરોસો હોય!

અતિથિએ પોતાની ઓળખ નંદી તરીકે આપેલી. વિશાળ કદ, શ્વાસોચ્છ્વાસની સાથે ઊંચું-નીચું થઈ રહેલું મોટું પેટ જોતાં આ નામ એના માટે અનુરૂપ લાગતું હતું. જોકે સહેજ ધ્યાનથી જુઓ તો ખ્યાલ આવે કે પહેલી નજરે સ્થૂળ લાગતું

શરીર સુદૃઢ કસાયેલું હતું. ત્વચા પરની ચમક અને તાજગીમાં હજી કોઈ કરચલી નહોતી પડી. બાળક જેવો એનો ચહેરો ઊંઘમાં વધુ નિર્દોષ અને સુંદર લાગતો હતો.

આ જ વ્યક્તિ મને મારા અંતિમ લક્ષ્ય સુધી લઈ જશે? શું વર્ષો પહેલાં મારા વડીલ, મારા ગુરુએ કહ્યું હતું, એ જ મારા ભાગ્યમાં લખાયું છે? આજે પણ ગુરુના શબ્દો શિવને બરાબર યાદ હતા. 'શિવ સામે જે વિશાળ પર્વતો, ઉત્તુંગ શિખરો દેખાય છે એનાથીએ આગળ, એનાથીએ ઊંચે જવાનું તારા ભાગ્યમાં છે, પણ ભાગ્યોદય માટે તારે આ જ પર્વતમાળાઓની વચ્ચેના કઠિન માર્ગ પર ચાલીને બધાં વિઘ્નો વટાવીને પેલે પાર જવું પડશે.'

દૂર કોઈએ શંખનાદ કર્યો. વિચારોમાં ખોવાઈ ગયેલો શિવ ઝબકીને વર્તમાનમાં પાછો ફર્યો. આવી પહોંચેલા પક્રાતિ કમરપટ્ટેથી તલવાર ખેંચતા એણે ત્રાડ પાડી, 'સાવધાન!'

સામે નિરાંતે નસકોરાં બોલાવી રહેલો નંદી સફાળો બેઠો થઈ ગયો અને પલક ઝપકતામાં તો પથારી નીચે રાખેલી પોતાની તલવાર લઈને એ પણ શિવની સાથે બહાર ધસી ગયો. આવા સંજોગોમાં શું કરવું એ અહીં કોઈને કહેવાની, સમજાવવાની જરૂર નહોતી. સ્ત્રીઓ અને બાળકો ગામના કેન્દ્રમાં અને પુરુષો બહારની તરફ દોડવા માંડેલા. 'ભદ્ર, સરોવર પાસેથી આપણાં માણસોને બોલાવી લે.' શિવે દોડતાં દોડતાં સૂચના આપી અને તરત એનો અમલ થયો. અહીં જોકે આશ્ચર્ય કહો તો એ વાતનું હતું કે શિવના સૈનિકોની પાછળ-પાછળ મેલુહાથી આવેલા મહેમાનોએ પણ દોટ મૂકી. ઘડી પહેલાં નિઃશસ્ત્ર, શાંત લાગતા એ વિદેશીઓના હાથમાં કોણ જાણે ક્યાંથી શસ્ત્રો પણ આવી ગયેલાં.

પક્રાતિઓએ બહુ સમજી વિચારીને આ સમયે આક્રમણ કરેલું. સૂર્યાસ્ત થાય એટલે હવે કોઈની સામે લડવાનું નથી એવું માનીને પુરુષો પ્રાર્થનામાં અને સ્ત્રીઓ ઘરકામમાં ગૂંથાઈ જાય. દિવસભર દુશ્મનોનો સામનો કરવા માટે સજ્જ રહેતા ગુણા લોકો માટે સાંજનો સમય રાહત લઈને આવતો. અંધારું થયા બાદ હથિયાર હેઠાં મૂકવામાં એમને કોઈ વાંધો નહોતો લાગતો અને પક્રાતિઓ આજે ગુણા લોકોની આ જ અસાવધ કહો કે નબળી ક્ષણનો ફાયદો ઉઠાવવા ધસી આવેલા, પરંતુ કિસ્મત આજે ગુણોની સાથે હતી.

એક તો ગામમાં વિદેશીઓની હાજરીને કારણે શિવે એના માણસોને ચોવીસે કલાક સાવધાન રહેવાની સૂચના આપી રાખેલી અને આટલું ઓછું હોય એમ એ જ વિદેશીઓ, પક્રાતિની સામે લડવા માટે શિવની પડખે ઊભા રહી

ગયેલા. લડાઈ શરૂ તો થઈ પણ થોડી જ વારમાં પૂરી થઈ ગઈ. પક્રાતિઓમાંથી ઘણાં મરાયા અને બચ્ચાઓ જીવ બચાવવા માટે મેદાન છોડીને ભાગ્યાં. તલવાર મ્યાન કરીને શિવે આસપાસ જોયું. યુદ્ધમાં એના પણ બે માણસોના જીવ ગયા હતા. ગુણોના ઇતિહાસમાં એમના નામ શૂરવીર તરીકે અંકાઈ જશે. બહાદુરને મોતનો અફસોસ કે ડર ન હોય, પરંતુ આઘાત લાગે એવું દૃશ્ય તો શિવે માનસરોવરના કાંઠે જોયું. પક્રાતિઓ જતાં-જતાં, ત્યાં કાળો કેર વર્તાવતા ગયેલા. હુમલો થયો ત્યારે જળાશય પાસે થોડી સ્ત્રીઓ અને બાળકો હતાં, એ સમયસર ગામની અંદર પહોંચી નહોતાં શક્યાં. લડાઈ પૂરી થવાની રાહ જોતાં, એ બાપડા ત્યાં જ બેસી રહ્યાં. લડાઈમાં હારીને ભાગેલા પક્રાતિઓએ આ નિર્દોષ જીવો પર પોતાનો રોષ ઉતાર્યો. સરોવર કાંઠે દસ-બાર લાશો પડી હતી. આવું પહેલી વાર થયેલું. ગુણોના વિજયનો આનંદ ઓસરી ગયો. માનસરોવરના કિનારે શિવે પોતાના ભવિષ્ય માટેનો નિર્ણય કરી લીધો. જોકે લોકોને પૂછવું પણ એટલું જ જરૂરી હતી. ગામની વચ્ચોવચ બધાંને ભેગાં કરીને શિવે મન મોકળું કર્યું.

'શાંતિભેર જીવવાની રહીસહી આશા પણ આજે મરી પરવારી. આપણે પક્રાતિઓ સાથે સુલેહ કરવા માટે બને એટલા ઉપાય કરી લીધા. મારા પૂર્વજોએ તો પક્રાતિઓ માટે માનસરોવરની આસપાસનો વિસ્તાર પણ ખુલ્લો રાખવાની તૈયારી દાખવી હતી, પણ આપણી ભલમનસાઈને એ લોકોએ નિર્બળતા માની લીધી અને પરિણામ આજે નજર સમક્ષ છે. દુઃખ લાગે તોયે વાસ્તવિકતા સ્વીકારવી પડશે કે આ ભૂમિ પર ક્યારેય હિંસાનો અંત આવવાનો નથી.'

હિંસાથી ટેવાઈ ગયેલા ગુણો પણ આજે એમનાં સ્ત્રી-બાળકોની લોહીનીતરતી લાશો જોઈને હચમચી ગયેલા. એમના દુઃખી, હતાશ ચહેરા સામે જોઈને શિવે કહ્યું, 'તમારાથી મેં ક્યારેય કોઈ વાત છુપાવી નથી. તમે સહુ જાણો છો કે મેલુહાથી આપણા માટે શું સંદેશ આવ્યો છે. અધૂરામાં પૂરું આજે યુદ્ધમાં આપણો સાથ આપીને આ વિદેશીઓએ મારો વિશ્વાસ જીતી લીધો છે. હવે એમના આમંત્રણમાં વિશ્વાસ રાખીને એમની સાથે મેલુહા જવું કે નહીં, એ તમારે નક્કી કરવાનું છે.'

આગળ ઊભેલા ભદ્રને જવાબ આપતાં વાર ન લાગી. 'શિવ, ગુણપરંપરા છે કે જ્યાં રાજા, ત્યાં પ્રજા! અમારા રાજા કહો કે સેનાપતિ, તમે જ છો અને તમે જે કહો એ અમને મંજૂર છે.'

સામે દલીલ કરવાનો મોકો જ શિવને ન મળ્યો. ગામલોકોએ એક અવાજે ભદ્રની વાતને ટેકો આપ્યો. જોકે આમાં માત્ર જૂની પરંપરાએ ભાગ નહોતો

ભજવ્યો. આજ સુધી દરેક મુસીબત વખતે શિવ એમના માટે ઢાલ બનીને ઊભો રહ્યો હતો. માનસરોવર હોય કે મેલુહા, શિવની છત્રછાયા હેઠળ એ બધાં હંમેશાં સુરક્ષિત રહેશે એવા વિશ્વાસ સાથે ગુણોએ કહી દીધું, 'શિવ, તમારો નિર્ણય એ જ અમારો નિર્ણય!'

માનસરોવરથી નીકળ્યાને આજે પાંચ દિવસ થઈ ગયેલા. દિવસભરની મુસાફરીથી થાકેલા કાફલાએ સાંજ પડ્યે એક ખીણમાં પડાવ નાખ્યો. જોકે શાંતિના સમયે પણ ગાફેલ રહેવાનું શિવના સ્વભાવમાં નહોતું. વિશ્રામના સ્થળે પણ એની વ્યૂહરચના પાકી હતી. વિશાળકાય અને જરા સરખો અવાજ આવતાંની સાતે ઊંઘમાંથી જાગી જનારા યાક પશુ શિવે વર્તુળાકારે ઊભાં રાખેલાં. એમની પાછળ સશસ્ત્ર પુરુષો અને વચ્ચોવચ તાપણાની ફરતે સ્ત્રીઓ અને બાળકો હતાં.

કોઈને કદાચ આશ્ચર્ય થાય કે માનસરોવર છોડીને આટલે દૂર આવ્યા પછી કોનાથી ડરવાનું? એ વિશાળ જળાશય, એની આસપાસની જમીન પર કબજો જમાવીને પક્રાતિઓ તો હવે ખુશખુશાલ હશે. એમનેય હવે લડવાની જરૂર નહીં લાગે!

પણ શિવ દીર્ઘદ્રષ્ટા હતો અને પક્રાતિઓના સરદાર યાખ્યની પ્રકૃતિથી પણ વાકેફ હતો. એ માણસ ખુદની વીરતા સાબિત કરવા માટે તલસતો હતો. ગુણો પોતાની મરજીથી માનસરોવર છોડીને જતા રહ્યા એ વાત યાખ્યને ખટકો કરાવતી હશે. એણે તો દુનિયા સામે એવું પૂરવાર કરવું હતું કે યાખ્યથી ડરીને શિવ અને ગુણો યુદ્ધનું મેદાન જ નહીં, માતૃભૂમિ છોડીને ભાગી ગયા. ગુણો સુખરૂપ મેલુહા સુધી ન પહોંચે એ માટે યાખ્ય બધા પેંતરા અજમાવી લેશે એ વાતમાં શિવને કોઈ શંકા નહોતી.

શિવને યાખ્યનો ભય નહોતો, પરંતુ વર્ષોથી ચાલી આવેલી અને હજીયે અંતહીન દેખાતી નિરર્થક હિંસાથી એ કંટાળી ગયેલો. યુદ્ધના મેદાનમાં વિજય ભલે કોઈ એક પક્ષને મળે, પણ અંતે નુકસાન બંને બાજુએ ભોગવવું પડે. આ વિચારના આધારે શિવે માનસરોવરનો કાંઠો છોડેલો અને ગુણો સહીસલામત મેલુહા પહોંચે એ જોવાની જવાબદારી એના માથે હતી. નંદી આ જાણતો હતો. એટલે એણે પણ થોડે દૂર એવી રીતે છાવણી નાખી હતી કે કોઈ હુમલાખોર એમને ઊંઘતા ન ઝડપી શકે.

જોકે પક્રાતિ આ તૈયારીઓથી અજાણ હતા. અંધકારનો લાભ લઈને એમણે આક્રમણ કર્યું અને ફરી એક વાર ભોંયભેગા થવાનો વારો આવ્યો. એમાંથી ઘણાં તો યાકની લાતોથી જ અધમૂઆ થઈ ગયા અને બાકીના પર ગુણો અને મેલુહાવાસીઓ તૂટી પડ્યા.

હજી મૂછનો દોરોયે માંડ ફૂટ્યો હતો એવો એક યુવાન પક્રાતિ ખુલ્લી તલવારે શિવની સામે ધસી આવ્યો. યુદ્ધના મેદાનમાં નવાસવા નિશાળિયા જેવા લાગતા એ યુવાન પર શિવને દયા આવી ગઈ. ધાર્યું હોત તો તલવારના એક ઝાટકે પેલાનું માથું ધડથી જુદું કરી નાખવાની તાકાત શિવમાં હતી, પણ એ છેલ્લી ઘડીએ બે ડગલાં પાછળ હટી ગયો. એની તલવારે સામેવાળાના શરીર પર માત્ર નાનો એક ઘસરકો કર્યો, પરંતુ શિવની વીરતા અને ઉદારતા સમજવાને બદલે પેલા નાદાને તો વળતો ઘા કર્યો. શિવે આસાનીભેર એ ચુકાવી દીધો, પણ એ ઘડી સુધી ખુદના રોષ પર બાંધી રાખેલો બંધ તૂટી ગયો. સામેવાળાના પેટમાં જોશભેર તલવાર ભોંકીને, ગોળ ઘુમાવીને એણે બહાર ખેંચી કાઢી. શિવની તલવારની સાથે સામેવાળાનાં આંતરડાં પણ બહાર આવી ગયાં. દરેક યોદ્ધો જાણતો હોય કે દુશ્મનને મારવાની આ સહુથી ક્રૂર રીત હતી. પેટમાં મારેલો ઘા ભલે જીવલેણ હોય પણ એ ઝટ દઈને જીવ ન લે. ઘાયલ થનાર રિબાઈરિબાઈને બહુ પીડાદાયક, ધીમા મોતને ભેટે. જમીન પર તરફડિયાં મારી રહેલા યુવાનને છોડીને શિવ બીજી તરફ ધસી ગયો. થોડી વાર પહેલાં અનુભવેલી દયા હવે વરાળ બનીને ઊડી ગયેલી. શિવ બમણા જોશથી દુશ્મનો પર તૂટી પડ્યો. ભદ્ર અને બીજા ગુણોને યુદ્ધના મેદાનમાં કોઈ ક્રૂરતાનો છોછ નહોતો. એ પોતાની રીતે પક્રાતિઓને લોહીલુહાણ કરી રહ્યા હતા.

બીજી તરફ મેલુહાના સૈનિકોએ મોરચો સંભાળી લીધેલો, પણ ત્યાંનું દૃશ્ય જુદું હતું. મેલુહાવાસીઓ યુદ્ધકળામાં નિપુણ હતા. એ વાતે કોઈ શક નહોતો, પણ એ લોહીતરસ્યા નહોતા. એ વીર હતા, પણ ક્રૂર નહીં. શક્ય હોય ત્યાં સુધી દુશ્મનનો જીવ ન લેવો એવો એમનો નિયમ લાગતો હતો.

જેમ-તેમ બચી ગયેલા પક્રાતિ હવે ઘૂંટણે પડી દયાની ભીખ માંગી રહ્યા હતા. એમાં યાખ્ય પણ હતો. નંદીની તલવારે યાખ્યના જમણા ખભા પર ઊંડો ઘા કરેલો. ભવિષ્યમાં એ જમણા હાથે તલવાર પકડી શકશે કે કેમ એમાં હવે શંકા હતી, પરંતુ નંદીએ જખમી કરીને છોડી લીધેલા યાખ્યના માથે હવે ભદ્ર તલવાર તોળીને ઊભો હતો. 'શિવ, આ રાક્ષસને કેવું મોત આપું, એક ઝાટકે કે રિબાવીરિબાવીને?'

તરત જવાબ આપવાને બદલે શિવે ચહેરો ફેરવી લીધો. ત્યાં ઊભેલા નંદીએ માથું ધુણાવ્યું, 'આ ખોટું છે. યુદ્ધનો નિયમ કહે છે કે દયાની ભીખ માંગી રહેલા દુશ્મનને જીવતદાન આપવું જોઈએ.'

શિવની આંખો ઝીણી થઈ. 'નંદી, તમે પક્રાતિને ઓળખતા નથી. આ લોકોને યુદ્ધના કોઈ નિયમ લાગુ નથી પડતા. આજે એમને છોડી દીધા તો કાલે વધુ બળિયા બનીને આપણા પર ત્રાટકશે. ભલે, આજે જ યાખ્યના મૃત્યુની સાથે આ ત્રાસનો કાયમી અંત આવી જતો!'

'શિવ, અંત તમારી નજરની સામે જ છે. તમારે હવે ક્યાં અહીં વધુ સમય રોકાવાનું છે? પક્રાતિને આજના પરાજયની કળ વળે, એ પહેલાં તો આપણે મેલુહા પહોંચી જઈશું અને ત્યાં પહોંચ્યા પછી પક્રાતિ તમારો વાળ પણ વાંકો નહીં કરી શકે. યુદ્ધનો અંત આજે નક્કી છે, પણ એ કઈ રીતે કરવો એ તમારા હાથમાં છે.' નંદીએ સૌમ્ય અવાજે કહ્યું અને પછી હળવેથી ઉમેર્યું, 'પક્રાતિ ભલે ગમે તેવા હોય, પણ તમે એનાથી સારા છો એ સાબિત કરવાની તક આજે મળી છે.'

શિવની બધી દલીલો ગળા સુધી આવીને અટકી ગઈ. માણસો તરફ પીઠ ફેરવીને એણે દૂર દેખાતા પર્વતો તરફ મીટ માંડી. વધુ સારું જીવન શરૂ કરવા માટે મેલુહા સુધી પહોંચવાની રાહ શું કામ જોવી? શરૂઆત ભલે આ ક્ષણે જ થઈ જતી! વિધાતા તરફથી જ કોઈ અણસાર મળી રહ્યો હોય એવો ભાસ શિવને થયો અને એની સાથે બધીયે શંકા-કુશંકાઓ ઓગળી ગઈ. ભદ્ર તરફ જોઈને એણે અવાજ જરાય ઊંચો કર્યા વિના આદેશ આપ્યો, 'છોડી દે એને ! પક્રાતિઓનાં બધાં શસ્ત્ર-સરંજામ આપણા કબજામાં લઈને એમને જવા દો!'

સાંભળીને ભદ્રને આંચકો તો લાગ્યો, પણ પછી તરત એણે શિવના આદેશનો અમલ શરૂ કરી દીધો. એનાથીએ વધુ આશ્ચર્ય પક્રાતિઓને થયું હતું. રણમેદાનમાં કોઈ વિજેતા એના દુશ્મનને માફ કરી શકે, એવું આજ પહેલાં એમણે ક્યાંય જોયું નહોતું કે સાંભળ્યું સુધ્ધાં નહોતું.

નંદીને રાતના અંધકારમાં પણ આશાનું એક નાનકડું તેજ કિરણ ફૂટતું લાગ્યું. એણે શિવ સામે જોયું. નંદીનું મન કહેતું હતું કે વર્ષોથી એને જેની શોધ હતી, એ મળી ગયો હતો. મનોમન એનાથી પ્રાર્થના થઈ ગઈ, 'હે રામ! હવે વધુ રાહ નહીં જોવડાવતા કહી દો કે અમારી પ્રતીક્ષાનો અંત આવી ગયો. કહી દો કે શિવને તમે જ મોકલ્યો છે!'

નંદીના મનમાં ચાલી રહેલા વિચારોથી બેખબર શિવ પેલા ઘાયલ યુવાન

પાસે પાછો ફર્યો. અસહ્ય પીડાથી તરફડી રહેલા સૈનિકે શિવ સામે જોયું. એનું મોત હવે નક્કી હતું, પણ પીડાનો અંત લાવવાનું શિવના હાથમાં હતું. પક્રાતિઓ માટે આજ સુધી મનમાં સંઘરી રાખેલી બધીયે ઘૃણાને આખરી વિદાય આપી દેતો હોય એમ શિવે હાથ ઊંચો કર્યો અને તલવારના એક ઘા સાથે દુશ્મનનું માથું ધડથી જુદું કરીને એને મુક્તિ આપી દીધી.

— ⁂ —

ચાર સપ્તાહની સતત દડમજલના અંતે કાફલો એમના રસ્તામાં ઊભેલો છેલ્લો પર્વત પાર કરી ગયો અને શ્રીનગરના સીમાડે જઈને અટક્યો.

શ્રીનગર! કાશ્મીર તરીકે ઓળખાતા પ્રદેશનું આ પાટનગર હતું. મુસાફરી દરમિયાન નંદીના મોઢે આ જગ્યાના વખાણ સાંભળી સાંભળીને શિવના માનસપટલ પર આ જગ્યાનું આછુંપાતળું ચિત્ર અંકાઈ ગયેલું, પણ આજે નજરોનજર જોયું અને થોડી વાર માટે વાચા હરાઈ ગઈ. નંદીએ કોઈ અતિશયોક્તિ નહોતી કરી. પૃથ્વી પર કોઈ જગ્યાએ સ્વર્ગ હોય તો એ ખરેખર અહીં જ હતું. આટલી સુંદર જગ્યા શિવે કોઈ વાર સપનામાં પણ નહોતી જોઈ.

માનસરોવરના પવિત્ર, શાંત જળમાં એણે આંખોને ઠારી હતી, પણ આજે એણે ખળખળ વહી જતી જેલમ નદી જોઈ અને જોતો રહી ગયો. પર્વતમાળામાંથી રૌદ્ર સ્વરૂપે બહાર પડતી જેલમ, કાશ્મીર ખીણમાં પ્રવેશતાંની સાથે સૌમ્ય રૂપ ધારણ કરી લેતી હતી. કિનારાને પંપાળતા જતા એના પાણી જઈને દાલ સરોવરમાં ઠલવાતાં હતાં. જોકે આ એનું અંતિમ સ્થાન નહોતું. દાલ પાર કરીને સાગરને મળવા માટે એ વહી જતી હતી.

આખીયે ખીણમાં મુલાયમ ગાલીચા જેવું લીલુંછમ ઘાસ પથરાયેલું હતું. એના પર ગર્વભેર ટટ્ટાર ઊભેલાં ચીનારના ઊંચાં વૃક્ષો અને ખુદ પ્રકૃતિએ એની પાસે હતા, એટલા બધાંયે રંગના છાંટણા કરી દીધા હોય એવાં પુષ્પો! હિમાલયની દિશામાંથી આવતા ઠંડાગાર પવનના સૂસવાટા સાંભળીને ટેવાઈ ગયેલા શિવના કાને પક્ષીઓનો આવો મધુર કલબલાટ ક્યારેય નહોતો સાંભળ્યો.

‘જ્યાંના સીમાડા આટલા સુંદર છે એ પ્રદેશ કેવો હશે? આભા થઈ ગયેલા શિવના મોઢામાંથી સરી પડ્યું.

અત્યારે દાલ સરોવર હતું ત્યાં પ્રાચીન સમયમાં મેલુહાના સૈન્યની મુખ્ય છાવણી હતી. સરોવરના પશ્ચિમ કાંઠે, વર્ષો પહેલાં જે નાનકડું ગામ વસેલું એ આજે વિશાળ નગર તરીકે ફૂલ્યુંફાલ્યું હતું. નામ પણ એને શોભે એવું હતું. શ્રીનગર *સન્માનને લાયક નગર!*

શહેરની રચના કરનારે સુંદરતાની સાથેસાથે સુરક્ષાને પણ લક્ષમાં રાખેલી એ સ્પષ્ટ દેખાતું હતું. પથ્થર અને માટીની ભરણી કરીને, ખીણમાં એક વિશાળ જગ્યાને ઊંચી કરાયેલી અને એના પર શહેર બનેલું. ચારે તરફ ઊંચી, અભેદ્ય લાગતી દીવાલ હતી. અહીં આક્રમણ કરનારે પહેલાં કપરાં ચઢાણ અને પછી મજબૂત પથ્થરોનો સામનો કરવાનો હતો. વળી જેલમ કોઈ વાર વિકરાળ રૂપ ધારણ કરે તોયે એનાં પાણી, શહેરની અંદર પહોંચવાનાં નહોતાં. કિલ્લાની અંદર નગરવાસીઓ બધી રીતે સુરક્ષિત હતાં.

નાના ગામમાંથી આવેલા ગુણો આ વિશાળ નગરને જોઈને ચકિત થઈ ગયા. કિલ્લાની અંદર લોકોનાં ઘર, મંદિર, બજાર, સભાગૃહ બધુંયે વ્યવસ્થિત, આયોજનપૂર્વક બન્યું હતું. દરેક જગ્યા નાના-મોટા માર્ગ દ્વારા જોડાયેલી હતી. જોકે અદ્‌ભુત કુદરતી સૌંદર્યની વચ્ચે વસેલા આ શહેરમાં એક પ્રકારની સાદગી નજરે પડતી હતી. દરેક મકાન સફેદ, ભૂરા કે ભૂખરા રંગનું હતું. શ્રીમંતોનાં નિવાસસ્થાન થોડાં મોટાં હતાં, પણ આંખને આંજી નાખે એવી ઝાકઝમાળ ક્યાંય ક્યાંય નહોતી. અહીં વસતા વીસેક હજાર લોકોમાંથી કોઈને પોતાની સંપત્તિ કે શક્તિનો દેખાડો કરવાની જરૂર નહોતી લાગતી. બસો માણસની સાથે શ્રીનગરમાં પગ મૂકતાં વેંત શિવને લાગ્યું કે વર્ષોથી મનમાં સંઘરાઈ રહેલો બોજ જાણે ઉતરવા લાગ્યો હતો. એણે હળવાશ અનુભવી. ભૂતકાળમાં જે પણ બન્યું. એ બધું ભૂલી જઈને, નવી શરૂઆત કરવા માટે હવે એ તૈયાર હતો.

— ⚹ —

શ્રીનગરમાં સત્તાવાર પ્રવેશ મેળવતાં પહેલાં થોડી સત્તાવાર ઔપચારિક વિધિઓ પતાવવાની હતી. 'મેલુહામાં તમારું સ્વાગત છે. મારું નામ ચિત્રાંગદ! અહીં કોઈ પણ મદદની જરૂર પડે તો વિના સંકોચે તમે મને કહી શકો છો !' શિવની સામે આવીને ઊભેલા યુવાને હાથ જોડીને, સસ્મિત વદને ગુણોને આવકાર આપ્યો અને પછી શિવ તરફ જોઈને એણે સૂચનાઓ આપવાનું શરૂ કર્યું, 'ગુણો અહીંના કાયદાનું પાલન કરે, એ જોવાની જવાબદારી તમારી રહેશે. પહેલાં તો આપણે બધાનાં નામ નોંધી લઈએ...'

ચિત્રાંગદની વાતમાં વિક્ષેપ પાડતા નંદી બોલ્યો, 'શિવ, તમને વાંધો ન હોય તો હું જઈને તમારા લોકો માટે રહેવાની તેમજ ખાવાપીવાની વ્યવસ્થા કરું ?'

શિવની સચેત આંખોએ જોઈ લીધું કે નંદીએ પાડેલી ખલેલ ચિત્રાંગદને નહોતી ગમી, પણ પછી તરત પોતાની નારાજગી દાબી દઈને એણે ચહેરા પર કૃત્રિમ સ્મિત ગોઠવી દીધું. શિવે નંદીને કહ્યું, 'અરે, એમાં શું પૂછવાનું? નંદી, ડગલે

ને પગલે તમારે મારી મંજૂરી લેવાની જરૂર નથી, પણ મારી એક વાત તમારે માનવી પડશે.'

'જી!' નંદીએ સહેજ ઝૂકીને નમ્રભાવે કહ્યું.

શિવ હસી પડ્યો, 'બસ, આ જ કહેવું છે કે તમે મારા સેવક નહીં, પણ મિત્ર છો. આપણને બંનેને છૂટ હોવી જોઈએ કે એકમેકને નામથી અને તુંકારે બોલાવી શકીએ.'

નંદીના ચહેરા પર આશ્ચર્ય અને આનંદની મિશ્ર લાગણી ઝલકી ગઈ અને ચિત્રાંગદના સ્મિતમાંથી હવે કૃત્રિમતા દૂર થઈ હોય એવું લાગ્યું. પહેલાંથી વધુ ઉત્સાહ દાખવતાં એણે કહ્યું, 'ચાલો, આપણે આપણું કામ પતાવી નાખીએ.'

શહેરની બહાર ગુણોને ઉતારો અપાયો હતો. અહીં વધુ સમય રહેવાનું નહોતું, પરંતુ રહેવું પડે તોયે વાંધો નહીં એવું ગુણોને લાગતું હતું. શહેરની અંદર હતાં એવાં જ ચોખ્ખાચણાક રસ્તા અને મકાનો અહીં હતાં. માટીની પગદંડીઓ પર ચાલવાને ટેવાયેલા શિવ માટે પથ્થરના પાકા રસ્તા પર ચાલવાનો અનુભવ નવો હતો. 'રસ્તાની વચ્ચે આ જુદા રંગના પથ્થર કેમ છે?' એણે સહેજ અટકીને નીચે જોતાં પૂછ્યું.

'એની નીચે ગંદા પાણીને દૂર લઈ જવાનો રસ્તો છે.' નંદીના જવાબે શિવના આશ્ચર્યમાં વધારો કર્યો. સ્વચ્છતા માટેનો આટલો આગ્રહ એને સમજાતો નહોતો.

ગુણોનો ઉતારો એક મકાનમાં હતો, પણ દરેક પરિવાર માટે જુદા ઓરડાની વ્યવસ્થા થયેલી. આરામથી રહેવા માટેની બધીયે સુવિધા અહીં ઉપલબ્ધ હતી. સ્વચ્છ પથારી, એની ઉપર પાથરેલી ચાદર. અરે, પહેરવા માટેનાં કપડાં પણ હાજર હતાં. આ પહેલાં ગુણોમાંથી જેને પણ પોતાના ચહેરા જોવાની ઇચ્છા થાય એ માનસરોવરની સપાટી પર ડોકિયું મારી લેતા, પણ અહીં દરેક ઓરડાની દીવાલ પર તાંબાની ચકચકિત મોટી તકતી જડેલી હતી, જેમાં સામે ઊભેલી વ્યક્તિનું સ્પષ્ટ પ્રતિબિમ્બ દેખાતું હતું.

શિવે એક કપડું હાથમાં લઈને પૂછ્યું, 'આ શું છે?'

ગુણોને નવી લાગતી દરેક વસ્તુનો ઉત્સાહભેર પરિચય કરાવી રહેલા ચિત્રાંગદે હસીને કહ્યું, 'આ સૂતરાઉ કાપડ છે. મેલુહામાં કપાસ ઊગે છે. એમાંથી આ કાપડ વણાય છે.'

દિવસના સમયે અહીં પૂરતો સૂર્યપ્રકાશ મળી રહે એટલી મોટી બારીઓ હતી, પણ હવે સાંજ પડી ગયેલી અને તોયે અંધારું નહોતું લાગતું, કારણ કે દીવાલો પર ગોખલામાં ગોઠવેલા દીવા ઝગમગવા લાગેલા.

દરેક ઓરડાની સાથે જોડાયેલા સ્નાનગૃહની જમીન ઢોળાવવાળી હતી. જેને કારણે પાણી સહેલાઈથી બહાર વહી જતું હતું. સ્નાનગૃહના એક ખૂણામાં દેખાતો ખાડો શેના માટે હતો, એ જોકે કોઈને સમજાયું નહીં. દીવાલ પર લગાડેલું યંત્ર ફેરવતાંની સાથે અંદરથી ધડધડાટ પાણી નીકળવા લાગ્યું.

'આ તો માયાનગરી લાગે છે!' ભદ્રની માતાએ આછો ગણગણાટ કર્યો.

અતિથિગૃહને અડીને બીજું એક નાનું મકાન હતું. એમાંથી એક સ્ત્રી અને એના હાથ નીચે કામ કરતા હોય, એવા લાગતા ત્રણ-ચાર જણ બહાર નીકળ્યાં. ઘઉંવર્ણી પણ તેજસ્વી ત્વચા ધરાવતી સ્ત્રીએ કમર પર સફેદ વસ્ત્ર વીંટ્યું હતું અને અત્યાર સુધીમાં શિવ એટલું તો જાણી ગયેલો કે મેલુહાવાસીઓ આને ધોતિયું અને સ્ત્રીઓની છાતીને ઢાંકતા કપડાને કંચુકી કહેતા હતા. ખભા પર અંગવસ્ત્રમ્ હતું. સ્ત્રીએ એના કપાળ પર સફેદ તિલક કરેલું. મૂંડન કરેલા માથા પર પાછળની જગ્યાએ શિખા તરીકે ઓળખાતા થોડા વાળ બાંધ્યા હતા. ડાબા ખભાથી કમરની જમણી બાજુએ પહોંચતી જનોઈ હતી.

પ્રભાવશાળી લાગતી આ સ્ત્રીનું આગમન નંદીને ચમકાવી ગયું. 'વૈદ્યરાજ આયુર્વતી! તમે અહીં પધારવાનું કષ્ટ કર્યું?' અત્યંત નમ્ર અવાજે એણે પૂછ્યું.

આયુર્વતી નામની એ સ્ત્રીએ એટલી જ નમ્રતાપૂર્વક કહ્યું, 'લોકોને મળ્યા વિના કઈ રીતે એમની તકલીફ જાણી શકાય? પણ માફ કરજો, મેં તમને ઓળખ્યા નહીં.'

'મારું નામ નંદી! હું મેલુહાનો એક સેનાધિકારી છું, પણ તમને કોણ નથી જાણતું? આખા પ્રદેશમાં તમારી બરોબરી કરી શકે એવો બીજો કોઈ વૈદ નથી.'

'પ્રશંસા બદલ આભાર, પણ મેલુહામાં મારાથી ચઢિયાતા બીજા અનેક વૈદરાજો છે.' આવું બોલીને આયુર્વતીએ પોતાનું ધ્યાન શિવ પર કેન્દ્રિત કર્યું, 'મેલુહામાં તમારું સ્વાગત છે. અહીં રહો ત્યાં સુધી તમારા સ્વાસ્થ્યને જાળવવાની જવાબદારી મારા માથે છે.'

શિવ કોઈ પ્રતિભાવ આપે એ પહેલા ચિત્રાંગદે સ્પષ્ટતા કરી દીધી, 'શિવ, તમારે આ જગ્યાએ કાયમ માટે નથી રહેવાનું. એક સપ્તાહમાં, શહેરની અંદર, તમારા માટે અહીંથી વધુ સારા, વધુ આરામદાયક ઘરની વ્યવસ્થા થઈ જશે.'

'અરે, અહીં પણ અમને કોઈ તકલીફ નથી, પણ શહેરની અંદર પ્રવેશવા

માટે હજી એક સપ્તાહની રાહ જોવી પડશે.' શિવના ભવાં સંકોચાયા.

હવે વાતનો દોર નંદીએ પોતાના હાથમાં લઈ લીધો. 'આ પણ એક ઔપચારિકતા છે અને છેવટે તો બધાનાં ભલા માટે જ છે. મેલુહામાં ભાગ્યે જ કોઈ રોગ કે માંદગી દેખા દે છે, પણ ક્યારેક એવું બને કે બહારની વ્યક્તિ એની સાથે કોઈ નવો રોગ લઈ આવે અને અહીં બધાંને ચેપ લાગે. આવી શક્યતા ટાળવા માટે અમે નિયમ બનાવ્યો છે કે પરદેશીઓને શહેરમાં પ્રવેશ આપતા પહેલાં સાતેક દિવસ બહાર ઉતારો આપવો. આટલા દિવસમાં તમને કોઈ રોગ હોય તોયે સારવારથી મટી જશે.

'અને રોગમુક્ત રહેવાની પહેલી શરત છે સ્વચ્છતા અને આરોગ્યના નિયમોનું પાલન!' આયુર્વતી સહેજ કડક અવાજે બોલી.

'સ્વચ્છતા, આરોગ્યના નિયમ?' શિવના ચહેરા પરનો રંગ બદલાયો. ચર્ચા કોઈ અણગમતો વળાંક લે એ પહેલાં નંદીએ ઝટ દઈને વિનંતીના સૂરે કહ્યું, 'શિવ, મહેરબાની કરીને સમજવાનો પ્રયાસ કરો. આપણાં સહુના હિતનો ખ્યાલ રાખીને જ આ નિયમો બન્યા છે અને આયુર્વતીજી અહીંના શ્રેષ્ઠ વૈદ્ય છે.'

શિવના ચહેરા પરની તંગ રેખાઓ હળવી થઈ. એણે આયુર્વતી તરફ જોઈને થોડા કટાક્ષભાવે કહ્યું, 'આદેશ આપો. અમારે કયા નિયમોનું પાલન કરવાનું છે?'

સાંભળીને ભદ્રને હસવું આવી ગયું, પણ આયુર્વતીનો ચહેરો કહેતો હતો કે એને આમાં કંઈ હસવા જેવું લાગ્યું નહોતું. 'કોણ જાણે ક્યાંથી આવા લોકો આવી જાય છે!' એવો કંઈ અસ્પષ્ટ બબડાટ કરીને એણે મોટે અવાજે કહ્યું, 'ચાલો, સ્નાનગૃહથી શરૂ કરીએ!'

ભદ્ર સામે જોઈને શિવે માંડ-માંડ પોતાનું હસવું દબાવ્યું.

* * *

સાંજનું ભોજન બહુ સ્વાદિષ્ટ હતું, પણ પછી વૈદે મોકલેલી ઔષધિ પીવાનો વારો આવ્યો ત્યારે બધાંનાં મોઢાં કટાણાં થઈ ગયાં. જોકે પીધા વિના છૂટકો નહોતો. 'ચાલો, હવે બધાં ડાહ્યાડમરા થઈને સૂઈ જાવ.' શિવે હળવા શૂરે આદેશ આપ્યો.

ભદ્ર સહિત બધાંએ આ આદેશનો પાલન કરવામાં ઉત્સાહ દાખવ્યો. જીવનમાં પહેલી વાર સ્વચ્છ, મુલાયમ પથારીમાં પડ્યા બાદ બહુ મીઠી ઊંઘ આવવાની હતી

શિવની ધારણા ખોટી પડી. સુંવાળી પથારીમાં એણે લંબાવ્યું તો ખરું પણ નિદ્રાદેવી આજે પ્રસન્ન થવાનું નામ નહોતાં લેતાં. ચાદર અને શરીર પર ધારણ કરેલું કેસરી ધોતિયું જાણે ચામડીને ચટકા ભરતાં હતાં. એનું વ્યાઘ્રચર્મ તો કચવાતા જીવે ધોવા માટે આપવું પડેલું. લાંબો સમય પડખાં ઘસ્યાં બાદ શિવ ઊભો થઈ ગયો. વધુ પડતી આળપંપાળ એના શરીરને સદતી નહોતી. પથારી છોડીને એણે જમીન પર લંબાવ્યું. ધીમે ધીમે આંખો ભારે થવા લાગી, પણ હવે ઘર યાદ આવી રહ્યું હતું. માનસરોવરના કિનારાની ઠંડીગાર જમીન, એનાથીયે વધુ ઠંડા અંગેઅંગને વીંધી નાખે એવા પવનના સૂસવાટા મહિનાઓ સુધી ધોયા વિના રોજેરોજ પહેરાતા વ્યાઘ્રચર્મની ગંધ... આ બધાંની ખોટ સાલતી હતી. મેલુહામાં બધી સુવિધાઓની વચ્ચે પણ બેચેની વર્તાતી હતી.

'હું આ કેવી જગ્યાએ આવી ગયો?' શિવે બબડાટ કર્યો, પણ પછી તરત જવાબ પણ એના મને જ આપ્યો, 'શિવ, તારી બેચેનીનું કારણ આ જગ્યા નહીં, પણ તું પોતે છે.'

જાત સાથેની દલીલ જોકે લાંબી ન ચાલી. તંદ્રાવસ્થામાં શિવે પોતાના શરીરે પરસેવો વળતો અનુભવ્યો. કોઈ અદશ્ય હાથ જાણે એના અંગેઅંગને ખેંચી, મરોડી રહ્યા હોય એવું લાગતું હતું. વર્ષોથી ખુલ્લા પગે બરફ પર ચાલી-ચાલીને પગની પાનીઓ લગભગ સંવેદનહીન થઈ ગયેલી, પણ હવે જાણે ત્યાં ધગધગતી આગ દઝાડી રહી હતી. પગથી માથા સુધી શરીરની અંદરના દરેક સ્નાયુ અને હાડકાં ક્યાંક તૂટી રહ્યાં હતાં, ક્યાંક નવી જગ્યાએ જોડાઈ રહ્યાં હતાં. આખો ઓરડો ગોળ-ગોળ ઘૂમી રહ્યો હતો. શિવે બૂમ પાડવા માટે મોઢું ખોલ્યું, પણ અવાજ ન નીકળ્યો. હવે તો શ્વાસ લેવાનું પણ મુશ્કેલ થઈ રહ્યું હતું. શરીરમાં હતી એટલી બધી શક્તિ એકઠી કરીને શિવે ખુલ્લા મોઢે ઊંડો શ્વાસ ખેંચ્યો અને બારીમાંથી ઠંડી હવાની લહેરખીની સાથે સાથે જાણે એના પ્રાણ પણ પાછા ફર્યા ત્યારે ભાન થયું કે બંધ બારણા પર કોઈ ટકોરા મારી રહ્યું હતું.

'કોણ?' બોલતાં શિવ ઊભો થયો, પણ દરવાજા તરફ બે ડગલાં ભરીને એ થંભી ગયો. એના શરીરને આજે શું થઈ ગયેલું? થોડી વાર પહેલાં આખા શરીરને તોડી નાખનારી પીડાનું હવે નામોનિશાન નહોતું. અરે, વર્ષોથી જે નાનીમોટી શારીરિક પીડાઓથી એ ટેવાઈ ગયેલો, એની હાજરી પણ હવે નહોતી વર્તાતી. ઘણાં વખત પહેલાં એક લડાઈમાં ભાંગી ગયેલું ખભાનું હાડકું પછી ક્યારેય પૂરેપૂરું નહોતું સંધાયું. ડાબા પગે ઘૂંટણની પણ આ જ હાલત હતી. એ બધું દરદ મરતાં સુધી સહન કરવું પડશે એવું શિવે માની લીધેલું પણ આજે

એ ક્યાં ગયા? શિવે દીવાના આછા અજવાળામાં નીચે પગ ભણી નજર નાખી. હીમડંખથી અડધાપડધા ખવાઈ ગયેલાં આંગળાં હવે આખા, સાજાંસારાં દેખાતાં હતાં. 'હું સપનામાં તો નથી ને?' શિવનો હાથ ગળા તરફ ગયો અને તરત પાછો ખેંચાઈ ગયો. આખા શરીરમાં ભલે નવી સ્ફૂર્તિ, ઉષ્માનો અનુભવ થતો હોય, પણ ગળામાં જાણે કોઈએ બરફ ભરી દીધેલો. બહાર અને અંદરથી પણ ગળું ઠંડુંગાર હતું.

બારણું હવે વધુ જોરથી ખખડ્યું. જેમતેમ સ્વસ્થ થઈને શિવે ગળાની આસપાસ અંગવસ્ત્રમ્ વીંટાળ્યું અને બારણું ઉઘાડ્યું. બહાર ઊભેલા ભદ્રએ ગભરાટભર્યા અવાજે કહ્યું, 'મારી માને અચાનક તાવ ચઢ્યો છે. શું કરું?'

શિવે ભદ્રના કપાળે સ્પર્શ કર્યો. 'તારું શરીર પણ ધગે છે. હું વૈદને બોલાવું છું.' આટલું કહીને એ દોડ્યો. હવે દરેક બાજુથી ચિત્કાર, ઉંહકારા સંભળાઈ રહ્યા હતા. સૂતેલા ગુણો પર જાણે કોઈ રાક્ષસી રોગે આક્રમણ કરેલું. ભયભીત થઈ ગયેલા શિવે આયુર્વતીનો દરવાજો જોરથી ખખડાવ્યો.

બારણું તરત ખૂલ્યું. જાણે આયુર્વતી આવા જ કોઈ સમાચારની રાહ જોતી હોય. બધાંને તાવ ચડી ગયેલો. એ સાંભળીને એણે કોઈ અસ્વસ્થતા દાખવી નહીં, પણ શિવના હાથનો અછડતો સ્પર્શ થતાંની સાથે એની આંખો પહોળી થઈ. 'તમને તાવ નથી આવ્યો?'

'ના.' શિવે માથું ધુણાવ્યું. આયુર્વતી ક્ષણભર ખચકાઈ, પણ પછી તરત પોતાના સહાયકોને સાદ પાડતી બહાર દોડી ગઈ.

નંદીને શોધવાનો પ્રયાસ કરતો શિવ અતિથિગૃહમાં પહોંચ્યો એટલી વારમાં તો આયુવર્તીએ પરિસ્થિતિનો દોર પોતાના હાથમાં લઈ લીધેલો. દીવા અને મશાલનો પ્રકાશ મકાનના ખૂણેખૂણે પથરાઈ ગયેલો. પરિચારકો ઓરડેઓરડે જઈને બીમાર લોકોને સારવારની સાથે સાથે સાંત્વના આપવામાં વ્યસ્ત હતા. એક માણસ દરેક દરદીની માહિતીમાં ટપકાવ્યે જતો હતો. આયુર્વતીની નજર ચારે તરફ ફરતી હતી. 'થોડી વારમાં બધાં ઠીક થઈ જશે.' એણે શિવને આશ્વાસન આપ્યું.

'હું કંઈ મદદ કરું?' શિવે પૂછ્યું.

આયુર્વતીના હોઠ પર આછું સ્મિત આવી ગયું. એ બોલી, 'હા. હમણાં ને હમણાં જઈને સ્નાન કરી લો!'

'શું?' શિવને લાગ્યું કે સૂચના સાંભળવામાં કદાચ એની ભૂલ થઈ ગયેલી, પણ વધુ કંઈ બોલવાને બદલે આયુર્વતી તો એના માણસોને સૂચના આપવામાં

વ્યસ્ત થઈ ગઈ. 'પંદર વરસથી નાના દરેક બાળકના માથે મૂંડન થઈ જવું જોઈએ! અને હા મસ્ત્રક, તું બીજી દવા લાવ્યો કે નહીં...' થોડી વાર બાદ એનું ધ્યાન ગયું કે શિવ હજી ત્યાં જ ઊભેલો. 'તમે હજી ગયા નથી?' એણે થોડા અકળાયેલા અવાજે પૂછ્યું.

શિવ માટે સ્વસ્થતા જાળવવાનું મુશ્કેલ હતું. 'મારા લોકોને આમ તરફડિયાં મારતાં છોડીને હું નાહવા જાઉં?'

'હા. અત્યારે તમને સમજાવવાનો કે દલીલ કરવાનો મારી પાસે સમય નથી. મેં કહ્યું એમ કરો.' આયુર્વતીનો અવાજ ઊંચો થઈ ગયો.

શિવના હાથની મુઠ્ઠીઓ ભીંસાઈ. સામે કોઈ પુરુષ હોત તો શિવના હાથની પ્રસાદી ખાઈને ભોંય ભેગો થઈ જાત, પણ આયુર્વતી સ્ત્રી હતી અને વૈદ હતી. બધોયે રોષ આંખોમાં ભરીને શિવ એની સામે તાકી રહ્યો.

આયુર્વતી પર એની કોઈ અસર ન થી. શિવ જેવા જિદ્દી, અક્કડ લોકો સાથે એ ઘણી વાર પનારો પાડી ચૂકી હતી. ખાસ કરીને શ્રીમંત કે રાજવી પરિવારના લોકોને ધમકાવીને નહીં, પણ સમજાવીને કામ કરાવવું પડે એ પણ આયુર્વતી સમજતી હતી. જોકે અત્યારે સામે ઊભેલો શિવ કોઈ રાજા-મહારાજા નહીં, પણ એક મામૂલી વિદેશી હતો. સરી રહેલી ધીરજને માંડમાંડ ટકાવીને આયુર્વતી બોલી, 'શિવ, તમે નાહવામાં મોડું કરશો તો આખા શરીરે થયેલો પરસેવો તમને મારી નાખશે અને મર્યા પછી તમે તમારા માણસોને શું મદદ કરવાના?'

આગળ દલીલ કરવાને બદલે શિવ પોતાના ઓરડામાં જતો રહ્યો.

— ⋆ —

'જલદી ચાલો. શિવ સાથે આવેલા બધા લોકો માંદા પડી ગયા છે.' ભરઊંઘમાં પડેલા નંદીને ચિત્રાંગદે ઉઠાડ્યો.

'પણ આજે તો મેલુહામાં એમની પહેલી રાત છે.' નંદી બેઠો થઈ ગયો અને પછી એકેય ક્ષણ ગુમાવ્યા વિના બંને જણ અતિથિગૃહ તરફ દોડી ગયા.

— ⋆ —

સ્નાનગૃહ તરીકે ઓળખાતી જગ્યાએ શિવ પ્રવેશ્યો તો ખરો, પણ એને વિચિત્ર લાગી રહ્યું હતું. મેલુહાના લોકો આવી જગ્યાએ નાહતા હશે? શિવને અત્યાર સુધી મહિને, બે મહિને જ્યારે પણ નાહવાની ઇચ્છા થાય ત્યારે માનસરોવરના ઠંડા પાણીમાં ડૂબકી મારી લેતો. ખુલ્લા આકાશ નીચે પાણી

ઉડાડવા ટેવાયેલા શિવને સમજાતું નહોતું કે ચાર દીવાલની વચ્ચે નાની ઓરડી જેવી જગ્યામાં કોઈ માણસ કઈ રીતે સ્નાન કરી શકે! વળી અહીં તો પાણી માટે પણ દીવાલમાં લગાડેલું, વિચિત્ર આકારનું યંત્ર ફેરવવું પડતું હતું. અધૂરામાં પૂરું અહીંની રીતરસમ સમજાવતી વખતે આયુર્વતીએ એને શરીર પર સાબુ લગાડીને નાહવાનું કહેલું. જિંદગીમાં પહેલી વાર શિવના શરીરને સાબુ નામની વસ્તુનો સ્પર્શ થયો. સ્નાન કર્યા બાદ શિવ નવાં કોરાં કપડાં પહેરતો હતો ત્યાં આયુર્વતી આવી પહોંચી. 'ચિંતા કરવાની જરૂર નથી. ધીમે ધીમે બધાંનો તાવ ઊતરી રહ્યો છે.' એણે સારા સમાચાર આપ્યા અને પછી ફરી એક વાર શિવના કપાળે સ્પર્શ કરીને એણે ખાતરી કરી લીધી કે શિવ સાજોસારો હતો. અજાણ્યા વિદેશીઓની આટલી કાળજી લઈ રહેલી આયુર્વતીને જોઈને શિવને પોતાની વર્તણૂક બદલ પસ્તાવો થવા લાગ્યો. 'માફ કરજો મેં તમારી સાથે તોછડાઈથી વાત કરી!'

પણ આયુર્વતીનું ધ્યાન હવે શિવના શબ્દોમાં નહીં, પણ એના ગળા તરફ હતું. આંખોને દેખાતું હતું, પણ બુદ્ધિ હજી માનવા તૈયાર નહોતી. નાનપણથી આ વિશે સાંભળેલું, પણ દંતકથા ગણીને હસી કાઢેલું. પરંતુ આજે સત્ય, સાક્ષાત રૂપે સામે ઊભું હતું. આ પહેલેં કોઈને એ સત્યનું દર્શન નહીં થયું હોય? આયુર્વતીએ ધ્રૂજતા અવાજે પૂછ્યું, 'તમે ગળાને કેમ ઢાંકી રાખ્યું છે?'

'એ તો જરા ઠંડી લાગે છે એટલે.' શિવે સહજભાવે જવાબ આપ્યો અને પછી પોતે સાજોસારો હોવાની ખાતરી કરાવતો હોય, એમ એણે ગરદનની આસપાસ વીંટી રાખેલું અંગવસ્ત્રમ્ દૂર કરીને કહ્યું, 'લ્યો, જોઈ લો!'

આયુર્વતીએ જોયું અને જોતાંની સાથે જમીન પર ઢગલો થઈ ગઈ, પણ એની આંખો શિવના ચહેરા પરથી હટવા તૈયાર નહોતી. 'ઓમ્ બ્રહ્માય નમઃ, ઓમ્ બ્રહ્માય નમ...' એના હોઠ ફફડી રહ્યા હતા.

'શું થયું?' શિવે ચિંતાતુર અવાજે પૂછ્યું.

જવાબમાં આયુર્વતીની આંખોમાંથી અશ્રુધારા ફૂટી નીકળી. 'તમે આવી ગયા. હે પ્રભુ! આખરે તમે દર્શન દીધાં...'

આયુર્વતીની વિચિત્ર લાગતી વર્તણૂકે શિવને ગૂંચવી નાખ્યો, પણ એ કંઈ પૂછવા જાય ત્યાં તો ઓરડામાં નંદી ધસી આવ્યો. 'આયુર્વતી, શું થયું?'

લાગણીના પૂરમાં તણાઈ ગયેલી આયુર્વતી માત્ર એક હાથથી શિવ તરફ ઈશારો કરી શકી. નંદીએ જોયું. દીવાના આછા ઉજાસમાં પણ શિવના ગળા પરનો નીલ રંગ સ્પષ્ટ દેખાતો હતો. વર્ષોથી પાંજરામાં કેદ રહેલા પ્રાણીને અચાનક મુક્તિ મળી હોય એવો અવાજ નંદીના મોઢામાંથી સરી પડ્યો. એ પણ

ઊભા રહેવાની તાકાત ગુમાવી બેઠો. 'હે પ્રભુ! હે નીલકંઠ! તમે આવી ગયા.' ભાવવિભોર થઈને એણે શિવના ચરણે માથું મૂકી દીધું.

શિવને કંઈ સમજાતું નહોતું. 'તમને બધાંને શું થઈ ગયું છે?' એણે પાછળ હટી જતાં અકળાયેલા અવાજે પૂછ્યું અને પછી પોતે જ જવાબ શોધતો હોય એમ ઠંડાગાર ગળા પર હાથ મૂકીને એણે ઓરડાની દીવાલ પર જડેલા તામ્રપટ પર નજર નાખી અને જે પ્રતિબિમ્બ દેખાયું એણે શિવને પણ સ્તબ્ધ કરી દીધો. એનું ગળું ખરેખર નીલવર્ણું થઈ ગયેલું.

ઓરડાના ઉંબરે, દરવાજાનો ટેકો લઈને ઊભેલા ચિત્રાંગદ નાના બાળકની જેમ ડૂસકાં ભરી રહ્યો હતો. 'અમારો તારણહાર આવી પહોંચ્યો. અમારી રક્ષા કરવા માટે નીલકંઠ આવી ગયા...'

પ્રકરણ-૨

નિર્મળ જીવનની ભૂમિ

કાશ્મીરના રાજ્યપાલ ચીનારધ્વજને તો આખી દુનિયામાં ઢંઢેરો પીટવો હતો કે તક્ષશિલા, કરચપા અને લોથલ જેવાં શહેરોને અવગણીને નીલકંઠે શ્રીનગરમાં દર્શન દીધાં હતાં, પણ એમના ઉત્સાહ પર ઠંડું પાણી રેડી દે એવો સંદેશ ઊડતા પંખી સાથે આવી ગયો. મેલુહાની રાજધાની દેવગિરિથી આદેશ મળ્યો હતો કે ખુદ સમ્રાટ પોતાની આંખે શિવને જોઈ ન લે ત્યાં સુધી વાત ગુપ્ત રાખવાની હતી. અરે, શિવને પણ જાણ નહોતી કરવાની કે એના આગમન વિશે આ પ્રદેશમાં વર્ષોથી કેવી કેવી કથાઓ, માન્યતાઓ પ્રચલિત હતી. સહેજ કચવાતા જીવે ચીનારધ્વજે પોતાના વિશ્વાસુ માણસોની સાથે શિવને દેવગિરિ મોકલવાની તૈયારી આદરી. બીજી તરફ શિવને પોતાને રાતોરાત બદલાઈ ગયેલી પરિસ્થિતિથી અકળામણ થવા લાગી હતી. એનો ઉતારો હવે રાજભવનમાં હતો. જ્યાં એ પાણી માંગે તો દૂધ હાજર થઈ જાય એટલી સુખ-સગવડો ઉપલબ્ધ હતી, પરંતુ શિવને લાગતું હતું કે એ કોઈ સોનાના પિંજરામાં કેદ થઈ ગયો છે. શ્રીનગરના સામાન્ય જનોને મળવાનું તો બાજુએ રહ્યું, શિવને હવે એની સાથે આવેલા ગુણો સાથે હળવાભળવાની પણ છૂટ નહોતી. શિવને એના કોઈ સવાલનો જવાબ નહોતો મળતો અને નંદી જે બોલતો હતો એ શિવની સમજની બહાર હતું.

મેલુહામાં સ્થાઈ થવા માટે નંદી મદદ કરશે એવી અપેક્ષા શિવે રાખેલી, પરંતુ સંજોગો સાવ બદલાઈ ગયા હતા. નંદી હવે શિવ પાસે સહાયની યાચના

કરતો હતો, 'હે પ્રભુ! તમે નથી જાણતા કે કેટલાં વર્ષોથી, કેટલી આતુરતા સાથે અમે તમારી વાટ જોતા હતા. તમારા સિવાય બીજું કોણ અમારી સહાય કરશે ?'

નંદીના શબ્દોએ શિવનો જૂનો જખમ પાછો તાજો કર્યો. વર્ષો પહેલાં એક નિ:સહાય નારીએ આવા જ દયામણા સ્વરે આજીજી કરી હતી. 'મદદ કરો, મને બચાવી લો...'

— ⅄⊘⊍↑⊛ —

'ભદ્ર, હું તો મૂંઝાઈ ગયો છું. હવે તને આ મુસીબતમાંથી બહાર નીકળવાનો કોઈ રસ્તો દેખાય છે?' દાલ સરોવરના કિનારે બેઠા-બેઠા શિવે એના મિત્ર પાસે સહાયની માંગણી કરી, પણ સીધો જવાબ આપવાને બદલે ભદ્રએ ચલમમાં ગાંજો ભરીને શિવ તરફ લંબાવી.

'બોલ તો ખરો!' શિવ અકળાયો. ભદ્રએ થોડું વિચારીને કહ્યું, 'મેં તો માત્ર એટલું સાંભળ્યું કે અહીંના લોકો કોઈ મોટી તકલીફમાં છે અને આશા રાખીને બેઠા છે કે કોઈ નીલકંઠ આવીને એમનો ઉદ્ધાર કરશે.'

શિવની મૂંઝવણમાં વધારો થયો. 'પણ મને તો મેલુહામાં બધું ઠીકઠાક લાગે છે. ખરેખર તકલીફ કોને કહેવાય એ જાણવું હોય તો આ લોકોએ માનસરોવરનો આંટો મારવો જોઈએ.'

'એમણે માની લીધું છે કે માનસરોવરથી આવેલો શિવ જ એમનો નીલકંઠ છે.' ભદ્રએ શિવના ગળા તરફ ઇશારો કર્યો.

શિવે માથું ધુણાવ્યું. 'મેલુહાવાળા બધી વાતે આપણાથી ચઢિયાતા છે, પણ કોણ જાણે મારા ગળાનો ભૂરો રંગ જોઈને એમના મગજ પર ધૂન સવાર થઈ ગઈ છે કે હું માણસ નહીં, ભગવાન છું!'

શિવની અકળામણ રોષમાં પલટાઈ જાય એ પહેલાં ભદ્રએ સિફતથી વિષયાંતર કર્યું. 'આ લોકોની ઔષધિમાં કોઈ ચમત્કારિક ગુણ લાગે છે. મારી પીઠ પર જે મસમોટી ખૂંધ છે એ હવે થોડી ઓછી થઈ હોય એવું નથી લાગતું ?'

'હં' શિવે વાત સાથે સહમત થતાં કહ્યું, 'એમના વૈદ હોશિયાર છે એમાં ના નહીં.'

'વૈદને અહીં બ્રાહ્મણ તરીકે ઓળખાવાય છે.' ભદ્રએ નવી માહિતી આપી.

'અચ્છા?' શિવે ચલમનો ઊંડો દમ ભરતાં કહ્યું.

'હા અને બ્રાહ્મણ માત્ર લોકોના રોગ મટાડવાનું કામ નથી કરતા. શિક્ષણ, કાયદા, ધર્મપ્રચાર, ટૂંકમાં જ્ઞાનની જરૂર પડે એ બધાં ક્ષેત્રમાં બ્રાહ્મણો છે.' ભદ્રએ

ટૂંક સમયમાં મેલુહાની સમાજવ્યવસ્થા વિશે ઘણી માહિતી મેળવી લીધી હોય એવું લાગતું હતું. ચલમ હાથમાં લઈને એણે આગળ ચલાવ્યું, 'બ્રાહ્મણ ઉપરાંત અહીં બીજા ત્રણ વર્ગ છે. પ્રજા પર શાસન કરનારા અને જરૂર પડે ત્યારે યુદ્ધ માટે તૈયાર રહેનારા લોકો ક્ષત્રિય કહેવાય છે અને હા, ક્ષત્રિયોમાં સ્ત્રીઓ પણ છે.'

'હેં?' કોઈ સ્ત્રી યુદ્ધના મેદાનમાં ઊતરે એવી શક્યતા પણ શિવની ધારણાની બહાર હતી. એણે કટાક્ષમાં કહ્યું, 'કદાચ એટલે જ મેલુહાવાળા મુસીબતમાં છે.'

ભદ્રને હસવું આવી ગયું. એ પણ માનતો હતો કે લડવાનું કામ પુરુષો જ કરે. માનસરોવર પાસે રહેતા હતા એ વખતે દુશ્મનો હુમણો કરે ત્યારે ગામનો એકેક પુરુષ હાથમાં આવ્યું એ હથિયાર લઈને લડવા માટે દોડી જતો, પણ મેલુહામાં વૈશ્ય અને શૂદ્ર તરીકે ઓળખાતા વર્ગના પુરુષો ક્યારેય લડાઈમાં નહોતા ઊતર્યા. એમના વિશે માહિતી આપતાં ભદ્ર બોલ્યો, 'અહીં કારીગરી અને વેપાર-ધંધા વૈશ્યો સંભાળે છે અને ખેતી કે મજૂરીનાં કામ શૂદ્રો કરે છે. ચારેય વર્ણ પોતપોતાનું કામ કરે.'

'એટલે એકનું કામ બીજા ન કરી શકે? લડવૈયો હોય એ બજારમાં જઈને વેપાર ન કરી શકે?' શિવના પ્રશ્નનો ઉત્તર ભદ્રએ નકારમાં આપ્યો. મેલુહાની વર્ણવ્યવસ્થા એને પણ થોડી વિચિત્ર લાગતી હતી અને થોડી રમૂજી! બેઉં મિત્રોને ઘડીક હસવાનો મોકો મળ્યો, પણ હાસ્યના પડઘા શમતાંની સાથે શિવ પાછો મૂળ વાત પર આવી ગયો. 'એ લોકોને જે કરવું હોય એ કરે, પણ હવે મારે શું કરવું?'

'તમારે શું કરવું છે?' ભદ્રએ સામો પ્રશ્ન કર્યો.

બહારથી જવાબ શોધતો હોય એમ શિવે દૂરદૂર નજર ઠેરવી અને પછી ધીમા અવાજે કહ્યું, 'ક્યાં સુધી, કેટલી વાર હું ભાગતો રહીશ?'

'શું?' ભદ્રએ આગળ ઝૂકીને પૂછ્યું.

શિવનો અવાજ ઊંચો થઈ ગયો. 'મેં કહ્યું કે એક વાર કોઈને મારી મદદની જરૂર હતી, પણ અણીને ટાંકણે હું પીઠ ફેરવીને ભાગી છૂટ્યો. એનો અપરાધભાવ હજીયે મારા મનમાંથી ગયો નથી અને હવે ફરી એક વાર...?'

'પણ એ વખતે તમારો વાંક નહોતો. ભદ્ર વધુ બોલવા જાય ત્યાં શિવે લગભગ ચીસ પાડી, 'હા, હતો. મારો જ વાંક હતો.'

શિવના મનનો ભાર હળવો કરી શકે એવા શબ્દો ભદ્ર પાસે નહોતા. એણે માત્ર મિત્રના ખભે હાથ મૂકીને ભારેખમ ક્ષણોને વીતી જવા દીધી.

ધીમેધીમે શિવની સ્વસ્થતા પાછી ફરી પણ અવઢવ હજી યથાવત હતી. 'મેલુહાના લોકોને ખરેખર મારી સહાયની જરૂર હોય તો હું પીછેહઠ નહીં કરું, પણ પછી આપણા લોકોનું શું થશે? અહીં ગુણોને હું કોના ભરોસે છોડીને જાઉં? ભદ્ર, સેનાપતિ નહીં પણ એક મિત્ર તરીકે તારી સલાહ માગું છું કે આવા સંજોગોમાં મારે શું કરવું જોઈએ?'

હોઠ સુધી આવી ગયેલા શબ્દો ભદ્ર ગળી ગયો. સામાન્ય સંજોગોમાં શિવે શું કરવું, એની સલાહ આપવામાં ભદ્રને વાર ન લાગી હોત, પણ આજની વાત જુદી હતી. શિવ આજે માત્ર એનો મિત્ર નહોતો, શિવના માથે અનેક લોકોના પથદર્શક, રક્ષક તરીકેની જવાબદારી હતી. મહાનાયક તરીકે એણે શું કરવું એ સવાલનો જવાબ ખુદ શિવે જ શોધવાનો હતો.

ભદ્રના મૌનથી ગુસ્સે થયેલો શિવ ચલમ ફેંકીને ઊભો થયો અને લાંબા ડગ ભરતો ત્યાંથી નીકળી ગયો.

— ⅄ ◎ ∪ ↑ ⊛ —

દેવગિરિ જવા માટેની તૈયારીઓ શરૂ થઈ ગયેલી. શિવ અને નંદીની સાથે માત્ર ત્રણ સૈનિક જવાના હતા. ઓછા લોકો હોય તો રસ્તો ઝડપથી કપાય, પરંતુ આ એવા સૈનિકો હતા, જે ગમે તેવી કઠિન પરિસ્થિતિનો સામનો કરી શકે. શિવને સહીસલામત દેવગિરિ સુધી પહોંચાડવાની જવાબદારી ચીનારધ્વજને માથે હતી. એટલું જ નહીં, સમ્રાટ સાથે પ્રથમ મુલાકાત થાય ત્યારે શિવનો દેખાવ રાજદરબારમાં શોભે એવો હોય એ પણ જોવાનું હતું.

આ પહેલાં શિવે ક્યારેય પોતાના શારીરિક દેખાવ વિશે પરવા નહોતી કરી. નાહવાનું પણ એને માંડ ક્યારેય સૂઝતું. ચીનારધ્વજના માણસોએ આયુર્વેદિક ઉબટનથી શિવની ત્વચા ઘસીઘસીને સાફ કરી. ગૂંચળા વળી ગયેલા વાળ ધોઈને એમાં તેલનું માલીશ કરાયું. વ્યાઘ્રચર્મ છોડીને સૂતરાઉ કાપડ પહેરવાની આદત હજી માંડ પડી હતી. હવે અલંકારોનો ઉમેરો થયો. જે ગળાના રંગે શિવને નીલકંઠ તરીકેની નવી ઓળખ આપી હતી એની ફરતે સેવકોએ ગલપટ્ટા તરીકે ઓળખાતું એક કપડું વીંટી દીધું. પ્રાર્થના અને પૂજાવિધિમાં વપરાતા મણકા એના પર જડ્યા હતા. શિવ માટે તો જોકે એટલી જ રાહત હતી કે આ કપડાથી એના ગળાને થોડી હૂંફ મળેલી. ગળામાંની થીજાવી દે એવી ઠંડક કેમે કરીને ઓછું થવાનું નામ નહોતી લેતી.

આખરે મેલુહા અને ગુણોની વિદાય લેવાનો દિવસ આવી ગયો. ભદ્રની માતાનો આશીર્વાદ લેતી વખતે શિવનું ધ્યાન ગયું કે વર્ષોથી ખોડંગાતી ચાલતી

એ વૃદ્ધ સ્ત્રીની ચાલમાં આજે પહેલી નજરે કોઈ ખોડ નહોતી દેખાતી. બીજા લોકોનું સ્વાસ્થ્ય પણ સુધર્યું હોય એવું લાગતું હતું. 'અહીંના વૈદ અને એમની ઔષધિઓમાં ખરેખર કોઈ જાદુ લાગે છે!' શિવને ફરી વાર આ વિચાર આવી ગયો. એક તરફ થોડા ઉદાસ ચહેરે ઊભેલા ભદ્રને શિવે પોતાની પાસે બોલાવ્યો. 'ભદ્ર, આપણા લોકોને સંભાળવાની જવાબદારી હવે તારા પર છે. મને ખાતરી છે કે આ કામ તું મારાથીએ વધુ સારી રીતે નિભાવી શકીશ.'

આનાકાની કરવા જતા ભદ્રને અટકાવીને શિવે છેલ્લી સલાહ આપી. 'મેલુહામાં આમ તો બધાં સારાં માણસો છે, પણ સપૂર્ણ વિશ્વાસ મૂકી શકાય એવી એકમાત્ર આયુર્વતી છે. જરૂર પડે તો એની પાસે સહાય માંગવા જજે.'

લાગણીવશ થઈ ગયેલો ભદ્ર શિવને છેલ્લી વાર ભેટીને ઓરડાની બહાર નીકળ્યો એની બીજી જ ક્ષણે ત્યાં આયુર્વતીનું આગમન થયું.

શિવને પહેલી વાર નીલકંઠના નામે બોલાવીને ભાવવિભોર થઈ ગયેલી આયુર્વતી એ પછી સાત દિવસ નહોતી દેખાઈ. આજે એની સ્વસ્થતા પાછી ફરી હતી, પણ સાથે-સાથે કોઈ દૈવી સ્પર્શ થયો હોય એવી આભા આયુર્વતીના ચહેરા પર હતી.

હાથ જોડીને, ગરદન ઝુકાવીને ઓરડામાં પ્રવેશવાની રજા માંગી રહેલી આયુર્વતીને જોઈને શિવના હોઠ પર સ્મિત આવી ગયું. 'આ શું કરો છો? હું તો હજીયે માનસરોવરથી આવેલો ગંદો, ગમાર માણસ જ છું!'

આયુર્વતીનું માથું સંકોચથી વધુ ઝૂકી ગયું. પહેલી મુલાકાતમાં એણે ધીમા સાદે કરેલો બબડાટ શિવે સાંભળી લીધેલો. 'પ્રભુ, મને ક્ષમા કરી દો. મેં તમને ઓળખ્યા નહીં. આ ભૂલ માટે જે સજા આપો, એ ભોગવવા માટે હું તૈયાર છું.'

'અરે, સાચું બોલનારને થોડી સજા અપાય? મારા ગળાનો રંગ જોઈને તમારે તમારો અભિપ્રાય બદલવાની જરૂર નથી. કોણ જાણે તમને બધાંને શું થઈ ગયું છે?'

'બહુ જલદી તમને આ બધાની પાછળનું કારણ સમજાઈ જશે. પ્રભુ, અમે તો સદીઓથી તમારી રાહ જોતા હતા.'

'સદીઓથી? અરે, મારામાં એવું શું છે જે તમારા લોકોમાં નથી?' શિવે આશ્ચર્યથી પૂછ્યું.

'એનો જવાબ તો ખુદ સમ્રાટ તમને આપશે, પણ મને ખાતરી થઈ ગઈ છે કે તમે જ અમારા નીલકંઠ છો.' આયુર્વતી આવું કહીને શિવનો ચરણસ્પર્શ કરવા ગઈ.

છેલ્લા એક સપ્તાહમાં અનેક લોકો આવીને શિવના પગે પડી ગયેલા, પણ આજે આયુર્વતી આવું કરવા ગઈ તો ચમકીને શિવ બે ડગલાં પાછળ હટી ગયો. 'ના, ના આયુર્વતી તમે વૈદરાજ છો, માંદાને સાજા કરો છો, મરણપથારીએ પડેલાને જીવતદાન આપો છો. મારા પગે પડીને શું કામ મને શરમમાં નાખો છો?'

આયુર્વતીની ભીની આંખોમાં ચમક આવી ગઈ. આવી મહાનતા અને નમ્રતા તો નીલકંઠ જ દાખવી શકે!

— ⅄◎♆⇡⊛ —

શિવના ખભા પર કેસરી રંગનો ખેસ મૂકીને નંદીએ એમની યાત્રા સુખરૂપ પૂરી થાય એ માટે ભગવાનને પ્રાર્થના કરી. આખાયે ખેસ પર રામનામ લખ્યું હતું. ઘોડેસવાર સૈનિકો રાહ જોતા ઊભેલા. એક ઘોડા પર યાત્રા માટે જરૂરી સરંજામ હતો. આમ તો આખાયે મેલુહામાં યાત્રિકો માટે ઠેરઠેર વિશ્રામસ્થળ અને ધર્મશાળાઓ હતી અને જરૂર પડે તો રસ્તામાંથી ખરીદી કરી શકાય એવી વ્યવસ્થા પણ હતી. ખરીદી માટે વપરાતા ચલણી સિક્કા શિવે પહેલી વાર જોયા.

અશ્વ પર સવાર થવા જઈ રહેલા સ્થૂળકાય નંદીને જોઈને શિવે મજાક કરી. ખોટું લગાડવાને બદલે નંદી ખડખડાટ હસી પડ્યો. પ્રફુલ્લિત મને યાત્રાનો આરંભ થયો.

— ⅄◎♆⇡⊛ —

જેલમના કાંઠે-કાંઠે પર્વતમાળા પસાર કરીને શિવનો કાફલો સપાટ પ્રદેશમાં પહોંચ્યો. વીતેલા દિવસોમાં જે નદીને ધોધરૂપે પડતી, ગરજતી જોયેલી. એણે હવે શાંત સ્વરૂપ ધારણ કર્યું હતું. તરાપામાં સવાર થઈને બીજે પાર આવેલા બૃહતેશપુરમ્માં પહોંચવામાં કોઈ તકલીફ ન પડી. અહીંથી રસ્તાએ પૂર્વ દિશામાં વળાંક લીધો અને પંજાબ ભણી લઈ ગયો.

આખાયે પ્રદેશના ઇતિહાસ-ભૂગોળથી પરિચિત નંદી પાસેથી શિવને નવી-નવી જાણકારી મળતી ગયેલી. અહીં એણે સાંભળ્યું કે પંજાબ એટલે પાંચ નદીના સંગમની ભૂમિ! પૂર્વથી આવતી જેલમ, ચીનાબ, રાવી અને બિયાસ અહીં આવીને સિંધુ નદીને મળતી હતી અને પછી એ મહાનદીનું વહેણ, સાગરને મળવા માટે પશ્ચિમ તરફ જતું હતું. મહાસાગરના પેટાળમાં છુપાયેલાં રહસ્યો હજી ઉકેલાવાનાં બાકી હતાં.

રસ્તામાં એક જગ્યાએ વિશ્રામ લેવા રોકાયા ત્યારે શિવે યાત્રાની શરૂઆતથી એના મનમાં રમી રહેલા પ્રશ્નને વાચા આપી. 'આ રામ શું છે?' એણે ખભે નાખેલા ખેસ તરફ ઇશારો કરીને નંદીને પૂછ્યું.

નંદીની આંખોમાં ભક્તિભાવ તરવરી ઊઠ્યો. બારસો વર્ષ પહેલાં અહીં રામ નામના મહાન સમ્રાટ થઈ ગયેલા. અત્યારે મેલુહામાં તમે જે શાસન, પ્રશાસન, સમાજવ્યવસ્થા જુઓ છો એ રાજા રામની દેન છે. સંપૂર્ણ, આદર્શ રાજ્યની કલ્પનાને એમણે રામરાજ્યના રૂપમાં સાકાર કરી. નાનામાં નાનો માણસ પણ સુખેથી જીવી શકે એવા રામરાજ્યનાં મૂલ્યોને અમે આજ સુધી મેલુહામાં જાળવી રાખ્યાં છે. જય શ્રીરામ!'

નંદીના શબ્દો શિવને પ્રભાવિત કરી ગયા. મેલુહામાં આવીને એણે નવું જ વિશ્વ જોયેલું. અહીં દરેક વ્યક્તિને સમાનતા અને ન્યાયનો અધિકાર હતો. લગભગ એંસી લાખની વસતી ધરાવતા આ રાજ્યમાં ક્યાંય ભૂખમરો કે રોગચાળો નહોતો. બુદ્ધિપ્રતિભા અહીંના લોકોને જાણે જન્મજાત મળી હતી. હા, ગુણોની તુલનાએ મેલુહાવાસીઓ થોડા ગંભીર પ્રકૃતિના હતા, પરંતુ એમનાં વાણી-વ્યવહારમાં ક્યાંય ઘમંડ કે તોછડાઈની છાંટ નહોતી વર્તાતી. દરેક જણ પોતાનું કામ પૂરી નિષ્ઠા સાથે કરતું હતું. અધિકાર અને ફરજનું અહીં સરખું મહત્ત્વ હતું. અહીં આવીને શિવને સાદું પણ સચોટ સત્ય દેખાયું કે જે સમાજમાં દરેક વ્યક્તિને પોતાની ફરજનું ભાન હોય ત્યાં કોઈએ પોતાના અધિકાર વિશે લડવું જ ન પડે, કારણ કે એક સૂત્રે બંધાયેલા લોકોમાં એક જણ કામ કરે એનાથી બીજાનું ભલું થવાનું જ હોય. મેલુહામાં શિવને સ્વર્ગનાં દર્શન થયાં હતાં અને પૃથ્વી પર આવું સ્વર્ગ ઉતારનાર વ્યક્તિ ખરેખર મહાન હોવી જોઈએ. 'જય શ્રીરામ' શિવના મુખેથી આપોઆપ આ શબ્દો સરી પડ્યા.

રાવી નદી પાર કરીને કાફલાએ હરિયુપ્પાના સીમાડે પગ મૂક્યો. વર્ષો પછી આ સ્થળ હરપ્પા કે હડપ્પાના નામે ઓળખાવાનું હતું, પણ શિવની નજર પહેલી વાર પડી ત્યારે આ હરિયુપ્પા હતું, હરિનું નગર!

દૂરથી પણ આ નગરની ભવ્યતા અછતી નહોતી રહેતી. શિવને અહીં થોડો સમય રોકાઈ જવાનું મન થઈ ગયું, પણ નંદીને દેવગિરિ પહોંચવાની ઉતાવળ હતી. કચવાતા જીવે શિવે હરિયુપ્પાને બહારથી જ નમસ્કાર કરીને આગળ વધવું પડ્યું. જતાં-જતાં એની નજર શહેરની બહાર ચણાઈ રહેલા એક

વિશાળ ચોતરા પર પડી. કદાચ શહેરની અંદર લોકોને રહેવાની જગ્યા ઓછી પડતી હતી એટલે એમના માટે આ નવું બાંધકામ થઈ રહ્યું હતું. દેવગિરિથી પાછા ફરતી વખતે શિવે હરિયુપ્પામાં થોડા દિવસ વિતાવવાનો નિર્ણય કરી લીધો.

આગળ વધુ એક નદી વટાવવાની હતી. દરેક નદીના કિનારે શાસન દ્વારા એક માણસની નિમણૂક થયેલી. અહીં એ જત્ત તરીકે ઓળખાતો હતો. ઘોડા પર ચઢવાની તૈયારી કરી રહેલા નંદીને જત્તે ચેતવણી આપી, 'જાતકગિરિના રસ્તે જવાનું ટાળજો. કાલે રાતે ત્યાં આતંકવાદીઓએ હુમલો કરીને ગામનાં બધાંય બ્રાહ્મણોને મારી નાખ્યા અને મંદિર તોડી પાડ્યું. બહારથી ગામ માટે મદદ પહોંચે એ પહેલાં હુમલાખોરો છટકી ગયા.'

નંદીનો ચહેરો લાલઘૂમ થઈ ગયો. 'હે ભગવાન! ક્યારે આ દુષ્ટોથી છૂટકારો મળશે? આપણે એમના દેશ પર ત્રાટકવું જોઈએ?'

'હા અને ઇન્દ્રદેવના સોગન ખાઈને કહું છું કે એકેય ચંદ્રવંશી મારા હાથમાં આવ્યો તો એના ટુકડે ટુકડા કરીને જંગલમાં જાનવરોને ખવડાવી દઈશ.' જત્તે દાંત ભીંસીને કહ્યું.

નંદીએ ઝટથી પોતાના રોષ પર કાબૂ મેળવી લીધો. 'જત્ત, આપણે સૂર્યવંશી છીએ. એવી જંગાલિયત આપણને શોભે નહીં.'

જત્ત ચૂપ થયો પણ નંદીની વાત સાથે અસહમતિ દર્શાવતો હોય એમ આડું જોઈ ગયો અને ત્યારે એની નજર દૂર ઊભેલા શિવ પર પડી. 'કોણ છે એ?' એણે પૃચ્છા કરી.

'અમારી સાથે છે.' નંદીએ ટૂંકમાં પતાવ્યું, પણ જત્ત શિવને ધારીધારીને જોઈ રહ્યો. 'આપણમાંનો નથી લાગતો. વિદેશી છે?'

'હા.' નંદીના એકાક્ષરી ઉત્તરે જત્તના કુતૂહલમાં ઉમેરો કર્યો. 'તમે દેવગિરિ જઈ રહ્યા છો ને... મારા કાને શ્રીનગરથી ઊડતી-ઊડતી કંઈ વાત આવી છે કે...'

નંદીએ વાતને અડધેથી કાપી નાખતાં કહ્યું, 'બસ, તો અમે નીકળીએ. સહાય કરવા બદલ ખૂબ-ખૂબ આભાર!'

શિવ એના ઘોડા પર તૈયાર જ હતો, પણ નીકળતી વખતે એનાથી પાછળ વળીને જોવાઈ ગયું. જત્ત બે હાથ જોડીને ઘૂંટણિયે પડી ગયો. જત્ત રડતાં રડતાં જાણે કોઈ પ્રાર્થના કરી રહ્યો હતો.

લોકો એને જોઈને શું કામ આવો પ્રતિભાવ આપતા હતા. એ પૂછવાનું શિવે હવે માંડી વાળેલું, કારણ કે સ્પષ્ટ લાગતું હતું કે દેવગિરિ પહોંચ્યા બાદ જ જવાબ મળશે. જોકે શિવના બીજા પ્રશ્નોના ઉત્તર આપવામાં નંદીને વાંધો નહોતો.

નંદીએ પહેરેલા અલંકારો માત્ર શોખ કે દેહસજાવટ માટે નહોતા એવું શિવને લાગતું હતું. એણે નંદીના બાવડે સોનેરી, રેશમી દોરાથી બાંધેલા માદળિયા તરફ ઇશારો કરતાં પૂછ્યું, 'આ શું છે?'

'જે વર્ણમાં, કુળમાં મારો જન્મ થયો છે. એનું આ ચિહ્ન છે. માદળિયા પર અંકાયેલી રેખાઓ પરમાત્માનાં ખંભાનું પ્રતીક છે. ક્ષત્રિય તરીકેની મારી આ ઓળખ છે.' નંદીએ જવાબ આપ્યો.

'બીજાઓ પણ આવું પહેરે છે?' ભદ્રએ મેલુહાની વર્ણવ્યવસ્થા વિશે કહેલી વાત શિવને યાદ આવી ગઈ.

'હા, માદળિયા પર પરમાત્માનું મસ્તક દેખાય તો પહેરનારો બ્રાહ્મણ છે એમ સમજવું. વૈશ્ય માટે પરમાત્માના સાથળ અને શૂદ્ર માટે પગની પાનીનું ચિહ્ન નક્કી થયું છે.' નંદીએ સમજાવ્યું.

'બધાંથી નીચે રહેવામાં શૂદ્રોને વાંધો નથી આવતો?' શિવથી પૂછાઈ ગયું. નંદીને સહેજ નવાઈ લાગી. વર્ષોથી જે વર્ણ પરંપરાઓ ચાલી આવેલી એમાં શૂદ્રોને કે બીજા કોઈને પણ શું વાંધો હોઈ શકે? પરંતુ નીલકંઠની સામે દલીલ ન થાય એવું માનીને એણે એના હાથ પર પહેરેલા બીજા બાજુબંધ વિશે બોલવાનું શરૂ કર્યું, 'મેલુહાનો યુવાન પચીસ વર્ષનો થાય ત્યારે એણે નક્કી કરવું પડે કે એ કયા જૂથમાં જોડાઈને, કેવા પ્રકારનું કામ કરવા માંગે છે. એના આધારે આ બીજું પ્રતીક મળે છે. જોકે અહીં માત્ર ઇચ્છાથી કામ નથી થઈ જતું. હું જે જૂથનું પ્રતીક પસંદ કરું એ પહેરવાની લાયકાત મારામાં છે કે નહીં એ જોવા માટે સમાજના વડીલો બહુ આકરી પરીક્ષા લે છે. દરેક વ્યક્તિને પોતાની ક્ષમતાની સાથે-સાથે નબળાઈઓનું પણ ભાન હોવું જોઈએ. ઉદાહરણ તરીકે મેં બળદનું પ્રતીક પહેર્યું છે. અર્થાત્ હું સિંહ કે હાથી જેટલો શક્તિશાળી કે બહાદુર નથી, પરંતુ ઉંદરડાથી તો ઊંચી કક્ષામાં છું.'

'દરેક જૂથ માટે પ્રાણીનું પ્રતીક હોય છે?' શિવે પૂછ્યું.

નંદીએ માથું ધુણાવ્યું. 'એ માત્ર ક્ષત્રિયો માટે છે. બ્રાહ્મણોને પક્ષી, વૈશ્યોને પુષ્પ અને શૂદ્રોને જુદા-જુદા જળચરમાંથી પસંદગી કરવાની તક મળે છે.'

'અને આ ગળામાં શું પહેર્યું છે?' શિવે પૂછ્યું. નંદીની માળામાં સૂર્યના ચિહ્નની સાથે-સાથે કોઈ ફળના મોટા સૂકા બીજ જેવો લાગતો મણકો હતો.

'આ રુદ્રાક્ષ છે. પૃથ્વી પર અવતરેલા છેલ્લા મહાદેવ રુદ્રનું આ પ્રતીક છે. વિનાશમાંથી નવસર્જન અને રક્ષણનું ચિહ્ન છે. ભલભલા દૈવી શસ્ત્રો પણ રુદ્રાક્ષની શક્તિ સામે ટકી નથી શકતાં અને આ સૂર્યનું પ્રતીક કરે છે કે પહેરનાર સૂર્યવંશી છે.'

'અર્થાત્ ખુદ સૂર્ય કોઈ માણસના રૂપમાં તમારા પૂર્વજ હતા?' શિવે આશ્ચર્યભેર પૂછ્યું.

'ના. ના.' નંદી હસી પડ્યો. 'આકાશમાં સૂર્યના ભ્રમણના આધારે અમે દિવસ, મહિના અને વરસ નક્કી કરીએ છીએ. બીજા શબ્દોમાં કહો તો સૂર્યના માર્ગને અનુસરનારા સૂર્યવંશી કહેવાય છે. જોકે નામ પ્રમાણેના ગુણ પણ અમારામાં છે. સૂરજની જેમ અમે લેવામાં નહીં, પણ આપવામાં માનીએ છીએ અને આપેલું વચન ક્યારેય તોડતા નથી, ભલે એ માટે પ્રાણની આહુતિ આપવી પડે. પ્રામાણિકતા, શૌર્ય અને સત્યના પાયા પર અમારું જીવન ઘડાયું છે.'

'રાજા રામ પણ સૂર્યવંશી હતા?' શિવે પૂછ્યું.

'હા. જય શ્રીરામ.' નંદીએ ગર્વભેર કહ્યું.

'જય શ્રીરામ.' શિવે પડઘો પાડ્યો.

બિયાસને પાર કર્યા પછી એમના માર્ગમાં બીજી કોઈ નદી નહોતી આવવાની, પણ અહીં અણધાર્યું વિઘ્ન નડ્યું. શિવ અને નંદી, બીજા બે યાત્રાળુ સાથે એક નાવમાં બેઠા, પણ નદીમાં અધવચ્ચે પહોંચ્યાં ત્યાં ધોધમાર વરસાદ તૂટી પડ્યો. પાણીની સાથે આવેલા જોરદાર પવનમાં નૌકા હાલકડોલક થવા લાગી. 'પ્રભુ, સંભાળજો!' નંદી આગળ ઝૂકીને શિવને કહેવા ગયો, પણ ખુદનું સંતુલન જાળવી ન શક્યો. એના જ વજનથી નાવ એક તરફ ઝૂકી ગઈ અને નંદી પાણીમાં ઊથલી પડ્યો.

નાવિકે જોરથી શંખનાદ કરીને સંકટનો સંદેશ હવામાં વહેતો મૂક્યો. નદીના કિનારે બીજી નાવની રાહ જોઈને ઊભેલા સૈનિકોને કાને અવાજ પહોંચ્યો હોય તોયે કોઈ કશું કરવાની સ્થિતિમાં નહોતું. નાવની અંદર બેઠેલા બે મુસાફરોએ ભયભીત થઈને રાડારાડ કરી મૂકી. નદીના તોફાની બનેલા પાણીમાં નંદી ડૂબી રહ્યો હતો, પણ એને બચાવવા જનારે પોતાના પ્રાણ પણ ખોવા પડે, પરંતુ એ બધાં જોતાં રહ્યા અને શિવે પાણીમાં ઝંપલાવી દીધું. બધાંને લાગ્યું કે એકની પાછળ બીજાનો જીવ પણ ગયો, પરંતુ થોડી વાર બાદ કિનારે ઊભેલા લોકોએ પાણીમાંથી ભારેખમ શરીરને બહાર ખેંચી લાવતા યુવાનને જોયો.

પુષ્કળ પાણી પી ગયેલો નંદી ભાન ગુમાવી બેઠેલો, પણ અનુભવી માણસો કામે લાગી ગયા. એક જણે નંદીની છાતી પર દબાણ આપવાનું અને બીજાએ નંદીના મોઢા પર મોઢું મૂકીને શ્વાસ ભરવાનું શરૂ કરી દીધું. બંનેની વચ્ચે ગજબનો

તાલમેળ લાગતો હતો. આવી સારવાર શિવે આ પહેલાં ક્યારેય દીઠી નહોતી, પણ શ્રીનગરમાં ખુદને થયેલા અનુભવ પછી એને મેલુહાની રીતરસમ, સારવાર પદ્ધતિમાં વિશ્વાસ બેસી ગયેલો અને ખરેખર થોડી જ વારમાં નંદીના પેટમાં ભરાયેલું પાણી મોઢા વાટે બહાર ધસી આવ્યું અને એણે આંખો ખોલી.

બધાંએ રાહતનો શ્વાસ લીધો, પણ નંદીએ શિવની સામે જોઈને આનંદને બદલે નારાજી દાખવી, 'શું જરૂર હતી મારી પાછળ નદીમાં ઝંપલાવી દેવાની ? મારા દેવ, તમારા પ્રાણ બહુ કિંમતી છે. જે થવાનું હોય એ થાય, પણ કૃપા કરીને હવે કોઈ વાર મારે ખાતર તમારો જીવ જોખમમાં નહીં નાખતા.'

'બસ, હવે વધુ બોલવાની જરૂર નથી.' એમ કહીને શિવ બીજા નાવિકોની મદદ સાથે નંદીને વિશ્રામગૃહમાં લઈ ગયો.

નદીકિનારે ટોળે વળેલા લોકો તાકી રહ્યા. નંદીનો દેખાવ કહેતો હતો કે સૂર્યવંશી સૈન્યમાં એ બહુ ઉચ્ચ પદાધિકારી હતો, પરંતુ એના જેવા શક્તિશાળી માણસે જેને 'મારા દેવ'નું સંબોધન કરેલું એ વળી કોણ હશે?

પ્રકરણ-૩

શિવના જીવનમાં સતીનો પ્રવેશ

નંદીના પેટમાંથી બધું પાણી તો નીકળી ગયું, પણ એની જગ્યાએ હવે શરીરમાં તાવ ભરાયો હતો. નંદીના ધગધગતા કપાળ પર ભીનાં પોતાં મૂકતો શિવ એના બિછાના પાસે બેસી રહ્યો.

અર્ધબેહોશીની હાલતમાં નંદી જાતજાતના અસ્પષ્ટ લવારા કરી રહ્યો હતો. એમાંથી થોડા શબ્દો શિવના કાને પડ્યા. 'કેટલી રાહ જોવડાવી... તમને શોધતાં શોધતાં એક આખીયે સદી વીતી ગઈ... નીલકંઠ... સો વરસ... હે રામ...'

શિવે થોડા ચિંતિત ભાવે નંદીની સામે જોયું. શરીર ભલે ભારેખમ હોય, પણ ચહેરા પરથી નંદીની ઉંમર વીસ વરસથી વધુ નહોતી લાગતી અને તોયે કહેતો હતો કે સો વરસથી એ નીલકંઠને શોધતો હતો! કદાચ શરીરનો તાવ એના મગજ પર ચઢી ગયેલો. શિવે નંદીના કપાળ પર પોતાં બદલવાની ઝડપમાં વધારો કર્યો.

મોતના મુખમાંથી નંદી પાછો ફરેલો, પણ લાંબો પ્રવાસ કરી શકે એટલી શક્તિ હજી એના શરીરમાં પાછી નહોતી ફરી. વૈદે થોડા દિવસ આરામ કરવાની સૂચના આપી એનું પાલન કર્યા વિના નંદીને છૂટકો નહોતો, પણ શિવ વિશ્રામગૃહની અંદર બેસીબેસીને કંટાળી ગયેલો. નંદી ના, ના કરતો રહ્યો, પણ એનું સાંભળ્યા

વિના એક બપોરે શિવ નગરમાં ફરવા માટે નીકળી પડ્યો. સતત એના પડછાયાની જેમ ફરતા સૈનિકોને પણ આજે એણે સાથે રહેવાની મનાઈ ફરમાવી દીધી.

ચાલતાં-ચાલતાં શિવ વિશ્રામગૃહથી ખાસ્સો દૂર નીકળી ગયો, પણ એક જગ્યાએ આવીને એના પગ અટકી ગયા. શ્રીનગર જ નહીં, હરિયુપ્પાની ભવ્યતાને પણ ભુલાવી દે એવો મોટો, સુંદર મહેલ એની સામે ઊભો હતો. ઊંચા ચોતરા પર શ્વેત અને ગુલાબી આરસપહાણમાંથી ઘડાયેલી દીવાલો, કલાત્મક સ્થંભો, ઉપર પહોંચવા માટેનાં વિશાળ પગથિયાં, આકાશમાં વસતા દેવોને વંદન કરતું હોય એવું શિખર... બધુંયે ભવ્ય અને નજરને જકડી રાખે એવું સુંદર હતું. નજીક પહોંચીને શિવને ખ્યાલ આવ્યો કે આ રાજમહેલ નહીં દેવાલય હતું. બધાંને જાણ થાય એ રીતે આરસની તકતી પર લખ્યું હતું. 'બ્રહ્મા મંદિર.'

મંદિરના પ્રાંગણમાં થોડા ફેરિયા, ફૂલ અને પૂજાપાનો સામાન વેચી રહ્યા હતા. ક્યાંકથી વળી સ્વાદિષ્ટ વાનગીઓ રંધાઈ રહ્યાની સોડમ આવતી હતી. મંદિરનાં પગથિયે પગ મૂકતાં પહેલાં લોકોને એક જગ્યાએ પગરખાં ઉતારતાં જોઈને શિવે પણ એમનું અનુકરણ કર્યું, પરંતુ મંદિરની અંદર પ્રવેશતાંની સાથે એ માણસોને ભૂલીને દીવાલો અને સ્થંભો પર થયેલી અદ્ભુત કલાકારીગરી જોવામાં ખોવાઈ ગયો. દેવાલય બનાવતી વખતે કદાચ માણસોની રચનાત્મકતા અને મહેનત પૂરેપૂરી ખીલતી હશે. પથ્થરોમાં કોતરાયેલું સૌંદર્ય જોતાં-જોતાં કેટલો સમય નીકળી ગયો એનું ભાન શિવને રહ્યું નહીં, પણ દૂરદૂરથી આવતો હોય એવો અવાજ એના કાને પડ્યો, 'તમે અહીં શું કરો છો?'

ચમકીને શિવે પાછળ જોયું. સવાલ દૂર નહીં પણ સાવ નજીક આવીને ઊભેલી વ્યક્તિએ પૂછ્યો હતો. દેખાવે એ મંદિરનો પૂજારી કે પંડિત લાગતો હતો અને શિવને અચાનક ખ્યાલ આવ્યો કે મેલુહામાં આવીને એ પહેલી વાર ખરેખર વૃદ્ધ કહી શકાય એવી વ્યક્તિને જોઈ રહ્યો હતો. માથા પરના વાળની જેમ જ દાઢી પણ લાંબી અને શ્વેત રંગની હતી. ત્વચા પર કરચલીઓ પડી ગયેલી, પરંતુ ચહેરા પર એક જાતની શાંત આભા પથરાયેલી હતી.

'ક્ષમા કરજો. હું કોઈને પૂછ્યા વિના અહીં આવી ગયો.' શિવે સહેજ છોભીલા પડી જતાં કહ્યું.

'ભગવાનના ઘરમાં આવવા માટે કોઈને પૂછવાની જરૂર નથી. મંદિરના દ્વાર બધાં માટે ખુલ્લા છે.' પૂજારીએ કહ્યું. પછી આછું સ્મિત આપીને ઉમેર્યું, 'પણ તમે આ દેવી-દેવતાઓમાં માનતા નથી, ખરું ને?'

શિવને આંચકો લાગ્યો. પહેલી જ મુલાકાતમાં આ માણસને કઈ રીતે જાણ થઈ ગઈ?

શિવના વણપુછાયેલા પ્રશ્નનો ઉત્તર પૂજારીએ તરત આપી દીધો. 'અહીં આવનારા લોકોને માત્ર બ્રહ્માની મૂર્તિ જોવામાં, એની સામે ઊભા રહીને પ્રાર્થના કરવામાં રસ હોય છે. બ્રહ્માનું આ અદ્‌ભુત મંદિર બનાવવામાં કડિયા અને કારીગરોએ જીવ રેડી દીધો છે. એ તરફ તો કોઈનું ધ્યાન જ નથી જતું, પણ તમે આવ્યા ત્યારથી અહીંની શિલ્પકલા જોવામાં જ મગ્ન છો. બ્રહ્માની મુખ્ય પ્રતિમા સામે તો હજી તમારી નજર સુધ્ધાં નથી ગઈ.'

શિવની આંખો ફરી વાર આસપાસ ફરીને પૂજારી પર પાછી ફરી. 'તમે સાવ સાચું કહ્યું. મને આ દેવી-દેવતાઓમાં, મૂર્તિપૂજામાં જરાય શ્રદ્ધા નથી. હું માનું છું કે ઈશ્વર આપણી વચ્ચે, આપણી આસપાસ જ છે. નદીઓમાં, વૃક્ષોમાં, હવાના કણેકણમાં પરમાત્મા વસે છે. કાનની સાથે મન ખુલ્લું રાખો તો એનો અવાજ બધે સંભળાશે.' આટલું બોલી ગયા બાદ શિવે થોડા ખચકાઈને ઉમેર્યું, 'પણ માફ કરજો, તમારા ભગવાનનું અપમાન કરવાનો મારો કોઈ ઇરાદો નહોતો.'

પૂજારી હસ્યા. 'મિત્ર, મારા ભગવાન, તમારા ભગવાન, બધાના ભગવાન એક જ છે. દૈવી શક્તિ ભલે જુદા-જુદા રૂપે પ્રગટ થતી હોય પણ બધાંનો સ્રોત એક છે, પરંતુ આજે એની ચર્ચા કરવાનું રહેવા દઈએ. મારું મન કહે છે કે એક દિવસ તમને એવું મંદિર મળશે જ્યાં જઈને તમને માત્ર પ્રાર્થના કરવાની ઇચ્છા થશે. એ વખતે તમારી આંખોની સામે મંદિરની દીવાલો, છત કે થાંભલા નહીં પણ માત્ર ભગવાન હશે.'

'અચ્છા, ક્યાં છે એવું મંદિર?' શિવના અવાજમાં કટાક્ષની છાંટ આવી ગઈ, પણ પૂજારીએ પહેલાં જેવી જ શાંતિ જાળવીને કહ્યું, 'યોગ્ય સમય આવશે ત્યારે આપોઆપ તમારા ચરણ તમને એ મંદિર ભણી દોરી જશે.'

શિવને કંટાળો આવવા લાગ્યો. મેલુહામાં બધાં લોકો ઉખાણાની ભાષામાં જ વાત કરતા હતા. આડુંઅવળું કંઈ બોલાઈ જાય એ પહેલાં અહીંથી નીકળી જવામાં શાણપણ હતું. 'આશીર્વાદ આપો કે તમે કહ્યું એવું મંદિર મને જલદી જડી જાય.' પૂજારીના ચરણસ્પર્શ કરીને શિવ બોલ્યો.

એના માથા પર હાથ મૂકીને પૂજારીએ કહ્યું, 'જય ગુરુ વિશ્વામિત્ર, જય ગુરુ વશિષ્ઠ!'

કોઈ પૂજા-પ્રાર્થના કર્યા વિના મંદિરમાંથી પાછા જઈ રહેલા શિવની પીઠને

પૂજારી તાકી રહ્યા. કર્મના માર્ગે મોક્ષ તરફ લઈ જનારા સહપ્રવાસીને એમણે ઓળખી લીધેલો. 'આખરે મારા કર્મસાથીના દર્શન થયા ખરા!' પૂજારીના હોઠ ફફડ્યા.

— ⅄⵱ⵡↀ⊛ —

મંદિરના પગથિયાં ઊતરી રહેલા શિવના પગ ધીમા પડી ગયા. મનની બધીયે અશાંતિને અસ્વસ્થતા હરી લે એવું અહીંનું વાતાવરણ હતું. 'બસ, થોડી વાર પછી નીકળી જઈશ.' છેલ્લા પગથિયા પર બેસી પડતાં શિવે વિચાર્યું. એ નહોતો જાણતો કે આ થોડી ક્ષણોમાં એનું જીવન કેટલી હદે બદલાઈ જવાનું હતું!

દરેક આત્મા જાણે-અજાણે જનમોજનમ જેની રાહ જોતો હોય, પણ એમાંથી કોઈકના જ ભાગ્યમાં હોય એવી આ ક્ષણ હતી. શિવે આંખ ઊંચી કરી અને સામેથી એ આવતી દેખાઈ.

ધરતી ફાડીને એ નીકળી હતી કે આકાશમાંથી ઊતરી આવેલી? રથ પર સવાર થઈને એ મંદિર તરફ આવી રહી હતી. ઊંચા, પાણીદાર અશ્વોની લગામ એના હાથમાં હતી. શિવના માનવામાં નહોતું આવતું કે પૃથ્વી પરની કોઈ સ્ત્રીમાં આટલું સૌંદર્ય હોઈ શકે! મંદિરની પાસે કુશળતાપૂર્વક રથ ઊભો રાખીને એ નીચે ઊતરી અને જાણે જમીન નહીં, પણ શિવના મન પર એનો ચરણસ્પર્શ થયો. તામ્રવર્ણી તેજસ્વી ત્વચા, આખુંયે વ્યોમ જેમાં સમાઈ ગયેલું લાગતું હતું એવી ભૂરી વિશાળ આંખો મંદિરના જ શિલ્પકારે કંડારી હોય એવી કમનીય કાયા... ઘડવૈયાએ એના આ સર્જનમાં કોઈ કચાશ નહોતી રહેવા દીધી. એના વ્યક્તિત્વમાં સૌંદર્યની સાથે-સાથે આત્મવિશ્વાસની ઝલક હતી.

પણ એની પાછળ રથમાંથી ઊતરેલી સ્ત્રીના ચહેરા અને અવાજમાં ગભરાટ હતો. 'દેવી, મારું માનો, આપણા લોકોથી છૂટા પડીને એકલા આટલે દૂર આવવામાં સલામતિ નથી.'

'કૃતિકા, મને કોઈનો ભય નથી. ભગવાન રામે જ આદેશ આપેલો કે પરમાત્મામાં શ્રદ્ધા રાખનારી સ્ત્રીએ વરસમાં એક વાર તો બ્રહ્માના આ મંદિરમાં દર્શન માટે આવવું જ જોઈએ. આ નિયમનું પાલન કરવામાં મને કોઈ રોકી નહીં શકે.' આટલું બોલીને મક્કમ પગલે એ ચાલવા માંડી. મંત્રમુગ્ધ થઈને તાકી રહેલા શિવ પર અછડતી નજર નાખીને એ મંદિરનાં પગથિયાં ચઢી ગઈ, પણ પછી પાછળ દોડી આવેલી કૃતિકાને જ સંભળાય એવા ધીમા સાદે એણે ગણગણાટ

કર્યો, 'લ્યો, એક વધુ ગમાર પરદેશી આપણે ત્યાં આવી પહોંચ્યો! કોણ જાણે આપણે કેમ માની બેઠા છીએ કે આવા જ જંગલીઓમાંથી આપણો તારણહાર પ્રગટશે!'

શિવના કાન સુધી આ અપમાનજનક શબ્દો પહોંચ્યા નહીં અને પહોંચ્યા હોત તોયે કંઈ ફરક નહોતો પડવાનો. પહેલી નજરમાં જ એ યુવતીએ શિવ પર જાણે વશીકરણ કરી નાખેલું. ફરીથી એને જોયા વિના અહીંથી નીકળવું અશક્ય હતું. પથ્થરની સાથે જડાઈ ગયો હોય એમ શિવ ત્યાં જ બેસી રહ્યો. થોડો સમય એમ ને એમ વીતી ગયો. ધીમેધીમે વાસ્તવિકતામાં પાછા ફરેલા શિવે આસપાસ નજર ફેરવી. એની અંદર વસતા અનુભવી યોદ્ધાને અચાનક લાગ્યું કે વાતાવરણમાં કોઈ સૂક્ષ્મ પણ ચોક્કસ ફેરફાર થયો હતો. શિવની આંખો ઝીણી થઈ. વડના ઝાડ નીચે ઊભો રહીને ક્યારનોયે આવતાજતા લોકોને કાકડી ખરીદવા માટે સાદ પાડી રહેલો માણસ કેમ હવે ધંધો કરવાનું ભૂલીને મંદિરની સામે તાકી રહેલો ? રથ આવ્યો ત્યારે એના માર્ગમાં ઊભેલા પશુપાલક જેવા લાગતા એક માણસ પર શિવની નજર પડેલી. હાથમાં લાકડી લઈને એ હજીયે ત્યાં જ ઊભેલો, પણ આસપાસ કોઈ ઘેટાં-બકરાં નહોતાં દેખાતાં. પશુપાલકનું ધ્યાન હવે રથ પર હતું અને ત્યાં એક માણસ ઊભેલો. બંને જણની વચ્ચે ઇશારાની ભાષામાં કોઈ માહિતીની આપ-લે થઈ એવું શિવને લાગ્યું.

આ બધાંનો શું અર્થ કાઢવો એની અવઢવમાં પડી ગયેલા શિવને જાણે કોઈ અદૃશ્ય હાથનો સ્પર્શ થયો. પાછા વળીને જોયું તો એના ચિત્ત પર કબજો જમાવી બેઠેલી યુવતી પગથિયાં ઊતરતી દેખાઈ અને એ સીધી શિવની સામે આવીને ઊભી રહી ગઈ. શિવ પલક ઝપકાવે એ પહેલાં સામેથી સહેજ તીખા અવાજે પૃચ્છા થઈ, 'આમ તાકીતાકીને મને શું કામ જોઈ રહ્યા છો?'

'મને... મને લાગ્યું કે ત... તમને આ પહેલાં ક્યાંક જોયાં છે.' થોથવાતી જીભે શિવે પોતાની વર્તણૂકનો બચાવ કર્યો.

આ જૂઠાણું હતું. એ કળાઈ ગયા પછી એ ત્યાંથી ચાલતી પકડવાને બદલે એ યુવતી હોઠ કરડતી ત્યાં જ ઊભી રહી. કૃતિકા બબડી, 'ખોટ્ટાડો!'

શિવ જવાબ આપવા ગયો. ત્યાં જ એણે આંખના ખૂણેથી દૂર કોઈ હિલચાલ જોઈ. થોડી વાર પહેલાં સીધાસાદા ફેરિયાની જેમ અહીંતહીં આંટા મારી રહેલા લોકોના હાથમાં અચાનક ટોપલા અને ત્રાજવાની જગ્યાએ તલવારો આવી ગયેલી. રથ પાસે ઊભેલા માણસે ઇશારો કર્યો અને એ બધાંએ શિવની દિશામાં ધ્યાન કેન્દ્રિત કર્યું. પોતાની કમરેથી તલવાર કાઢતાં શિવને વાર ન લાગી. ડાબા

હાથે એ પેલી સ્ત્રીને છાવરવા ગયો, પણ શિવના આશ્ચર્ય વચ્ચે એણે તો પલક વારમાં પોતાના અંગવસ્ત્રમ્ નીચેથી તલવાર ખેંચી કાઢી. બંનેની આંખો મળી અને વગર કહ્યે સંદેશો પહોંચી ગયો કે, 'આપણે સાથે મળીને લડવા માટે તૈયાર છીએ.'

'દોડ કૃતિકા, આ પૂરું ન થાય ત્યાં સુધી મંદિરમાંથી નહીં નીકળતી.' યુવતીએ એની સેવિકાને આદેશ આપ્યો અને ડરી ગયેલી કૃતિકા હજી મંદિરના પગથિયે પગ મૂકે ત્યાં તો સામેથી ખુલ્લી તલવારે ત્રણ જણ ધસી આવ્યા. એમની પાછળ અત્યાર સુધી ઝાડની પાછળ છુપાઈ રહેલા બીજા બે જણ આવ્યા. જોતજોતામાં લડાઈ જામી ગઈ.

શિવ કુશળ યોદ્ધો હતો અને યુવતી પણ યુદ્ધકલામાં નિપુણ લાગતી હતી, પરંતુ સામેવાળાયે સામાન્ય હુમલાખોર નહોતા. અનુભવી સૈનિકની જેમ એમની તલવારો ફરતી હતી. જોકે થોડી જ વારમાં શિવને શંકા પડવા લાગી કે સામેવાળાના ઈરાદા કંઈ જુદા હતા. એ લોકો શિવને કે યુવતીને મારી નાખવા માટે નહોતા આવ્યા. તક મળે તોયે માત્ર ઉપરછલ્લા છરકા કરીને એ પાછળ હટી જતા હતા. પણ આ કદાચ દુશ્મનોની ચાલ હશે, એવું માનીને શિવે પૂરજોશથી લડવાનું ચાલુ રાખ્યું. એની તલવાર કોઈની દયા ખાવાની નહોતી.

અચાનક દૂર વૃક્ષની પાછળથી બે હાથમાં બે તલવાર લઈને એક ઊંચો, કદાવર માણસ ધસી આવ્યો. પગથી માથા સુધી કાળાં વસ્ત્રોમાં ઢંકાયેલા એ માણસની માત્ર મોટી, આગઝરતી આંખો અને હાથ જ ખુલ્લા હતા. એકલપંડે શિવ અને યુવતીને રોકી રાખીને એણે પોતાના ઈજાગ્રસ્ત માણસોને ભાગવાનો આદેશ આપ્યો. જોતજોતામાં મેદાન ખાલી થઈ ગયું. અલબત્ત, બે તલવાર સાથે લડી રહેલો યોદ્ધો એકે હજારા જેવો હતો. શિવના દરેક ઘા એ આસાનીથી ચૂકવી દેવામાં એને વાંધો નહોતો આવતો, પરંતુ એને પણ કોઈના પ્રાણ લેવામાં રસ નહોતો એ સ્પષ્ટ હતું. થોડી વારમાં એ પણ મેદાન છોડીને ભાગ્યો. શિવને ઘડીક એની પાછળ જવાની ઇચ્છા થઈ ગઈ, પણ પછી વૃક્ષોની પાછળ વધુ દુશ્મનો રાહ જોતા બેઠા હોય તો મુસીબત થઈ જાય એવો ખ્યાલ આવતાંની સાથે એણે વધુ દોડવાનો, લડવાનો વિચાર માંડી વાળ્યો.

'તમે ઠીકઠાક છો?' શિવે તલવાર મ્યાન કરતાં બાજુમાં ઊભેલી યુવતીને પૂછ્યું.

'હા, પણ તમને બહુ ઈજા થઈ છે.' યુવતીના અવાજમાં હવે કોમળતા હતી.

'ના રે, જરાક વાગ્યું છે, પણ કંઈ ચિંતા કરવા જેવું નથી.' શિવે ચહેરા પરથી પરસેવો અને લોહીના છાંટા સાફ કરતાં જવાબ આપ્યો.

મંદિરમાંથી કૃતિકા બહાર દોડી આવી. 'તમે અમારો જીવ બચાવી લીધો.' એણે આભારવશ અવાજે કહ્યું. શિવની આંખો જોકે તલવારને સાફ કરી રહેલી યુવતી તરફ હતી. 'અમારે ત્યાં સ્ત્રીઓ લડાઈમાં નથી ઊતરતી, પણ તમે તો કમાલ કરી!'

'કેમ, સ્ત્રીઓને લડતાં ન આવડે?' સામેથી થયેલા સવાલે ફરીથી શિવની જીભ થોથવી નાખી. રણમેદાનમાં એકલા હાથે દસને ભારે પડનારા શિવને કોણ જાણે આ યુવતીનો સામનો કરવામાં તકલીફ થઈ રહી હતી, પણ સામે પક્ષે સ્ત્રીને હવે વધુ ચર્ચા કરવામાં રસ નહોતો. 'મારી સહાય કરવા બદલ આભાર. ભવિષ્યમાં કોઈ વાર જરૂર પડે તો ચોક્કસ મને યાદ કરજો.' આવું કહીને એણે રથની દિશામાં પગ ઉપાડ્યા.

'પણ તમારું નામઠામ તો આપતા જાવ.' શિવે સાદ પાડ્યો. બીજી વાર આ સ્ત્રીનાં દર્શન નહીં થાય એ વિચાર પણ અસહ્ય હતો.

જવાબ કૃતિકાએ આપ્યો, 'દેવગિરિ આવીને કોઈને પણ પૂછો તો સતીનું ઘર બતાવી દેશે.'

'સતી' શિવની જીભ પર જાણે અમૃતનું સિંચન થયું. હાથ ઊંચો કરતાં એણે કહ્યું, 'મારું નામ શિવ!'

થોડી જ વારમાં સતીને લઈને રથ નીકળી ગયો. પાછળ સૂના પડી ગયેલા રસ્તા તરફ શિવ જોઈ રહ્યો. હવે બને એટલી ઉતાવળે દેવગિરિ પહોંચવાની તાલાવેલી મનમાં જાગી ઉઠેલી.

પ્રકરણ-૪

દેવોની નગરી

'શું થયું? કોણે તમારા પર હુમલો કર્યો?' નંદીએ ચિંતિત સ્વરે અનેક સવાલ પૂછી નાખ્યા.

શિવે એને શાંત પાડવાનો પ્રયાસ કર્યો. 'નાના મોટા ઘસરકા પડ્યા છે અને વૈદે પણ કહ્યું કે બે દિવસમાં રૂઝ આવી જશે અને કોણે હુમલો કર્યો એ તો હું નથી જાણતો, પણ એટલું નક્કી કે હુમલાખોરો અમારો જીવ લેવા માટે નહોતા આવ્યા.'

'અમારો?' નંદીની આંખોમાં પ્રશ્નાર્થ આવી ગયો.

'હા. ત્યાં બે સ્ત્રીએ પણ હતી.' નામ પાડ્યા વિના શિવે જવાબ આપ્યો.

નંદી વિચારમાં પડી ગયો. થોડી વાર બાદ કોઈ અણગમતા તારણ પર પહોંચ્યો હોય એમ એણે પૂછ્યું, 'એ લોકોએ ગળામાં બીજ આકારના ચંદ્રનું ચિહ્ન પહેરેલું?'

શિવે માથું ધુણાવ્યું. 'ના, પણ સમજદાર જેવા લાગતા એમના માણસે કાળાં કપડાંની સાથે ચહેરા પર રંગબેરંગી મુખવટો પહેરેલો અને હા, તલવારનો ઘા મારવા એણે હાથ ઊંચો કર્યો ત્યારે એના જમણા કાંડા પર બાંધેલો ચામડાનો પટ્ટો મેં જોયો. એના પર કોઈ વિચિત્ર ચિહ્ન હતું.'

'કેવું?' નંદીની પૃચ્છાના જવાબમાં શિવે બાજુમાં પડેલું ભોજપત્ર અને કોલસામાંથી બનાવેલી પાતળી કલમ ઉપાડી કુદરતે શિવને તીક્ષ્ણ નિરીક્ષણશક્તિ

અને સ્મરણશક્તિ આપેલાં એના આધારે એણે અજાણ યોદ્ધાના હાથમાં જોયેલા પ્રતીકને ભોજપત્ર પર દોરી બતાવ્યું –

નંદીનાં ભવાં તણાયા. આ તો ઓમ્ છે.

'ઓમ્?' શિવે પહેલીવાર આ શબ્દ સાંભળેલો.

'હા. સૃષ્ટિનો આ સહુથી પ્રાચીન અને પવિત્ર અક્ષર છે. બ્રહ્માંડના સર્જન વખતે સંભળાયેલો આ પહેલો મૂળ અવાજ છે. ઓમકાર એટલો પવિત્ર ગણાય છે કે પ્રાચીનકાળમાં તો લોકો એને લેખિત રૂપ આપવાનું પણ ટાળતા.

'ઓમ્‌ને "ઓમ્"નું રૂપ કઈ રીતે મળ્યું? શિવના પ્રશ્નનો ઉત્તર આપતાં નંદી બોલ્યો, 'હજારો વર્ષ પહેલાં થઈ ગયેલા મહાન પ્રતાપી રાજા ભરતે ઓમકારને 'ઓમ્' તરીકે લખવાની શરૂઆત કરી એવું કહેવાય છે. જે ગણ્યાગાંઠ્યા ચંદ્રવંશીઓ માટે અમને હજીયે આદર છે એમાં પહેલું નામ રાજા ભરતનું આવે. જૂનો ઝઘડો ટાળવા માટે એમણે સૂર્યવંશી રાજકુમારી સાથે લગ્ન પણ કરેલાં.'

'ચંદ્રવંશી એટલે ચંદ્રના વંશજ?' શિવે પૂછ્યું.

'હા. એમના દિવસ, મહિના, વરસ, ચંદ્રની કલાના આધારે મપાય છે. જોકે એ લોકોમાં ચંદ્રનો એકેય સદ્‌ગુણ નથી.' નંદી ચંદ્રવંશીઓના અવગુણોનું વર્ણન શરૂ કરે એ પહેલાં શિવે પૂછી લીધું. 'પણ એમને આ ઓમ્‌ના ચિહ્‌ન સાથે શું લેવાદેવા?'

હવે નંદીએ હાથમાં કલમ લઈને લેખિત ઓમ્‌નો ઇતિહાસ સમજાવવાનું શરૂ કર્યું. 'ભરતરાજાએ સૂર્યવંશી અને ચંદ્રવંશીની એકતા માટે આ પ્રતીક બનાવ્યું.

ઉપરનો શ્વેત હિસ્સો ચંદ્રવંશી અને નીચેનો લાલ ભાગ સૂર્યવંશીનું પ્રતીક છે.

બંને જ્યાં મળે છે ત્યાંથી જમણી તરફ નીકળતી કેસરી રેખા કહે છે કે બેઉં વંશનો માર્ગ સમાન છે.

જમણી તરફની રેખા વાળો ચંદ્ર એ ચંદ્રવંશીઓના અસ્તિત્વનું પ્રતીક છે.

ઉપરના બીજ આકારનો ચંદ્ર એ સમયે ચંદ્રવંશીઓનું અને તેની ઉપરનો સૂર્ય ત્યારના સૂર્યવંશીઓનું રાજ્યચિહ્ન હતા.

એકતાના આ પ્રતીકને પરમાત્માના આશીર્વાદ છે એવું લોકોને મનાવવા માટે રાજા ભરતે જાહેર કર્યું કે આ પ્રતીકનો ઉચ્ચાર ઓમ્ તરીકે કરવો. ત્યારથી આ પરંપરા ચાલી આવી છે.

'પણ પછી શું થયું?' શિવે પૂછ્યું.

નિસાસો નાખતા નંદી બોલ્યો, 'ભરતરાજાના અવસાનની સાથે એકતાનો અંત આવી ગયો અને ચંદ્રવંશીઓએ એમની જૂની આદત પ્રમાણે ફરીથી સૂર્યવંશીઓ સાથે લડવાનું શરૂ કરી દીધું. '' માત્ર એક ચિહ્ન બની ગયું એની પાછળનો હેતુ વિસરાઈ ગયો. તમે જ કહો આજે એમણે તમારા પર હુમલો કરવાની શું જરૂર હતી?'

શિવે ફરીથી હાથમાં કલમ લીધી. 'પણ મારી સાથે લડનારા માણસના કાંડે મેં જે ઓમ્ જોયો એમાં લાલ, કેસરી જેવો કોઈ રંગ નહોતો અને મને યાદ છે ત્યાં સુધી ત્રણ કાળા સાપને જોડીને બનાવ્યો હોય એવો ઓમ્ હતો. આ જુઓ.

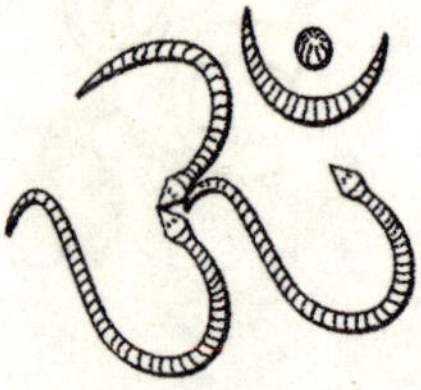

શિવે હવે દોરેલું ચિહ્ન જોઈને નંદી ચિત્કાર કરી બેઠો, 'નાગ!' અને પછી કોઈ આસુરી તત્ત્વ સામે રક્ષણ માંગતો હોય એમ એણે પોતાના રુદ્રાક્ષનો સ્પર્શ કરીને ધીમા અવાજે પ્રાર્થના કરી લીધી.

'હવે આ નાગ વળી કોણ છે?' શિવની મૂંઝવણમાં વધારો થયો.

'પ્રભુ, એ શાપિત આત્માઓ છે. ગત જન્મમાં બહુ પાપ કર્યાં હોય એમને નવા જન્મમાં નાગરૂપે અવતરવાનો શાપ મળે છે. એ લોકોના અંગેઅંગ એટલાં કુરૂપ અને બેડોળ હોય છે કે સામાન્ય માણસ એ જોતાંની સાથે જ છળી મરે, પણ એવા શરીરની સાથે કુદરત એમને પ્રચંડ શક્તિ અને ક્ષમતા પણ આપે છે. નાગનું નામ પડતાંની સાથે બીજા લોકો ભયભીત થઈ જાય છે. એટલે જ એમને સપ્તસિંધુમાં રહેવાની પરવાનગી નથી.'

'સપ્તસિંધુ?' શિવે વધુ એક નવો શબ્દ સાંભળ્યો.

'આપણી ભૂમિ સપ્તસિંધુ એટલે સાત નદીઓના પ્રદેશ તરીકે પણ ઓળખાય છે. સિંધુ, સરસ્વતી, યમુના, ગંગા, સરયૂ, બ્રહ્મપુત્રા અને નર્મદા! મનુ ભગવાને હજારો વર્ષ પહેલાં ચંદ્રવંશી અને સૂર્યવંશીઓને સપ્તસિંધુના પ્રદેશમાં વસવાની આજ્ઞા આપેલી, પણ અહીં નાગના પ્રવેશ પર કડક પ્રતિબંધ છે. એ લોકોનો વસવાટ સપ્તસિંધુની હદની બહાર નર્મદાથી જમણી તરફ છે. એ લોકોનું તો નામ લેવું પણ અશુભ ગણાય.' નંદી કટાણા મોઢે બોલ્યો.

'પણ મેં એમનું શું બગાડ્યું કે એમણે મારા પર આક્રમણ કર્યું?' શિવે આશ્ચર્ય દાખવ્યું.

નંદીએ હોઠ કરડ્યા. 'મને તો આ ચંદ્રવંશીઓની ચાલ લાગે છે. એકલા આવવાની હિંમત નહીં થઈ હોય એટલે નાગને હથિયાર બનાવીને એમણે અમારા માણસ એટલે કે તમારા પર હુમલો કર્યો.'

શિવ ચૂપ થઈ ગયો, પણ નંદીની વાત એને ગળે ઊતરી નહીં. મંદિર પાસે જે નાગયોદ્ધાનો સામનો થયેલો એ કોઈનું હથિયાર બનીને આવ્યો હોય એવું લાગતું નહોતું. એનું વ્યક્તિત્વ સામાન્ય સૈનિક નહીં પણ સેનાનાયક જેવું હતું.

— ⸙ —

સતલજ અને યમુના મળતી હતી ત્યાં સરસ્વતી નદીનું ઉદ્ગમસ્થાન હતું. સદીઓ પહેલાં નાના દરિયા જેવી લાગતી સરસ્વતીમાં પાણી હવે ઘટી ગયેલા અને પંજાબની બીજી તોફાની નદીઓની તુલનામાં એ થોડી શાંત હતી તેમ છતાં એનો પ્રભાવ હજી સાવ ઓછો નહોતો થયો. સરસ્વતીના કિનારે મેલુહાની રાજધાની દેવગિરિમાં આખરે શિવનો કાફલો પહોંચ્યો.

આ પ્રદેશના બીજાં શહેરોની જેમ દેવગિરિ પણ નદીનાં પૂર અને દુશ્મનોનાં આક્રમણથી બચવા માટે ઊંચાણવાળી જગ્યા પર હતું. જોકે લગભગ બે લાખની વસતી ધરાવતું આ નગર એટલું મોટું હતું કે અલગ-અલગ ત્રણ વિશાળ ચોતરા પર એનું બાંધકામ થયેલું. સ્વર્ણ, રજત અને તામ્ર એવા ત્રણ હિસ્સામાં વહેંચાયેલા દેવગિરિમાં દરેક બાંધકામ માટે પથ્થર અને ભઠ્ઠીમાં પકવેલી, સમાન આકાર અને કદ ધરાવતી ઈંટોનો ઉપયોગ થયેલો. શહેરનું મુખ્ય પ્રવેશદ્વાર લોહ કે લોખંડ તરીકે, હજી નવી નવી શોધાયેલી અને મજબૂત પણ ખૂબ મોંઘી ગણાતી ધાતુમાંથી બન્યું હતું. દ્વાર પર સૂર્યવંશના રાજચિહ્ન મોટા સૂરજની નીચે મોટા અક્ષરે ત્રણ શબ્દ કોતરાયા હતા – સત્ય, કર્તવ્ય, સન્માન.

મેલુહા રાજ્યના આ સહુથી મોટા શહેરમાં નિવાસસ્થાનો, દુકાનો, મંદિરો, લોક-મનોરંજનનાં સ્થળો આ બધું આયોજનબદ્ધ હતું. વાહનોની અવરજવર માટે વિશાળ રાજમાર્ગો એની બંને તરફ રાહદારીઓને ચાલવાની જગ્યા એકથી બીજા વિસ્તારને જોડતા ઊંચા પુલ અને કદાચ લોકોમાં ઊંચનીચનો ભેદ ન રહે એ માટે અહીં દરેક મકાન બે માળનું બનાવવાનો નિયમ હતો. નંદીના કહેવા પ્રમાણે મકાનની અંદર રહેનારાની જરૂરિયાત પ્રમાણે ફેરફાર કરવાની મંજૂરી હતી, પણ એટલું ધ્યાન રાખવું પડતું કે કોઈ બારી કે બારણું રસ્તા તરફ ખૂલતું ન હોય.

રસ્તાની બંને બાજુની દીવાલો જોકે ખાલી નહોતી. રાજા રામચંદ્રને સાક્ષાત્ વિષ્ણુનો અવતાર માનતા અહીંના લોકોએ શહેરની દીવાલો પર રામચંદ્રના જીવન સાથે સંકળાયેલા પ્રસંગો અને સૂર્યવંશના ઇતિહાસને ચિત્રોના રૂપમાં ઉતારેલા. આકાશી રંગ અહીં સહુથી પવિત્ર, સહુથી લોકપ્રિય હતો. એ પછી આછા લીલા રંગનો વારો આવતો હતો.

દેવગિરિના તામ્ર વિસ્તારમાં બહારથી આવનારા મુલાકાતીઓ માટે આરામદાયક વિશ્રામગૃહો હતા. એ તરફ શિવને દોરી જતા નંદીએ જાણ કરી કે બીજે દિવસે સવારે સમ્રાટની સમક્ષ ઉપસ્થિત થવાનું હતું.

'સારું.' શિવે જવાબ આપ્યો. એને તો રાજા કરતાં સતીને મળવાની વધુ ઉત્કંઠા હતી. આવડા મોટા નગરમાં સતીને કેવી રીતે શોધવી એના વિચારોમાં શિવને મોડી રાત સુધી ઊંઘ ન આવી. પરોઢિયે માંડ થોડી વાર આંખો મળી એમાંયે સતીનાં જ સ્વપ્નો આવતાં રહ્યાં.

બીજા દિવસની સવારે શિવે નંદીની સાથે તામ્રથી સુવર્ણ વિસ્તારને જોડતો પુલ પસાર કર્યો. પુલની વચ્ચોવચ્ચ વિશાળ, મજબૂત દરવાજો અને બંને તરફ મજબૂત દીવાલો હતી. નીચેથી આવતા હુમલાખોરો પર તીર કે ગરમાગરમ તેલનો વરસાદ કરી શકાય એ માટે દીવાલોમાં ચોક્કસ અંતરે છિદ્રો હતા.

ચારેતરફ જોતાંજોતાં ચાલી રહેલા શિવે ધારી લીધેલું કે મેલુહા જો સ્વર્ગ હોય તો અહીંના રાજાનો મહેલ પણ સ્વર્ગના દેવ ઇન્દ્રને ટક્કર મારે એવો હશે, પણ પુલ વટાવીને સુવર્ણ તરીકે ઓળખાતા રાજવી પરિસરમાં શિવે પગ મૂક્યો તો આશ્ચર્યનો મોટો આંચકો લાગ્યો. અહીંનાં મકાનો કે રસ્તા દેવગિરિના બીજા વિસ્તારોથી જુદાં નહોતાં. હા, રાજપરિવારના નિવાસસ્થાનો થોડાં મોટાં હતાં, પણ બીજો કોઈ ખાસ ભપકો કે ઠાઠમાઠ અહીં નહોતો. 'શાસકોને સાદગીનો મંત્ર પણ કદાચ રાજા રામ તરફથી વારસામાં મળ્યો હશે.' શિવને વિચાર આવી ગયો.

સાદા મકાનોમાં રહેતાં અને કામ કરતાં લોકોએ જોકે દેવ મંદિરો બતાવવા માટે જુદાં ધારાધોરણો રાખેલાં એવું શિવને લાગ્યું. સ્વર્ણવિહારમાં જે ભવ્ય ઇન્દ્ર મંદિર ઊભેલું એનો સુવર્ણજડિત ઘુમ્મટનો ઝળહળાટ દૂરદૂરથી દેખાતો હતો. આમ તો શહેરના દરેક ઘરની અંદર નાહવા-ધોવાની સગવડ હતી, પણ અહીં મંદિરની બાજુમાં એક મોટા મકાન પર જાહેર સ્નાહગૃહની સંજ્ઞા હતી.

ત્યાંથી રાજમહેલ દૂર નહોતો, પરંતુ રાજદરબાર વિશે શિવે બાંધી રાખેલી

કલ્પનાઓ અહીં આવીને સાવ ખોટી પુરવાર થઈ. મેલુહાના સમ્રાટ દક્ષ એક સાદા સભાખંડમાં સાદા આસન પર બેઠા હતા. સમ્રાટ બનવા માટે કદાચ નાની ગણાય એવી ઉંમરના રાજાનું વ્યક્તિત્વ પણ ખાસ પ્રભાવ પાડે એવું નહોતું. બેઠી દડીનું થોડું ભારે શરીર, ઘઉંવર્ણી ત્વચા, સામાન્ય નાકનકશો કે ખભા સુધી પહોંચતા વાળમાં કશુંયે નોંધપાત્ર નહોતું. માત્ર વસ્ત્રો, અલંકાર અને માથા પર સૂર્યનું ચિહ્ન ધરાવતો રત્નજડિત મુકુટ એમના રાજવી હોવાની સાક્ષી આપતા હતા. એમના સ્મિતમાં બાળક જેવી નિર્દોષતા હતી. શિવને લાગ્યું કે આ યુવાન રાજાને 'એના રાજવીપણાનો કોઈ બોજ કે ઘમંડ નહોતો. બે હાથ જોડીને, નમ્રતાભેર દક્ષે શિવને આવકાર આપ્યો.

ખંડમાં દક્ષ ઉપરાંત બીજી બે વ્યક્તિ હાજર હતી. સિંહાસનની ડાબી તરફ ઊભેલી સ્ત્રીનો પરિચય આપતાં દક્ષે કહ્યું, 'આ કનખલા છે, અમારી વડાપ્રધાન ! મેલુહાનું પ્રશાસન અને આર્થિક કારભાર એ સંભાળે છે.'

કનખલાએ ઔપચારિક નમસ્કાર કર્યા. સહેજ સ્થૂલ કાયા પર એણે શ્વેત વસ્ત્રો અને બહુ ઓછાં આભૂષણો પહેરેલા. મૂંડન કરેલું માથું, પાછળ બાંધેલી શિખા અને ડાબા ખભેથી જમણી કેડે પહોંચતી જનોઈ એના બ્રાહ્મણકુળની નિશાની હતાં, પરંતુ કનખલાના બાજુબંધ પર કબૂતરનું ચિહ્ન હતું. એ જોઈને શિવને લાગ્યું કે આ સ્ત્રી ભલે વડાપ્રધાન હોય, બ્રાહ્મણોમાં એનું બહુ ઊંચું સ્થાન નહોતું. શ્યામવર્ણી પણ અત્યંત તેજસ્વી ત્વચા ધરાવતી કનખલાની ઉંમર પણ વધુ નહોતી લાગતી.

દક્ષની જમણી તરફ ઊભેલા સરસેનાપતિ પર્વતેશ્વર પણ ભલે યુવાન હોય, પરંતુ હોદ્દાને શોભાવે એવું એનું વ્યક્તિત્વ હતું. રણમેદાનમાં એનો સામનો કરતાં ખુદ શિવે પણ બે વાર વિચારવું પડે એવી ઊંચી, કસાયેલી કાયા પર ક્યાંય વાળ નહોતા. શિવને આ થોડું વિચિત્ર લાગ્યું. અત્યાર સુધી એણે જોયેલું કે મેલુહાના ક્ષત્રિય પુરુષો માટે એમના શરીર પરના વાળ પૌરુષત્વની નિશાની હતા. કદાચ છાતી પરના વાળની ખોટ પૂરવી હોય એમ પર્વતેશ્વરે ચહેરા પર લાંબી ભરાવદાર મૂછ રાખેલી, માથા પરના વાંકડિયા વાળમાં એક લટ સુધ્ધાં અડીઅવળી નહોતી. જૂના યુદ્ધોમાં મળેલા ઘાના નિશાન એના શરીર પર ઘરેણાંની જેમ શોભતાં હતાં. સેનાપતિની પાણીદાર આંખો કહેતી હતી કે સિદ્ધાંતને ખાતર પ્રાણની આહુતિ પણ આપી દે એવું એનું ચારિત્ર્ય હતું. પર્વતેશ્વરના બાજુબંધ પર વાઘનું ચિહ્ન હતું. શિવે કરેલા વંદનની સામે પર્વતેશ્વરે માત્ર માથું હલાવ્યું અને પછી નંદી તરફ જોઈને સત્તાવાહી અવાજે સૂચના આપી, 'તમે બહાર બેસો.'

કંઈ પણ બોલ્યા વિના બહાર નીકળવા જતા નંદીને શિવે રોકી પાડ્યો. 'માફ કરજો, પણ તમને વાંધો ન હોય તો નંદીને અહીં મારી સાથે રહેવાની રજા આપો. માનસરોવરથી દેવગિરિ સુધી એણે મને સાથ આપ્યો છે અને આ નવી જગ્યાએ એ જ મારો એકમાત્ર વિશ્વાસુ અને પ્રિય ગણાય એવો મિત્ર છે.'

પર્વતેશ્વરની નજરમાં નંદી એક સામાન્ય સેનાધિકારી હતો. મહત્ત્વની રાજકીય ચર્ચા વખતે નંદીને હાજર રાખવાનું એને મંજૂર નહોતું, પણ એને અવગણીને ખુદ રાજાએ શિવની વિનંતી સ્વીકારી લીધી અને પછી વધુ સમય બગાડવાને બદલે શિવ તરફ જોઈને કહ્યું, 'હવે મૂળ વાત પર આવીએ.'

સમ્રાટનો ઇશારો સમજી ગયેલા નંદીએ શિવના ગળે વીંટાળેલું અંગવસ્ત્ર અને માળાઓ દૂર કર્યાં. સિંહાસન પરથી ઊભા થઈ ગયેલા દક્ષ અને કનખલાએ શિવની નજીક જઈને એના નીલવર્ણા ગળા પર નજર ઠેરવી. પર્વતેશ્વરે સહેજ દૂરથી જોવાનું પસંદ કર્યું. માત્ર આંખો પર વિશ્વાસ ન રાખવો હોય એમ દક્ષે શિવના ગળાને હાથથી સ્પર્શ કર્યો. 'ખરેખર, સાચેસાચ નીલકંઠ છે.' એના અવાજમાં અહોભાવ હતો. શિવના ગળાને એકીટશે નિહાળી રહેલી કનખલાની આંખો ભક્તિભાવથી ભીની થઈ ગઈ. ધીમા અવાજે એ કોઈ મંત્રનું ઉચ્ચારણ કરવા લાગી.

થોડી વાર પૂરતા ભાવવિભોર થઈ ગયેલા દક્ષે પછી પોતાની લાગણીઓ પર કાબૂ કરી લીધો. 'શિવ, તમારી લાંબી યાત્રાનો થાક હજી પૂરેપૂરો ઊતર્યો નહીં હોય. આજનો દિવસ આરામ કરી લો. આવતીકાલે સવારે મળીને વધુ વાત કરશું. અને હા, તમને હવે અહીં નજીકમાં રહેવાનું ફાવશે?'

રાજસી અતિથિગૃહમાં રહેવા મળતું હોય તો શિવને શું વાંધો હોય? એણે હા પાડી દીધી અને આ વખતે પૂછ્યા વિના રાજાએ નંદીને પણ શિવની સાથે રહેવાની પરવાનગી આપી દીધી. એક સેવિકા આવીને આદરપૂર્વક શિવ અને નંદીને અતિથિગૃહ તરફ દોરી ગઈ.

શિવના વિદાય બાદ એ જ્યાં ઊભેલો એ જગ્યા પર નમીને દક્ષે ભક્તિભાવે કપાળે સ્પર્શ કર્યો, પરંતુ કનખલાના ચહેરા પર હવે મૂંઝવણના ભાવ હતા. પ્રાર્થના ઉચ્ચારીને ઊભા થયેલા દક્ષને એણે પૂછ્યું, 'મહારાજ, આ ખરેખર નીલકંઠ છે એની ખાતરી થઈ ગયા પછીયે તમે શું કામ એમને પૂરી વાત ન કરી?'

દક્ષે માથું ધુણાવ્યું. 'પણ હજી તો દેવગિરિમાં એમનો બીજો દિવસ છે. મળતાંની સાથે કઈ રીતે કહી દેવાય કે તમે નીલકંઠ છો. તમે જ અમારા તારણહાર બનીને આવ્યા છો?'

પર્વતેશ્વરે થોડા નારાજગીના ભાવ સાથે ચર્ચામાં ઝુકાવ્યું. 'મહારાજ, આ શું ચાલી રહ્યું છે? દુનિયાની સહુથી મહાન સંસ્કૃતિની સ્થાપના કરનારા પ્રતાપી સૂર્યવંશીઓના આપણે વારસદાર છીએ. બહારથી આવેલા કોઈ અભણ, જંગલી માણસના ગળાનો નીલરંગ જોઈને માની લેવાનું કે એ આપણો ઉદ્ધાર કરશે ? તમે પણ આવી લોકવાયકાઓ માની બેઠા?'

ચિઢાયેલી કનખલા કંઈ બોલવા ગઈ પણ એને રોકી પાડતાં દક્ષે શાંતિથી જવાબ આપ્યો, 'પર્વતેશ્વર, લોકવાયકા હોય તોયે આજકાલની નથી. સદીઓથી આપણી પ્રજા અને રાજાઓ પણ નીલકંઠના આગમનની રાહ જુએ છે. હું મારી જાતને સદ્‌ભાગી માનું છું કે મારા શાસનકાળ દરમિયાન નીલકંઠ આપણી વચ્ચે પ્રગટ થયા. ચંદ્રવંશીઓના ત્રાસમાંથી એ જ આપણી પવિત્ર ભૂમિને મુક્ત કરાવશે. મેલુહા જ નહીં, આખા ભારતવર્ષમાં એ આપણાં પૂર્વજોના સત્ય, કર્તવ્ય અને સન્માનનાં મૂલ્યોને પુનઃસ્થાપિત કરશે.'

'તો પછી રાહ જોવામાં સમય શું કામ બગાડવો જોઈએ? દિવસે-દિવસે આપણાં લોકોની શક્તિ અને હિંમત ઘટતાં જાય છે. તમને તો ખબર છે કે હજી થોડા દિવસ પહેલાં હરિયુપ્પા પાસેના ગામ પર ત્રાટકીને ચંદ્રવંશીઓએ બધું ખેદાનમેદાન કરી નાખ્યું. આપણને નબળા માનીને એ વધુ ને વધુ આક્રમક બની રહ્યા છે. આવા સંજોગોમાં નીલકંઠ આપણું નેતૃત્વ કરવા આવી પહોંચ્યા છે એવી જાણ થાય તો લોકોમાં દુશ્મન સામે લડવાની નવી હિંમત થતી જાય.' કનખલાએ દલીલ કરી.

કનખલાની અધીરાઈ પર લગામ તાણતા હોય એમ દક્ષે સમજાવ્યું, 'લોકોને જાણ થવી જ જોઈએ, પરંતુ માની લો કે નીલકંઠ આપણી સહાય કરવાની ના પાડી દે તો? શક્ય છે કે એમને મારી વાતમાં વિશ્વાસ ન બેસે. એટલે મારું માનવું છે કે એમને થોડો સમય આપણી વચ્ચે રહેવા દઈએ. આપણી સમસ્યાઓ એમને એમની રીતે સમજવા દઈએ. મને ખાતરી છે કે સમય આવ્યે નીલકંઠ વગર પૂછ્યે આપણી સહાય માટે ઊભા રહેશે. સેંકડો વર્ષ આપણે એમની પ્રતીક્ષા કરી છે. થોડા વધુ દિવસ ધીરજ રાખવામાં શું બગડી જવાનું ?

પ્રકરણ-૫

બ્રહ્માના માનસપુત્રો

'મેલુહાના સામાન્ય લોકો તો જાણે સમજ્યા, પણ અહીંના રાજા સુધ્ધાં નીલકંઠના આગમનની વાટ જોઈને બેઠા છે. ઉપર ઉપરથી ભલે બધું સારું, સરખું લાગતું હોય, પણ અહીંના લોકો ખરેખર કોઈ મોટી મુસીબતમાં લાગે છે!' રાજસી અતિથિગૃહના બગીચામાં ફરતાં ફરતાં નીલકંઠના મનમાં જાતજાતના વિચારો રમી રહ્યા હતા. અચાનક ક્યાંકથી આવેલા ઢોલ અને ઝાંઝરના અવાજે એની વિચારધારામાં વિક્ષેપ પાડ્યો. શિવના પગ એ તરફ વળ્યા. લાગતું હતું કે વાડની બીજી તરફ સંગીતના સથવારે કોઈ નૃત્ય કરી રહ્યું હતું, પણ એ લોકો દેખાય એ પહેલાં એમની વાતચીતના અવાજ શિવને કાને પહોંચ્યા.

'દેવી, આ કોઈ પરીક્ષા નથી. જેમાં તમારે વિચારી વિચારીને પગલાં ભરવા પડે. નૃત્ય પગથી જ નહીં, મનથી પણ થવું જોઈએ.' કોઈ પુરુષે કહ્યું અને એમાં સ્ત્રીએ સાથ પુરાવ્યો, 'ગુરુજી સાચું કહે છે, તમારા નૃત્યમાં, કોઈ મુદ્રામાં ભૂલ નથી થતી પણ જોનારને એવું લાગે કે તમે માત્ર મહેનત કરો છો. નૃત્ય કરવામાં તમને કોઈ આનંદ નથી મળતો.'

'અચ્છા, ફરી એક વાર પ્રયાસ કરી જોઉં.' ચાંદીની ઘંટડી જેવો મધુર અવાજ શિવના કાને પડ્યો અને એનાં રૂંવેરૂંવે ઝણઝણાટી ફરી વળી. 'આ તો સતીનો અવાજ છે.' એણે વિચાર્યું અને પછી જઈને જોયું તો એની ધારણા સાચી હતી. એક મોટા ઓટલા પર સતી નૃત્ય કરી રહી હતી.

મંત્રમુગ્ધ થઈને શિવ તાકી રહ્યો, પરંતુ આ દશામાં પણ એને સમજાઈ ગયું કે ત્યાં એકતરફ બેઠેલા ગુરુજી અને કૃતિકા શું કહેવા માંગતા હતા. સતીના હાથપગ યંત્રવત્ હલનચલન કરી રહ્યા હતા. કોઈ પ્રકારનો ભાવ કે લાગણી એના ચહેરા પર કે નૃત્યમાં નહોતાં દેખાતાં.

શિવ પર નજર પડતાંની સાથે ઢોલ વગાડી રહેલો પુરુષ એના સ્થાનેથી ઊભો થઈ ગયો. 'અરે, શિવ!' આગંતુકને ઓળખી ગયેલી કૃતિકાના મોઢામાંથી સરી પડ્યું. એના ચહેરા પર આનંદ અને આશ્ચર્યના મિશ્ર ભાવ હતા, પણ સતીએ આવી કોઈ લાગણી દર્શાવી નહીં. સ્વસ્થ, ઔપચારિક ભાવે એણે શિવ સામે જોઈને પૂછ્યું, 'બધું ક્ષેમકુશળ છે ને? કોઈ મદદની જરૂર છે?'

સતીનો રૂક્ષ પ્રતિભાવ શિવને થોડો નિરાશ કરી ગયો, પણ જલદીથી ખુદને સંભાળી લઈને એણે સ્મિત આપ્યું. 'ના, ના કોઈ મદદ નથી જોઈતી. અહીંથી પસાર થતો હતો ત્યાં તમારો અવાજ સંભળાયો...'

સતી ચૂપ રહી પણ શિવથી કહેવાઈ ગયું, 'અને હા, ગુરુજી સાચું કહે છે તમારા નૃત્ય વિશે!'

આ સાંભળીને કૃતિકાનાં ભવાં ખેંચાયાં. 'ઓહો, તમને નૃત્યકલાની બહુ સમજ લાગે છે.'

કૃતિકાના કટાક્ષના જવાબમાં શિવે નમ્રતાભેર કહ્યું, 'બહુ નહીં, પણ થોડી થોડી સમજ જરૂર છે. સતી, માફ કરજો પણ ભાવ વિનાનું નૃત્ય એટલે પ્રાણ વિનાનું શરીર! અને આ ભાવ કોઈ શિક્ષક નહીં શીખવાડી શકે. એ તો મનમાંથી આવવા જોઈએ. એક વાર મન મૂકીને નૃત્ય કરવાનું શરૂ કરશો તો હાથપગ આપોઆપ ચાલવા માંડશે.'

'તમને ભાન છે કે તમે કોને આ પાઠ ભણાવી રહ્યા છો?' શિવના શબ્દોને અપમાન ગણીને કૃતિકા છંછેડાઈ ગઈ, પણ સતીએ એને આગળ બોલતાં અટકાવી. 'કદાચ તમારી વાત સાચી છે, પણ મને ખાતરી છે કે ગુરુજીના માર્ગદર્શન હેઠળ ધીમેધીમે આવડી જશે.'

શિવે હિંમત કરીને કહી નાખ્યું, 'શાસ્ત્રીય નૃત્યકલામાં હું તમારા જેટલો પારંગત નથી, પણ તમે રજા આપો તો મને આવડે છે એટલું કરી બતાવું.'

નવાઈ સાથે સતીએ હકાર ભણ્યો અને બીજી જ ક્ષણે શિવે ગળે વીંટાળેલું અંગવસ્ત્રમ્ ઉતારીને એક તરફ ફેંક્યું અને ઓટલા પર ચઢી ગયો. શિવનું સ્નાયુબદ્ધ કસાયેલું શરીર જોઈને કૃતિકાની આંખો નાચી ઊઠી, પણ સતીએ અનિશ્ચિતતા અનુભવી. 'આવું મજબૂત શરીર કદાચ રણમેદાનને લાયક ગણાય, પણ નૃત્ય કરી શકે એટલી લવચિકતા એનામાં હોઈ શકે?'

ગુરુજીએ ઢોલ પર થાપ મારીને પૂછ્યું, 'તમે કહો એ તાલ પર શરૂ કરીએ.'

શિવે હાથ ઊંચો કરીને ગુરુજીને બે-ચાર ક્ષણ થોભી જવાનો ઇશારો કર્યો. યુદ્ધની જેમ જ નૃત્ય પણ એના લોહીમાં હતું. કોઈ ગુરુ નહીં, પણ કુદરત તરફથી એને નૃત્યકલાની ભેટ મળી હતી અને આવી કિંમતી ભેટ આપનારનો આભાર માનતો હોય એમ એણે આંખો મીંચીને, ધરી પર કપાળનો સ્પર્શ કરીને વંદન કર્યાં. ઊભા થઈને એણે જે મુદ્રા ધારણ કરી એ આજ પહેલાં સતી કે ગુરુએ ક્યારેય જોઈ નહોતી, પરંતુ સતીને લાગ્યું કે જાણે એની રક્ષા કરવા માટે શિવના હાથપગ ઊંચકાયા હતા. બધાં જોઈ રહ્યાં, પણ શિવ હવે જાણે કોઈ બીજી દુનિયામાં હતો અને પછી કદાચ એને જ સંભળાતા હતા એવી કોઈ દૈવી સંગીતના તાલે એણે નાચવાનું શરૂ કર્યું.

વહેતા પાણીની જેમ કોઈ તાણ કે પ્રયાસ વિના ડોલી રહેલા શિવને જોવા માટે જાણે હવા પણ થંભી ગઈ. ગુરુજીએ થોડી જ વારમાં ઢોલ વગાડવાનું બંધ કરી દીધું, કારણ કે શિવના અંગેઅંગમાંથી જાણે નૃત્યની સાથે સંગીત પણ ગુંજી રહ્યું હતું. એને બીજા કોઈની જરૂર નહોતી. પુરુષ હોવા છતાં શિવની વિવિધ મુદ્રાઓમાં કોઈ સ્ત્રીની મનોભાવનાઓ વ્યક્ત થઈ રહી હતી. નરના રૂપમાં નાચી રહેલી નારી એક ક્ષણે પ્રિયજન સાથે આનંદમાં ડૂબી ગઈ તો બીજી ક્ષણે રોષ અને દુ:ખથી ધૂંધવાતી હોય એવું લાગતું હતું.

શિવની આંખો ખુલ્લી હતી, પણ હવે એ ખુદમાં મસ્ત હતો. એનું નૃત્ય બીજાઓ માટે નહીં, માત્ર પોતાના માટે હતું. સતીએ હવે જોયું કે જેમાં પ્રાણ રેડાયો હોય એવું નૃત્ય કોને કહેવાય!

કેટલો સમય વીતી ગયો એનું કોઈને ભાન ન રહ્યું. અંતે બીજી દુનિયામાંથી પાછા ફરતા હોય એમ શિવના પગ ધીમા પડ્યા. નૃત્ય કરતી વખતે એના ચહેરા પર પથરાઈ ગયેલું દિવ્ય તેજ વિલાતું લાગ્યું. અંતિમ મુદ્રામાં આંખ મીંચીને એ થોડી વાર ઊભો રહ્યો. આંખો ખુલી અને શિવની સાથે બીજાઓ પણ વાસ્તવિક ભૂમિ પર પાછા આવ્યા. 'કોણ છો તમે?' ગુરુજીના હોઠ માંડમાંડ ફફડ્યા.

'હું શિવ છું.' જવાબ મળ્યો.

'ના, આ દેખાય છે એ શરીરનું નામ હું નથી પૂછતો. તમે ખરેખર કોણ છો?' ગુરુજીના અવાજમાં લાગણીની ધ્રુજારી હતી. પ્રશ્ન સમજ્યો ન હોય એવા ભાવે શિવે જવાબ દોહરાવ્યો, 'હું શિવ છું.'

ગુરુજી શું પૂછવા માંગતા હતા એ સતીને પણ નહોતું સમજાયું. એનું

કુતૂહલ બીજી વાતમાં હતું. સતીએ પૂછ્યું, 'શિવ નૃત્ય શરૂ કરતાં પહેલાં તમે જે સ્થિર મુદ્રામાં ઊભા રહ્યા એને શું કહેવાય, એ શાના માટે હોય?'

'એ નટરાજ મુદ્રા હતી. નટરાજને અમે નૃત્યના દેવ માનીએ છીએ અને બ્રહ્માંડની શક્તિ સાથે એકરૂપ થવા માટે આ મુદ્રા ધારણ કરાય છે. એ પછી શરીરમાંથી નૃત્ય આપોઆપ પ્રગટે છે. અને હા, નૃત્યની શક્તિ મળે એ માટે સહુથી પહેલાં ધરતીને વંદન કરવા જરૂરી છે.' શિવે કહ્યું.

'પૃથ્વી તમને શક્તિ આપે છે?' સતીએ પૂછ્યું.

'હા, આમ તો વૃક્ષો, પ્રાણીઓ, પવન, જળ, સૃષ્ટિનું દરેકે દરેક કણ શક્તિનું વાહક છે, પણ આપણે જેના પર ઊભા છીએ એ ધરતી સહુથી મોટી શક્તિનો સ્રોત છે. એની પાસેથી માંગો એ કાર્ય માટે શક્તિ મળશે. મનની કોઈ મૂંઝવણ દૂર કરવી હોય તો જમીન પર અમે પદ્માસન વાળીને બેસીએ છીએ.' શિવે પોતે જે પ્રદેશમાંથી આવ્યો હતો, ત્યાંની પરંપરા અને માન્યતાઓ સતીને સમજાવવાનો પ્રયાસ કર્યો.

'મારી નજરે તો તમે સાક્ષાત્ નટરાજ છો.' ગુરુજીના આ શબ્દો શિવને ચમકાવી ગયા, પણ એની આનાકાનીની ઉપરવટ જઈને ગુરુજીએ પોતાનો ફેંસલો સુણાવ્યો, 'સતી, શિવ જેવા ગુરુ હોય ત્યાં મારી જરૂર નથી.'

આ સાંભળીને શિવનું મન નાચી ઊઠ્યું, પણ સતીના ચહેરા પર કોઈ અકળ ભાવ આવી ગયા. 'આવા ગુરુની શિષ્યા બનવા જેટલી લાયકાત મારામાં નથી.' એણે માથું નમાવીને કહ્યું અને વાત પર પૂર્ણવિરામ મૂકી દેતી હોય એમ ઉમેર્યું, 'ગુરુજી, મારી પૂજાનો સમય થઈ ગયો. જવાની અનુમતિ આપો.'

'શિવ, તમારું નૃત્ય જોઈને હું ધન્ય થઈ ગયો.' આ શબ્દોની સાથે ગુરુજી પણ સતીની પાછળ ત્યાંથી નીકળી ગયા. અસમંજસના ભાવ સાથે શિવ એમની પીઠ સામે તાકી રહ્યો.

— ⁂ —

બીજે દિવસે સવારે શિવ અને નંદી દરબારમાં પહોંચ્યા ત્યારે રાજા દક્ષ અને સેનાપતિ પર્વતેશ્વર એમની રાહ જોતા બેઠા હતા. શિવને જોતાંની સાથે દક્ષ બે હાથ જોડીને ઊભા થઈ ગયા. પર્વતેશ્વરના ચહેરા પરથી સ્પષ્ટ હતું કે એને આ ગમ્યું નહોતું અને દક્ષે શિવને 'પ્રભુ' કહીને સંબોધન કર્યું ત્યારે સેનાનાયકે માંડમાંડ પોતાનો અણગમો દબાવ્યો. જોકે શિવને પણ રાજાના મોઢે પ્રભુ, દેવ જેવા સંબોધન સાંભળીને વિચિત્ર લાગતું હતું. મેલુહાના લોકોએ એને પરાણે

ભગવાનના સ્થાને બેસાડી દેવાનું નક્કી કરી નાખેલું. એવા વિચાર સાથે શિવે રાજાની સામે બેઠક લીધી.

'પ્રભુ, નીલકંઠ વિશે હું કંઈ બોલું એ પહેલાં તમારે કંઈ પૂછવું છે?' દક્ષના આ પ્રશ્નની સામે શિવની જીભ પર અનેક પ્રશ્નો સળવળી ઊઠ્યા, પણ ધીમેધીમે બધા જવાબ આપમેળે મળી રહેશે એવું વિચારીને એણે સાવ જુદી જ વાત પૂછી નાખી, 'તમારી ઉંમર કેટલી હશે?'

'પ્રભુ, ગયા મહિને મેં એકસો ચોર્યાસી વરસ પૂરાં કર્યાં.' દક્ષનો જવાબ સાંભળીને માન્યામાં ન આવતું હોય એમ શિવ એને જોઈ રહ્યો. દેખાવમાં તો દક્ષની વય ત્રીસ વરસથી એક દિવસ સુધ્ધાં વધુ નહોતી લાગતી, પણ પછી શિવને તરત યાદ આવ્યું કે બ્રહ્માના મંદિરમાં મળેલા પૂજારીને બાદ કરે તો મેલુહામાં એણે કોઈ વૃદ્ધ વ્યક્તિને નહોતી જોઈ. આ ચિરયુવાનીનો પ્રદેશ લાગતો હતો. નંદીએ એની ઉંમર એકસો વરસની ગણાવી ત્યારે એ પણ ખોટું નહોતો બોલતો.

'પણ આવું કઈ રીતે શક્ય છે?' શિવ માટે કુતૂહલ દબાવવું અશક્ય હતું.

'પ્રભુ, આમાં કોઈ જાદુ કે ચમત્કાર લાગતો હોય તો એનું શ્રેય અમારા વૈજ્ઞાનિકોને જાય છે. એ જે સોમરસ બનાવે છે એ ચોક્કસ સમયે પીનારને લાંબું આયુષ્ય અને મરતાં સુધી યુવાન રહેવાનું વરદાન પ્રાપ્ત થાય છે.'

'આ સોમરસ શું છે, કોણે બનાવ્યો, ક્યાં મળે...' શિવે પ્રશ્નોની ઝડી વરસાવી દીધી.

દક્ષે ધીરજપૂર્વક ઉત્તર આપ્યો, 'હજારો વર્ષ પહેલાં વિશ્વના સહુથી મહાન વૈજ્ઞાનિક ગણાતા બ્રહ્મા આપણે ત્યાં થઈ ગયા. અંગત સ્વાર્થ નહીં, પરંતુ સમગ્ર માનવજાતિની ભલાઈને લક્ષ્યમાં રાખીને એમણે અનેક સંશોધન કર્યાં.'

'મેરુ પર્વત પર એમનું જ મંદિર છે ને?' શિવને યાદ આવ્યું.

'હા, એવું મનાય છે કે બ્રહ્માએ એમનો સંપૂર્ણ જીવનકાળ ત્યાં જ વિતાવેલો. સોમરસ પણ પહેલી વાર મેરુ પર્વત પર બન્યો હતો.'

'પણ આવી ચમત્કારિક ઔષધિ કોઈ દુષ્ટના હાથમાં આવી ગઈ હોત તો ?' શિવથી પુછાઈ ગયું.

દક્ષે માથું હલાવ્યું. 'આ શક્યતા ભગવાન બ્રહ્માની નજર બહાર નહોતી. સોમરસ કોને આપી શકાય એ નક્કી કરવા માટે એ આખાય ભારતવર્ષમાં ફરી વળ્યા. જુદા-જુદા સાત પ્રદેશમાંથી અણીશુદ્ધ ચારિત્ર્ય ધરાવતા સાત કિશોરની પસંદગી કરીને એ પોતાની સાથે મેરુ પર્વત પર લઈ ગયા. ત્યાં ગુરુકુળ પરંપરા

મુજબ એમણે આ કિશોરોને એવું શિક્ષણ આપ્યું જેનાથી એ સોમરસ પીધા બાદ સમાજને ઉપયોગી નીવડે એવાં કાર્ય કરી શકે. બ્રહ્માના હાથ નીચે તૈયાર થયેલા આ સાતેય જણ દ્વીજના નામે ઓળખાયા. દ્વીજ એટલે એક જ જીવનકાળમાં બે વાર જન્મ લેનાર! સોમરસથી એમને લાંબા આયુષ્યની સાથેસાથે તીવ્ર બુદ્ધિપ્રતિભા પણ પ્રાપ્ત થયેલી. ભગવાન બ્રહ્માના માર્ગદર્શન હેઠળ એમણે બીજાં અનેક સંશોધનો કર્યાં. પ્રાચીન કાળમાં લોકોએ એમને ઋષિની પદવી આપી અને એ સાત ઋષિઓનું જૂથ સપ્તર્ષિ તરીકે ઓળખાયું.'

શિવ તલ્લીન થઈને સાંભળી રહ્યો. સહેજ અટકીને દક્ષે આગળ ચલાવ્યું. 'આ ઋષિઓના ચારિત્ર્યનું સહેજ પણ ખંડન ન થાય એ માટે બ્રહ્માએ બહુ કડક નિયમો ઘડેલા. અલૌકિક પ્રતિભા ધરાવતા આ ઋષિઓને લોકો પર શાસન કરવાની, વેપાર કરવાની, ટૂંકમાં અંગત સ્વાર્થ સધાય એવી કોઈ પ્રવૃત્તિ કરવાની છૂટ નહોતી. એમણે એમનું સમગ્ર જીવન અને આવડત સમાજને સમર્પિત કરી દેવાનાં હતાં. ધર્મોપદેશક, શિક્ષક, વૈદ જેવી ભૂમિકામાં રહીને એમણે લોકોની મદદ કરવી અને બદલામાં કંઈ અપેક્ષા રાખવી નહીં એવો આદેશ બ્રહ્માએ આપેલો. સામે પક્ષે ઋષિઓના જીવનનિર્વાહની જવાબદારી સામાન્ય લોકોએ પોતાના માથે લઈ લીધી.'

વાત સાંભળી રહેલા શિવની નજર બારીની બહાર ગઈ અને અચાનક એને યાદ આવ્યું કે સતીએ કદાચ બાગમાં આવીને નૃત્યસાધના શરૂ કરી હશે. દક્ષે બોલવાનું ચાલુ રાખ્યું. 'સાત ઋષિઓને માથે જોકે દિનબદિન જવાબદારીઓનો ભાર એટલો વધતો ગયો કે એમણે એમની વિદ્યા, યોગ્ય વ્યક્તિઓને શીખવવાનો નિર્ણય લીધો. સપ્તર્ષિના શિષ્યો પણ લોકહિતના કામમાં જોડાઈ ગયા. સમયની સાથેસાથે એમની સંખ્યામાં પણ વધારો થયો. લોકોમાં એ બ્રહ્મકુળનાં સંતાનો એટલે કે બ્રાહ્મણ તરીકે ઓળખાતાં થયાં.

'બ્રાહ્મણો હજી પણ બ્રહ્માના આદેશ પ્રમાણે ચાલે છે?' શિવે પૂછ્યું.

દક્ષે થોડા નિરાશભાવે માથું ધુણાવ્યું. બ્રાહ્મણો પણ આખરે માણસ હતા અને માણસ ક્યાં સુધી એની સામે આવતા પ્રલોભનોને ટાળી શકે. 'ના પ્રભુ, ધીમેધીમે અમુક બ્રાહ્મણોને સત્તાની સાથે સંપત્તિનો નાદ લાગવા માંડ્યો. ઘણાં તો પોતાની શક્તિના જોરે રાજસિંહાસન પર જઈ બેઠા.'

'અને હદ તો ત્યારે આવી ગઈ જ્યારે થોડા બ્રાહ્મણોએ સપ્તર્ષિ ઉત્તરાધિકારી સામે પણ બળવો પોકાર્યો. 'કનખલાથી વચ્ચે બોલાઈ ગયું અને પછી શિવની આંખોમાં આવી ગયેલો પ્રશ્નાર્થભાવ જોઈને એણે સ્પષ્ટતા કરી, 'સપ્તર્ષિઓમાંથી

કોઈને પણ લાગે કે પૃથ્વી પર એનો જીવનકાળ સમાપ્ત થવાની તૈયારી છે ત્યારે એ પોતાના વારસદાર એટલે કે ઉત્તરાધિકારીની નિમણૂક કરી દેતા અને લોકો પણ એ નવા ઋષિને, સપ્તર્ષિનું જ રૂપ ગણીને આદર આપતા. આ ઉત્તરાધિકારીની સામે બળવો પોકારવો એટલે મૂળ સપ્તર્ષિઓના આધિપત્યને નકારવું એમ જ કહી શકાય અને વધુ ચિંતાની વાત તો એ હતી કે બ્રાહ્મણોમાં પણ ગરુડ, મયુર, હંસ જેવા ચિહ્‌ન ધરાવતા ઉચ્ચ કોટિના જૂથમાંથી આ બળવાની શરૂઆત થયેલી.'

'પણ તમે હજી ક્ષત્રિયોની સાથે કામ કરો છો, તોયે સપ્તર્ષિના આદર્શને વળગી રહ્યા છો.' શિવે કનખલાના બાજુબંધ પરની કબૂતરની સંજ્ઞા તરફ નજર નાખતાં કહ્યું.

'હા, પ્રભુ!' કનખલાના અવાજમાં ગર્વની આછી છાંટ આવી ગઈ.

દિવસના ત્રીજા પ્રહરની શરૂઆત થઈ હોવાની સૂચના આપતો ઘંટનાદ બહારથી સંભળાયો. પ્રથા અનુસાર ત્યાં હાજર દરેક જણે ટૂંકી પ્રાર્થના દ્વારા નવા પ્રહરનું સ્વાગત કર્યું. શિવના મનમાં ફરી સતીના વિચાર રમી ગયા.

દક્ષના ચહેરા પર નજર ઠેરવતાં શિવે પૂછ્યું, 'તમે હમણાં કહ્યું કે પ્રાચીનકાળમાં માત્ર બ્રાહ્મણોને સોમરસ અપાતો હતો, પણ અત્યારના મેલુહાને જોઈને લાગે છે કે હવે ક્ષત્રિય, વૈશ્ય અને શૂદ્ર વર્ણને પણ સોમરસ પીવાની છૂટ મળી છે.'

'હા પ્રભુ, રાજા રામના શાસનકાળ દરમિયાન ક્રાંતિકારી ગણાય એવા અનેક ફેરફારો મેલુહામાં થયા, પણ એની વાત કરતાં પહેલાં ભોજન માટે જઈએ ?' દક્ષે કહ્યું.

શિવની ભૂખતરસ અત્યારે જોકે એની આંખો પૂરતી સીમિત હતી. એ હવે સતીને જોવા ઉતાવળો થયેલો. મહત્ત્વના કામનું બહાનું રજૂ કરીને એણે ત્યાંથી નીકળવાની રજા માંગી. બીજે દિવસે ફરીથી મળવાનું નક્કી કરીને એણે દક્ષની વિદાય લીધી.

શિવના ગયા બાદ નીલકંઠને કેટલું મહત્ત્વ આપવું જોઈએ એ મુદ્દે ફરી એક વાર કનખલા અને પર્વતેશ્વર લડી પડ્યા અને દક્ષે વચ્ચે પડીને સમાધાન કરાવવું પડ્યું. જોકે શિવ માટેનો આદર એમના ચહેરા પર સાફસાફ વંચાતો હતો.

પ્રકરણ-૬

વિકર્મ – કમભાગ્યના વાહક

નંદીને બગીચાની બહાર ઊભો રાખીને શિવ આતુરભાવે સતીને મળવા ગયો, પણ ત્યાં આજે કોઈ નહોતું. ઘણો સમય રાહ જોયા પછી ખાતરી થઈ ગઈ કે સતીનાં દર્શન નહીં થાય અને હતાશ થયેલો શિવ પાછો ફર્યો. નંદીએ શિવની નિરાશાનું કારણ જાણવાનો પ્રયાસ કર્યો, પણ એમાં નિષ્ફળતા મળી ત્યારે એણે પેટ પર હાથ ફેરવતાં કહ્યું, 'જમવા જઈએ?'

'હા, પણ આજે રજતવિહાર તરફ જઈએ.' શિવે સૂચન કર્યું. આ બહાને શહેરના બીજા વિસ્તારોમાં ફરીને એ સતીને શોધવા માટે ઇચ્છુક હતો.

નંદી રાજી થઈ ગયો. રાજવી અતિથિગૃહમાં બ્રાહ્મણોને પીરસાય એવું સાત્ત્વિક ભોજન જમીજમીને એ કંટાળી ગયેલો. મરીમસાલાથી ભરપૂર વાનગીઓનો સ્વાદ ચાખવા માટે ક્ષત્રિયો રહેતા હતા એ રજત વિસ્તારમાં જવા માટે નંદી ઝટ તૈયાર થઈ ગયો.

— —

'શું વાત છે?' કોઈ મહત્ત્વની ચર્ચા માટે મળવું છે એવી પર્વતેશ્વરની વિનંતી સ્વીકારીને દરબારમાં આવેલા દક્ષે પૂછ્યું.

'મહારાજ, ક્ષમા કરજો પણ શ્રીનગરથી રાજ્યપાલ ચીનારધ્વજ આપણે

ત્યાં પધાર્યા છે. એમણે ગઈ કાલે બગીચામાં શિવને નાચતા જોયા.' સેનાપતિએ ફરિયાદના સૂરે કહ્યું.

'તો શું થઈ ગયું? નૃત્ય કરવાથી દેવગિરિના કોઈ કાયદાનો ભંગ થાય છે?'

'ના મહારાજ, પણ ત્યાં સતી હાજર હતાં.' પર્વતેશ્વરની વાતમાં હવે દક્ષને રસ પડ્યો. 'પછી શું થયું, સતીએ કોઈ ગેરવર્તણૂક કરી?' એમણે પૂછ્યું.

'જી ના. શિવ વધુ પરિચય કેળવવાનો પ્રયાસ કરે એ પહેલાં સતી તો ત્યાંથી નીકળી ગયાં, પણ પછી શિવના મોઢામાંથી નીકળેલા શબ્દો ચીનારધ્વજે સાંભળી લીધા.'

'શું?'

'એ લોકો માનસરોવરને સાક્ષાત્ ભગવાનના રૂપમાં પૂજે છે. એને યાદ કરીને શિવે પ્રાર્થના કરી કે એક વાર સતી મળી જાય તો પછી એ જિંદગીમાં બીજી કોઈ વસ્તુ મેળવવાની ઇચ્છા નહીં રાખે.'

પર્વતેશ્વરે ધારેલું કે આ સાંભળીને દક્ષ ગુસ્સે થઈ જશે, પણ થયું સાવ ઊલટું. હસતા ચહેરે દક્ષ પૂછી બેઠા, 'ખરેખર, નીલકંઠ મારી પુત્રીના પ્રેગમાં પડી ગયા છે?'

'મહારાજ, માફ કરજો પણ તમેય આપણા કાયદા ભૂલી ગયા? સહુ જાણે છે કે સતીને લગ્ન કરવાની અનુમતિ નથી.' પર્વતેશ્વરે ખુદની નારાજી પર માંડ માંડ કાબૂ રાખતાં કહ્યું.

દક્ષે માથું ધુણાવ્યું. 'નીલકંઠ જો સતી સાથે લગ્ન કરવા ઇચ્છતા હોય તો દુનિયાનો કોઈ કાયદો એમને રોકી નહીં શકે.'

પર્વતેશ્વર સામી દલીલ કરવા ગયો, પણ હવે એને અટકાવવા માટે દક્ષે લાગણીનું હથિયાર ઉગામ્યું. 'સેનાપતિ, તમે નથી ઇચ્છતા કે સતી સુખી થાય? અને તમે કેમ ભૂલી ગયા કે એ તમારી દીકરી જેવી છે? એનું તો બીજું નામ જ પાર્વતી છે. પાર્વતી, પર્વતની પુત્રી!'

પર્વતેશ્વરે અવઢવ અનુભવી. પાર્વતી ઉર્ફે સતીને એ સગી દીકરીની જેમ ચાહતા હતા એમાં કોઈ શંકા નહોતી, પરંતુ બીજી તરફ એને મન કાયદો સર્વોપરી હતો. સમ્રાટની સામે એણે વધુ દલીલ ન કરી, પરંતુ કાયદાના રક્ષક પોતે કાયદાનો ભંગ કરે એ વાત પર્વતેશ્વરના મનમાં ડંખ છોડી ગઈ.

રજતવિહારમાં એક જગ્યાએ પોતાના અશ્વોને બાંધીને શિવ અને નંદી પગપાળા બજારમાં ફરવા નીકળ્યા. ક્યાંક રંધાઈ રહેલા માંસની સોડમ એમને એ દિશામાં ખેંચી ગઈ.

ત્યાં બેઠા બેઠા મસાલેદાર, માંસાહારી વાનગીઓ આરોગી રહેલા લોકોને જોઈને નંદી અધીરો થઈ ગયો, પણ એ જગ્યાના માલિક લાગતા માણસે શિવને અટકાવ્યો. શિવે ગળામાં પહેરેલી માળા તરફ ઇશારો કરતાં એ બોલ્યો, 'બંધુ, તમને તો ખબર જ છે કે આપણે બંને ધાર્મિક પ્રતિજ્ઞાથી બંધાયેલા છીએ. માંસાહારી ભોજન ખાવું કે પીરસવું આપણા માટે વર્જ્ય છે.'

નિરાશ થઈને ત્યાંથી નીકળેલા નંદીએ એવી કોઈ જગ્યાની શોધી આદરી જ્યાં આવા નિયમોનું નડતર ન હોય. એની સાથે ચાલી રહેલા શિવને જોકે આ નવું સ્થળ, નવા લોકો અને એમની રીતભાત જોવામાં વધુ રસ હતો. બજારમાં ભીડ હતી, પણ ઘોંઘાટ નહોતો. વેપારી હોય કે ગ્રાહક દરેક જણ શાંતિપૂર્વક ધીમે સાદે પોતપોતાનું કામ કરતા હતા. 'અમારે ત્યાં તો ઘાંટાઘાંટ કરી ન શકે એવા દુકાનદારે ભૂખ્યા મરવાનો વારો આવે.' આવો વિચાર કરી રહેલા શિવના કાને દૂરથી કોઈએ પાડેલી બૂમ સંભળાઈ, 'આઘા ખસો, વિકર્માઓ માટે રસ્તો આપો!'

આડાઅવળા ફરી રહેલા લોકો ઝટ દઈને રસ્તાની એક તરફ ખસી ગયા. બજારમાં થઈ રહેલો થોડોઘણો અવાજ પણ શાંત પડી ગયો. ખાલી થઈ ગયેલા માર્ગ પરથી સ્ત્રીઓનું એક નાનું ટોળું પસાર થયું. પગથી માથા સુધી ભૂરા રંગના અંગવસ્ત્રમ્‌માં ઢંકાયેલી દરેક સ્ત્રીના હાથમાં પૂજાની થાળી હતી. નીચી નજરે કંઈ બોલ્યા વિના એ સ્ત્રીઓ બજારનો રસ્તો પાર કરી ગઈ અને લોકો પાછા પોતપોતાના કામમાં વ્યસ્ત થઈ ગયા.

'વિકર્મ એટલે શું?' શિવે પગ ઉપાડતાં પૂછ્યું.

'ગયા જન્મમાં જેમણે બહુ પાપ કર્યાં હોય એમને નવા જન્મમાં વિકર્મ તરીકે જનમવાની સજા મળે છે. જૂનાં પાપ ધોવા માટે એમણે બહુ કડક પ્રાયશ્ચિત્ત કરવું પડે છે. સ્ત્રી અને પુરુષ માટે જુદા જુદા નિયમો હોય છે. ઉદાહરણ તરીકે વિકર્મા એટલે કે વિકર્મ સ્ત્રીઓએ દર મહિને અગ્નિદેવતાના મંદિરમાં જઈને શરીર અને મનની શુદ્ધિ માટે પૂજા કરવી પડે. પુરુષો માટે બીજી વિધિ છે. જોકે એક જીવનસાથી ગુમાવ્યા બાદ બીજાં લગ્ન નહીં કરવાનો નિયમ વિકર્મ સ્ત્રી અને પુરુષ બંનેને લાગુ પડે છે. માત્ર નજીકની વ્યક્તિ હોય એવી જ વ્યક્તિ વિકર્મને સ્પર્શી શકે.' નંદીએ માહિતી આપી અને પછી ઉમેર્યું, 'તમારે વધુ

જાણકારી મેળવવી હોય તો અગ્નિદેવના મંદિરે જઈને પૂજારીને પૂછી જોઈએ.'

'ના, ના.' શિવે હાથ હલાવ્યો. 'એ તો કદાચ અઘરી અઘરી વાતો કરીને મને વધુ ગૂંચવી નાખશે, પણ એક વાત કહો વિકર્મએ ગયા જનમમાં પાપ કર્યાં હશે એ કોણ, કઈ રીતે નક્કી કરે?'

'એ તો આ જનમમાં એમની દુર્દશા જોઈને જ ખ્યાલ આવી જાય. દાખલા તરીકે કોઈ પુરુષ પર પક્ષઘાતનો હુમલો થાય કે કોઈ સ્ત્રી મૃત બાળકને જન્મ આપે તો સમજી જવાનું કે પૂર્વજન્મનાં પાપ નડે છે. બાકી કારણ વિના કુદરત કોઈને આવી શિક્ષા ન આપે.'

'પણ આની પાછળ તો કોઈ બીમારી પણ જવાબદાર હોઈ શકે. અરે, ગર્ભવતી સ્ત્રી બેદરકાર રહે કે પ્રસૂતિ વખતે સૂયાણી કોઈ ભૂલ કરી બેસે તો પણ બાળક મરી જાય. આના માટે પૂર્વજન્મનાં પાપને જવાબદાર ઠેરવવાં એ તો મૂર્ખાઈ ગણાય.'

શિવની વાત સાંભળીને નંદીને આઘાત લાગ્યો. મેલુહાના કાયદા-કાનૂનમાં એની શ્રદ્ધા અતૂટ હતી. હવે એ જેને દેવ માનતો હતો એ શિવ આ કાયદા સમજવા-સ્વીકારવાની ના પાડી દે એ વાત નંદી માટે ભારે દુઃખદાયક હતી. મન મારીને એ ચૂપ રહ્યો, પણ શિવે એના ચહેરાના ભાવ વાંચી લીધા.

'નંદી, આ તો મને જે લાગ્યું એ કહી દીધું, પણ અહીં વર્ષોથી જે પ્રથા ચાલી આવી છે એની પાછળ કોઈક તો કારણ હશે. પહેલી નજરે ભલે અહીંના સમાજમાં થોડી વિચિત્રતાઓ દેખાય, પણ તમારા જેવા પ્રામાણિક સભ્ય માણસો મેં બીજે ભાગ્યે જ ક્યાંય જોયા છે.'

નંદીનો મૂરઝાયેલો ચહેરો પાછો ખીલી ઊઠ્યો. એણે વધુ ઉત્સાહ સાથે ભોજનાલયની શોધ આદરી શિવને ત્યારે ખબર નહોતી કે એની આંખો જેને જોવા માટે તલસતી હતી એ સતી આ વિકર્મ નારીઓના વૃંદમાં સામેલ હતી.

બીજા દિવસની સવારે શિવ અને નંદી પાછા રાજદરબારમાં હાજર થયા અને દક્ષએ આગલે દિવસે અધૂરી રહેલી વાત આગળ ચલાવી. 'બ્રહ્માએ ઘડેલા નિયમો ભૂલીને કાળો કેર વર્તાવી રહેલા અશુદ્ધ બ્રાહ્મણોને રાજા રામે પરાજિત તો કર્યા, પણ રામ સમજતા હતા કે મૂઠીભર બ્રાહ્મણોને સજા કરવાથી સમસ્યા હલ નહોતી થવાની.'

'સમસ્યા શું હતી?' શિવે પૂછ્યું.

'શ્રીરામે જોયું કે બ્રાહ્મણકુળમાં જન્મેલા ઘણાં લોકોને બ્રાહ્મણ તરીકે જીવવામાં રસ નહોતો. કોઈને ક્ષત્રિયની જેમ રાજ કરવું હતું તો કોઈને વૈશ્ય બનીને વેપારધંધામાં સંપત્તિ મેળવવી હતી. એક તરફ આવી ઇચ્છાઓ જોર કરતી હતી તો બીજી તરફ સમાજે ઘડેલા નિયમો એમને રોકતા હતા. આ બે વચ્ચેનો સંઘર્ષ બ્રાહ્મણોને જ નહીં, આખા સમાજને નુકસાન કરતો હતો.'

'પણ બ્રહ્માના નિયમ પ્રમાણે વ્યક્તિ જન્મ નહીં, પણ કર્મથી બ્રાહ્મણ બને છે.' શિવે આગલા દિવસે થયેલી વાતને યાદ કરતાં કહ્યું.

દક્ષે કપાળ પર હાથ ફેરવ્યો. 'તમારી વાત સાચી પણ સમયની સાથે સાથે બ્રહ્માએ ઘડેલા નિયમો નબળા પડતા ગયા. કર્મની તુલનાએ જન્મનું મહત્ત્વ વધી ગયું. બ્રાહ્મણકુળમાં જન્મેલા બાળકને શિક્ષણ સહિત બધી સવલતો મળે અને ખુદને બ્રાહ્મણ સાબિત કરવામાં એને કોઈ વાંધો ન આવે.'

'પણ બીજી તરફ કોઈ બાળક ગમે તેટલું તેજસ્વી હોય તોયે શૂન્ય મા-બાપને ત્યાં જન્મ્યું હોય તો જીવનભર એણે શૂદ્ર રહીને શૂદ્રને લાયક કામ જ કરવાં પડે.' શિવે આગળની ધારણા બાંધી લીધી.

'હા, શિવ!' ત્યાં હાજર પર્વતેશ્વરે પહેલી વાર મોઢું ખોલ્યું. એણે હજી સુધી એકેય વાર શિવને દેવ કે પ્રભુ તરીકે સંબોધન નહોતું કર્યું, પણ એના અવાજમાં ઉચ્ચ કુળને છાજે એવી નમ્રતા જરૂર હતી. 'શ્રીરામને લાગતું હતું કે ગુણ નહીં પણ માત્ર જન્મના આધારે જ્યાં વ્યક્તિનું સ્થાન અને કાર્ય નક્કી થતા હોય એ સમાજ કે સંસ્કૃતિ લાંબો સમય ટકી ન શકે અને એટલે એમણે એક નવી વ્યવસ્થા ઘડી કાઢી અને એના આધારે જ મેલુહા આજે પણ વિશ્વની સહુથી મહાન અને શક્તિશાળી સંસ્કૃતિના રૂપમાં ઊભું છે.'

'કેવી વ્યવસ્થા?' શબ્દે શબ્દે શિવનું કુતૂહલ વધી રહ્યું હતું.

ગર્વની આછી છાંટ સાથે પર્વતેશ્વરે મેલુહામાં ભગવાન રામના સમયથી ચાલી આવેલી પ્રથાનું વિગતવાર વર્ણન કર્યું. 'મેલુહામાં જન્મેલું દરેક બાળક એના માતાપિતા નહીં, પણ રાજ્યનું સંતાન ગણાય છે. નર્મદા નદીથી ડાબી દિશામાં રાજા રામના સમયમાં 'મૈક' તરીકે ઓળખાતા શહેરની રચના થઈ. મેલુહાની દરેક ગર્ભવતી સ્ત્રી એની પ્રસૂતિનો સમય આવે ત્યારે મૈકમાં રહેવા જતી રહે છે. રાજવી પરિવારને બાદ કરતાં એ શહેરમાં કોઈ પુરુષને પગ મૂકવાની મંજૂરી નથી. માતા અને બાળકના સ્વાસ્થ્યને જરા સરખી પણ તકલીફ ન થાય એ જોવાની જવાબદારી મૈકમાં નિયુક્ત થયેલી સ્ત્રી કર્મચારીઓ નિભાવે છે. પ્રસૂતિના થોડા સમય બાદ સ્ત્રી મેલુહામાં પોતાને ઘેર પાછી ફરે.'

'અને એનું બાળક?' શિવે પૂછ્યું.

'એને ઉછેરવાની જવાબદારી રાજ્યના શિરે છે. બાળક સહેજ મોટું થાય એટલે એને મૈકની બાજુમાં બનાવેલા મેલુહા ગુરુકુળમાં દાખલ કરાય છે. કોઈ જાતના ભેદભાવ વિના અહીં દરેક વિદ્યાર્થીને સમાન શિક્ષણ અપાય છે. કોણ કોનું બાળક છે એની જાણ માત્ર રાજ્યવ્યવસ્થામાં બહુ ઉચ્ચ કક્ષાએ બેઠેલા થોડાક જણને હોય છે. કિશોરાવસ્થાએ પહોંચેલા પ્રત્યેક વિદ્યાર્થીને સોમરસ અપાય છે. છોકરો કે છોકરી પંદર વરસ પૂરાં કરે ત્યારે ગુરુકુળમાં આચાર્ય એમની પરીક્ષા લે અને પરિણામના આધારે વ્યક્તિનું વર્ણ નક્કી થાય અને ત્યાર બાદ વધુ એક વરસ એમણે પોતપોતાના વર્ણ માટે નક્કી થયેલી તાલીમ લેવી પડે છે. છેવટે સમાજમાં એ પાછા ફરે ત્યારે લોકો જોતાની સાથે એમનું વર્ણ ઓળખી જાય એ માટે બ્રાહ્મણો શ્વેત અંગવસ્ત્રમ્ કે કમરબંધ પહેરે છે. ક્ષત્રિય લાલ, વૈશ્ય લીલો અને શૂદ્ર કાળો રંગ ધારણ કરે છે. રંગ એટલે વર્ણ! એટલે આ પ્રથા વર્ણવ્યવસ્થા તરીકે ઓળખાતી થઈ ગઈ.'

'પછી એ પોતાનાં મા-બાપને ઓળખી કે મળી શકે?' શિવે પૂછ્યું.

'ના. મેલુહામાં જે યુગલને બાળક જોઈતું હોય એ પહેલેથી અરજી કરી રાખે છે. મૈકમાં ભણીગણીને તૈયાર થઈ ગયેલાં બાળકોમાંથી કોઈ પણ એક એમને મળી શકે. હા, એટલું ધ્યાન રખાય કે બ્રાહ્મણ તરીકેની કસોટીમાંથી પાર ઉતરેલો છોકરો કે છોકરી બ્રાહ્મણ યુગલને કે વૈશ્યના ગુણ ધરાવનાર બાળક વૈશ્યને જ મળે. બાકી સ્ત્રીએ જેને જન્મ આપ્યો હોય એ જ બાળક એને પાછું મળશે એવી ખાતરી નથી હોતી. જે બાળક મળે એને જ પોતાના સંતાન તરીકે ઉછેરવાની જવાબદારી માબાપ સ્વીકારે છે.' પર્વતેશ્વરનો જવાબ શિવને આશ્ચર્યમાં નાખી ગયો. આ એવો સમાજ હતો જ્યાં વ્યક્તિ કયા કુળમાં જન્મી છે એ મહત્ત્વનું નહોતું. પોતાની લાયકાત પૂરવાર કરવા માટે સહુને સમાન તક મળતી હતી, પણ બીજી તરફ એ સ્ત્રીનું શું જેણે બાળકને જનમતાવેંત ત્યાગી દેવાની ફરજ પડતી હતી?

શિવની આ પૃચ્છાના જવાબમાં પર્વતેશ્વરે ખભા ઉછાળ્યા. 'આખા સમાજની ભલાઈ થતી હોય ત્યારે વ્યક્તિએ નાનામોટા અંગત ત્યાગ માટે તૈયાર રહેવું પડે અને દરેક સ્ત્રીને એની લાયકાત પ્રમાણેનું બાળક તો મળે જ છે ને! ઊલટું આ વ્યવસ્થા અમલમાં આવી ત્યારથી જન્મે ઉચ્ચ ગણાતા લોકોનું જોર ઘટી ગયું.'

'કોઈએ વિરોધ ન કર્યો?' શિવે પૂછ્યું.

આ સવાલનો જવાબ દક્ષ તરફથી મળ્યો. 'હા, બ્રાહ્મણો જ નહીં, ઘણાં

ક્ષત્રિય અને વૈશ્યોએ પણ આ વાતનો વિરોધ કર્યો. રામ સામે બળવો કર્યો, પણ અંતે એમનો પરાજ્ય થયો. યુદ્ધમાં હારી ગયા બાદ પણ જે જીવતા રહ્યા એ ચંદ્રવંશી તરીકે ઓળખાયા અને એમના વંશજો આજ સુધી અમને હેરાન કરતા આવ્યા છે. સહુથી મોટા દુઃખની વાત તો એ કે રાજા રામની જન્મભૂમિ અયોધ્યામાં આજે ચંદ્રવંશીઓ રાજ કરે છે.'

સૂર્યવંશી અને ચંદ્રવંશી વચ્ચેની સદીઓ જૂની દુશ્મનીનો ઇતિહાસ સાંભળવામાં મગ્ન થઈ ગયેલા શિવને અચાનક ખ્યાલ આવ્યો કે પ્રહર બદલાયો હતો. એની આંખો સામે સતીની છબી તરવરી ઊઠી. વગર કહ્યે એના મનની વાત સમજી ગયા હોય એમ દક્ષ હસીને બોલ્યા, 'આગળની વાત હવે કાલ પર રાખીએ?'

ઢોલકના તાલ પર નૃત્ય કરી રહેલી સતીના પગ શિવને જોતાંની સાથે થંભી ગયા. કંઈ બોલ્યા વિના આંખો નીચી રાખીને એ ઊભી રહી ગઈ, પણ ગુરુજી અને કૃતિકાના ચહેરા ખીલી ઉઠ્યા અને પછી એમણે જ સતીને ફરીથી નૃત્ય શરૂ કરવાનો આગ્રહ કર્યો. સહેજ ખચકાઈને સતીએ નટરાજની મુદ્રા ધારણ કરી.

શિવના ચહેરા પર સ્મિત આવી ગયું. કોણ જાણે કેમ પણ એને લાગ્યું કે સતી આજે શિવ માટે જ નૃત્ય કરવાની હતી અને પછીની ક્ષણોમાં એ પોતે પણ બીજાઓની હાજરી ભૂલીને સતીને જોવામાં ખોવાઈ ગયો.

'સતી, આજે તો તમે કમાલ કરી નાખી!' ઢોલક પર છેલ્લી થાપ મારીને ગુરુજી પ્રશંસાભાવે બોલ્યા.

'તોયે ભૂલ થઈ ગઈ. ખરું ને?' સતીએ કપાળ પર જામી ગયેલો પરસેવો લૂછતાં શિવ સામે જોયું.

'બહુ નાની ભૂલ હતી. બસ, જમણા હાથને સહેજ આ તરફ વાળવાનો હતો.' બોલતાં બોલતાં શિવે અજાણપણે સતીની કોણીને સ્પર્શ કર્યો અને એમાં તો જાણે આભ તૂટી પડ્યું.

ધગધગતા કોલસાનો સ્પર્શ થયો હોય એવા ભાવ સાથે સતી પાછળ હટી ગઈ. ગુરુજીના મોઢામાંથી ચિત્કાર સરી પડ્યો અને કૃતિકાએ પોતાના મોઢા પર હાથ દાબી દીધો.

શિવને લાગ્યું કે પારકી સ્ત્રીને સ્પર્શ કરીને એણે કદાચ સભ્યતાના

નિયમનો ભંગ કરેલો, પણ પોતાની ભૂલ બદલ માફી માંગવા જાય ત્યાં તો ગુરુજીએ મોટે અવાજે ઉચ્ચારેલા શબ્દો એના કાને પડ્યા, 'અરેરે, શિવ, તમે આ શું કરી બેઠા? જલદી પંડિત પાસે જઈને કહો કે તમારું શુદ્ધિકરણ કરે!'

'કેવું શુદ્ધિકરણ? શા માટે?' શિવ મૂંઝાયો.

'શિવ, જલદી જાવ. દિવસ ઢળવા લાગ્યો છે. સાંજ પહેલાં શુદ્ધિકરણની વિધિ નહીં થાય તો...' ભયભીત થઈ ગયેલી સતી એનું વાક્ય પણ પૂરું ન કરી શકી.

'સતી, આપણે હવે જવું જોઈએ.' કૃતિકા બોલી.

'શિવ, તમારા ભલા માટે જ કહીએ છીએ કે અંધારું થતા પહેલાં શુદ્ધિકરણ કરાવી લો. આજીજીના સ્વરે ચેતવણી આપીને ગુરુજીએ પણ ત્યાંથી વિદાય લીધી.

— ⋏◎⊍⍏⊛ —

ઉદ્યાનમાં તો સતીની સામે શિવ કંઈ બોલી ન શક્યો, પણ અતિથિગૃહમાં પાછા ફરીને એણે પોતાના ખંડની ચાર દીવાલોની વચ્ચે ઉકળાટ ઠાલવ્યો. 'કેટલી વાહિયાત વાત છે?' એણે શુદ્ધિકરણ કરાવવાનું તો બાજુએ રહ્યું, આ વિધિ કેવી હોય એ જાણવાનીયે તસ્દી નહોતી લીધી.

જે સતીના સાંનિધ્યમાં મારે આખી જિંદગી વિતાવવી છે. એનો સ્પર્શ મને કેવી રીતે અપવિત્ર કરી શકે? શિવને સમજાતું નહોતું, પણ પછી તરત આવેલો બીજો વિચાર એને વધુ અસ્વસ્થ કરી ગયો. ક્યાંક એવું તો નહોતું ને કે જેના કુળનું ઠેકાણું ન હોય એવા જંગલીનો સ્પર્શ સતી માટે વર્જ્ય હતો? તો તો મારે એને કહી દેવું જોઈએ કે હું નીલકંઠ છું...?

પ્રકરણ-૭

ભગવાન રામનું અધૂરું કાર્ય

શિવના મનમાં કોઈ ગડમથલ ચાલી રહી હતી. એ તો દક્ષને પહેલી જ નજરમાં કળાઈ ગયું. આગલી રાતે સતીના ચહેરા પર પણ એણે ઉદાસીનો ભાવ જોયેલો. જોકે સતીની જેમ જ શિવે પણ દક્ષની પૃચ્છાના જવાબમાં 'કંઈ નહીં' એટલું બોલીને વાત ટાળી દીધી અને દક્ષે પણ વધુ પૂછપરછ કરવાને બદલે આગલે દિવસે અધૂરી રાખેલી વાતનો તંતુ જોડ્યો.

'રાજા રામે સ્થાપેલા આદર્શોના જોરે મેલુહાની ઉત્તરોત્તર પ્રગતિ થતી રહી. છેલ્લાં બારસો વર્ષમાં વિશ્વના સહુથી સમૃદ્ધ અને શક્તિશાળી રાષ્ટ્ર તરીકે મેલુહાનું સ્થાન બીજું કોઈ રાજ્ય નથી લઈ શક્યું. અમારી પ્રજા બધી રીતે સુખી છે, અપરાધનું નામોનિશાન નથી. મેલુહા બધી રીતે સંપૂર્ણ, સર્વગુણસંપન્ન રાજ્ય છે.'

દક્ષે ગર્વભેર કરેલો દાવો સાંભળીને શિવના ચહેરા પર આછું સ્મિત આવી ગયું. 'મહારાજ, ધરતી પર કોઈ વસ્તુ કે વ્યક્તિ સંપૂર્ણ, સર્વગુણ સંપન્ન નથી. હા, એવું લક્ષ્ય જરૂર હોય છે અને મને લાગે છે કે ત્યાં પહોંચવાની સ્પર્ધામાં કદાચ મેલુહા બીજાઓથી આગળ છે.'

શિવની આ ટકોર દક્ષે ખેલદિલીપૂર્વક સ્વીકારી લીધી, પણ પર્વતેશ્વરના ભવાં તણાયાં. 'તમને મેલુહામાં કઈ ચીજની ખોટ વર્તાઈ છે?'

'પહેલી નજરે તો કોઈ ખોડ કે ખોટ નથી. પણ તમે ખાતરીપૂર્વક કહી શકો કે રામરાજ્ય અને આજના મેલુહા વચ્ચે કોઈ ફરક નથી?' શિવે સામે સવાલ કર્યો.

ખંડમાં થોડી વાર માટે મૌન પથરાઈ ગયું. શિવે એના મનમાં શરૂઆતથી રમી રહેલા પ્રશ્નોને વાચા આપવાની તક ઝડપી લીધી. 'મહારાજ, તમો અને તમારી પ્રજા બધી રીતે સુખી હો તો પછી તમને ભવિષ્યની ચિંતા શું કામ સતાવે છે? મેલુહા જેવા શક્તિશાળી રાષ્ટ્રને નીલકંઠની જરૂર શું કામ પડી છે?'

દક્ષને લાગ્યું કે હવે કંઈ છુપાવ્યા વિના શિવની સામે વાસ્તવિક ચિત્ર રજૂ કરી દેવાનો સમય આવી ગયો હતો. નાનો ખોંખારો ખાઈને એમણે શરૂઆત કરી. 'નીલકંઠની જરૂર પડી છે, કારણ કે અમે એકલા હાથે જેનો સામનો ન કરી શકીએ એવો પડકાર આજે અમારી સામે આવીને ઊભો છે. અમારી પ્રગતિ ચંદ્રવંશીઓ માટે ઈર્ષ્યાનો વિષય બની ગઈ છે. મહેનત કરીને ઉપર આવવાને બદલે એ લડી-ઝઘડીને અમને નીચે પાડવા મથે છે.'

'મહારાજ, તમારી વાત મને સમજાય છે. અમે પણ આ પરિસ્થિતિમાંથી પસાર થઈ ચૂક્યા છીએ, પરંતુ હવે લાગે છે કે યુદ્ધ કરવાને બદલે અમે લોકોએ પરસ્પર શાંતિસુલેહથી કામ લીધું હોત તો વધુ સારું થાત. તમે પણ આવું ન કરી શકો?' શિવે નિખાલસભાવે પૂછી લીધું.

'અમે ક્યારેય સામેથી યુદ્ધની શરૂઆત નથી કરી, પણ ચંદ્રવંશીઓ તકરાર કરવાની એકેય તક છોડતા નથી. હવે એમની નજર સોમરસ પર છે.' દક્ષની આ વાત સાંભળીને શિવને થોડી નવાઈ લાગી. 'કેમ, એ લોકોને સોમરસ બનાવતાં નથી આવડતું?'

'આવડે છે, પણ બહુ નાના પાયે. મૂઠીભર લોકો પી શકે એટલો જ સોમરસ ત્યાં બને છે.'

'અને મેલુહામાં?'

'મંદાર પર્વત પર એક ગુપ્ત સ્થળે સોમરસ ઘટ્ટ સત્ત્વરૂપે બને છે. ત્યાંથી રાજ્યભરમાં ખાસ નિયુક્ત કરાયેલા મંદિરોમાં એ પહોંચે છે. જ્ઞાની અને કુશળ બ્રાહ્મણો આ સત્ત્વને સરસ્વતી નદીના જળમાં ભેળવીને લોકોને આપે છે.'

'સરસ્વતીના જળમાં?' શિવે પૂછ્યું.

'હા, કારણ તો અમેય નથી જાણતા, પરંતુ સોમરસ બનાવવામાં બીજી કોઈ નદીનું પાણી કામમાં નથી આવતું. આ જાણી લેનારા ચંદ્રવંશીઓ એક સમયે તો સરસ્વતી નદીનો નાશ કરવાની હદે પહોંચી ગયેલા.' દક્ષે નિસાસો નાખ્યો.

શિવ ચોંકી ગયો. 'નદીનો કઈ રીતે નાશ થઈ શકે?'

'થઈ શકે.' દક્ષે શિવને ભૌગોલિક કારણો આપીને સમજાવ્યું. 'ઉત્તરમાં સતલજ અને યમુનાનો સંગમ થાય છે ત્યાં સરસ્વતીનું ઉદ્ગમસ્થાન છે. વર્ષો પહેલાં ચંદ્રવંશીઓએ યમુનાનું વહેણ એ રીતે વાળી દીધું કે એ નદી દક્ષિણને બદલે પૂર્વમાં ગંગાની દિશામાં વહેવા લાગી.

શિવની આંખો પહોળી થઈ ગઈ. કાળા માથાનો માનવી આવું પરાક્રમ કરી શકે એ વાત એની કલ્પનાની બહાર હતી. 'હું તો અત્યાર સુધી માનતો હતો કે આવા મોટા ફેરફાર કુદરત જ કરી શકે.'

'ચંદ્રવંશીઓએ પણ એવું જ બહાનું કાઢ્યું કે ધરતીકંપ જેવી કોઈ ઘટનાને પરિણામે યમુનાએ વહેણ બદલ્યું હતું, પણ અમે આ માનવા તૈયાર નહોતા. સમ્રાટ દક્ષના પિતા બ્રહ્મનાયકની આગેવાની હેઠળ અમે ચંદ્રવંશીઓના રાજ્ય સ્વદીપ પર આક્રમણ કર્યું. ઘોર યુદ્ધમાં એમનો પરાજ્ય થયો અને અમે ધાર્યું હોત તો સ્વદીપને ખેદાનમેદાન કરીને ત્યાંના લોકોને અમારા ગુલામ બનાવી શક્યા હોત. પણ અમારા સમ્રાટ બ્રહ્મનાયક જેટલા પ્રતાપી હતા એટલા જ ઉદાર હતા. શરણે આવેલા ચંદ્રવંશીઓને એમણે માત્ર યમુના નદીનું વહેણ પાછું મૂળ દિશામાં વાળવાની ફરજ પાડી.' પર્વતેશ્વરે જૂના દિવસોમાં થયેલા યુદ્ધનો અહેવાલ આપ્યો.

અહીંથી વાતનો દોર દક્ષે પોતાના હાથમાં લીધો. 'અમે માની લીધું કે સમસ્યાનો અંત આવી ગયો, પણ છેલ્લાં થોડાં વર્ષોમાં ફરીથી સરસ્વતીનાં પાણી ઓછાં થવાં લાગ્યાં છે. અમને ખાતરી છે કે આની પાછળ ચંદ્રવંશીઓનો જ હાથ હોવો જોઈએ. પેલા યુદ્ધના અંતે બેઉ પક્ષ વચ્ચે એવી સમજૂતી થયેલી કે મેલુહા અને સ્વદીપની વચ્ચે જે મોટું જંગલ છે, એના પર કોઈનો કબજો નહીં ગણાય. અમે ક્યારેય આ કરારનો ભંગ નથી કર્યો, પણ યમુના બહુ પ્રાચીનકાળમાં આ જગ્યાએથી વહેતી હતી અને ચંદ્રવંશીઓએ પાછા એની સાથે ચેડા કર્યા હોય એવી પૂરેપૂરી શક્યતા છે.'

'પણ આવી ધારણા બાંધીને બેસી જવાને બદલે ચંદ્રવંશીઓને સીધેસીધું પૂછી લો ને! એમને કોઈ સમસ્યા હોય તો એનુંયે નિવારણ થઈ જાય.' શિવે સહજભાવે કરેલું સૂચન પર્વતેશ્વરને ગમ્યું નહીં. 'તમને લાગે છે કે અમે કારણ વિના લડવા માટે તૈયાર થયા છીએ?' એણે નારાજગીના ભાવ સાથે પૂછ્યું.

'ના સેનાપતિ, મેં તો મારા અનુભવના આધારે મને ઠીક લાગ્યું એ કહ્યું. શાંતિપૂર્વક સમાધાન થતું હોય તો શું કામ લોહી રેડવું? યુદ્ધમાં ભલે એક પક્ષની જીત થાય, પણ બંને પક્ષે સેંકડો જુવાનો મરે છે. અગણિત ઘરો ઉજ્જડ થઈ જાય છે.' શિવે પોતાની બાજુ રજૂ કરી.

પર્વતેશ્વરને શાંતિ જાળવવાનો ઇશારો કરીને દક્ષ બોલ્યા, 'પ્રભુ, તમારી વાત સાચી કે યુદ્ધમાં અંતે તો બંને પક્ષે નુકસાન છે અને એટલે જ અત્યાર સુધી અમે ધીરજ રાખી છે, પણ હવે ક્યાં સુધી રાખવી? છેલ્લાં પચાસ વરસમાં સરસ્વતીના પાણી એટલી હદે ઘટી ગયા છે કે એ હવે સાગર સુધી પણ નથી પહોંચી શકતી. રાજસ્થાનની દક્ષિણે પહોંચતા સુધીમાં તો એ જમીનમાં જ લુપ્ત થઈ જાય છે. આવું ચાલતું રહ્યું તો બહુ જલદી એવો દિવસ આવી જશે કે સોમરસ બનાવવા માટે અમારી પાસે સરસ્વતીનું પાણી જ નહીં બચ્યું હોય!'

હવે કનખલાએ ચર્ચામાં ઝુકાવ્યું. 'આટલું ઓછું હોય એમ ચંદ્રવંશીઓએ હવે નાગસૈનિકોની મદદથી ગમે ત્યારે ગમે ત્યાં ધસી જઈને અમારા નિર્દોષ લોકો પર હુમલા કરવાની જંગાલિયત આચરી છે. મેલુહાના વીર ક્ષત્રિયો સામે ખુલ્લંખુલ્લા યુદ્ધના મેદાનમાં ઊતરતાં એ ડરે છે એટલે આમ કાયરની જેમ નિઃશસ્ત્ર બ્રાહ્મણો, વૈશ્યો અને શૂદ્રો પર આક્રમણ કરીને એમનાં ઘર, મંદિરો તોડી પાડે છે.'

'આ તો નરી બર્બરતા કહેવાય!' શિવે કબૂલવું પડ્યું. 'આવા લોકોને પાઠ ભણાવવો જ જોઈએ. તમે શું કામ એમના પર ચઢાઈ નથી કરતા?'

દક્ષના ચહેરાનો રંગ સહેજ ઝાંખો પડ્યો. 'મેલુહાના વીર યોદ્ધા તૈયાર છે, પણ રણાંગણમાં વીરતાની સાથેસાથે સંખ્યાબળનું પણ મહત્ત્વ હોય છે અને ત્યાં અમે પાછા પડીએ છીએ. મેલુહાની કુલ વસતી એંશી લાખની છે. એની સામે આઠ કરોડ ચંદ્રવંશીઓ છે અને બીજું કારણ એ કે એ લોકો યુદ્ધના કોઈ નિયમ પાળતા નથી.

'યુદ્ધના નિયમ?' શિવે પહેલી વાર આવું કંઈ સાંભળ્યું.

'હા, ગમે તેટલી દુશ્મનાવટ હોય તોયે યુદ્ધના મેદાનમાં અમુક નિયમો પાળવા જોઈએ. દાખલા તરીકે સામેવાળાના કમરપટ્ટાની નીચે ઘા ન કરાય કે સૈન્યના ઉચ્ચ અધિકારીઓ, દુશ્મનના સામાન્ય સૈનિકો સામે લડવાનું ટાળે, પરંતુ અફસોસની વાત એ છે કે ચંદ્રવંશીઓ આ બધાંય આદર્શને નેવે મૂકીને લડે છે. જીતવા માટે એ ગમે તેટલી નીચી કક્ષાએ જઈ શકે છે.'

પર્વતેશ્વર પોતાની બેઠકમાં સહેજ ટટ્ટાર થયો. 'સાચો સૂર્યવંશી ક્યારેય લડાઈ જીતવા માટે આટલી અધમ કક્ષાએ નહીં જાય અને એ વાતનો મને અફસોસ નહીં પણ ગર્વ છે. જેવા સાથે તેવા થઈને અમે કદાચ લડાઈ જીતી જઈએ તોયે સૂર્યવંશી સંસ્કૃતિ અને આદર્શોની તો એ હાર જ ગણાશે.'

પ્રહર બદલાયાની સૂચના આપતો બહાર ઘંટનાદ થયો. નિયમાનુસાર

ખંડમાં હાજર દરેક જણે ટૂંકી પ્રાર્થના કરી. શિવને સતી યાદ આવી ગઈ, પણ આજે એણે પોતાની લાગણીઓ દાબી દીધી. 'મહારાજ, તમને વાંધો ન હોય તો આજે શરૂ કરેલી વાત પૂરી કરી લઈએ.' શિવના શબ્દો સાંભળીને દક્ષે થોડી નિરાશા અનુભવી. શિવને સતી સાથે કોઈ વાંધો પડ્યો હશે? જોકે આવી કોઈ ચિંતા એણે ચહેરા પર આવવા ન દીધી.

'જેવી તમારી ઇચ્છા, પ્રભુ! આપણે વાત કરતા હતા કે ચંદ્રવંશીઓના ત્રાસમાંથી કઈ રીતે મુક્ત થવું! હવે હું માનું છું કે બધાં ચંદ્રવંશીઓ મૂળ ખરાબ નથી, પણ ત્યાંની જીવનશૈલી અને વર્ષોથી વારસામાં મળતા રહેલા દુર્ગુણો એમને ખરાબ કામો કરવા માટે ઉત્તેજિત કરતા રહે છે. એમનાં મન બદલાય તો પછી યુદ્ધની જરૂર જ ન રહે. સૂર્યવંશી અને ચંદ્રવંશી, બધાં ઝઘડા ભૂલીને ભાઈઓની જેમ રહે એવું સપનું મારા પિતા બ્રહ્મનાયકે જોયેલું અને એમની પહેલાં રાજા રામે પણ આ બંને પ્રજા વચ્ચે ભાઈચારો થાય એવી ઇચ્છા રાખેલી. કમભાગ્યે એમના જીવનકાળ દરમિયાન એમણે હાથ ધરેલું આ એક જ કામ અધૂરું રહી ગયું.'

'અને તમે એ પૂરું કરવા માંગો છો?' શિવે આદરભાવે પૂછ્યું. જોકે આવું મહાકાર્ય દક્ષ કઈ રીતે પાર પાડી શકશે એવી શંકા એની આંખોમાં ડોકાઈ એ દક્ષે જોઈ લીધી. એ આવા જ પ્રશ્નની રાહ જોતા હતા.

'તમારી સહાયથી આ કાર્યમાં જરૂર સફળતા મળશે. ખુદ ભગવાન રામે કહેલું કે ધરતી પર પાપનો ભાર વધી જશે ત્યારે માણસજાતને ઉગારવા માટે સ્વયં નીલકંઠ પ્રગટ થશે. આસુરી પરિબળોનો નાશ કરીને એ સદ્‌ગુણોનું શાસન પુનઃસ્થાપિત કરશે. શ્રીરામે ઉચ્ચારેલી ભવિષ્યવાણી સાચી પડે એની અમે વર્ષોથી રાહ જોતા હતા અને હવે એ પૂરી થઈ. તમે દર્શન આપ્યાં!' દક્ષે બોલતાં-બોલતાં હાથ જોડીને માથું નમાવ્યું.

શિવે થોડી અસ્વસ્થતા અનુભવી. એના જેવા સામાન્ય માણસ પાસે દક્ષ કેટલી મોટી આશા રાખતા હતા? 'મહારાજ, તમે માત્ર મારા ગળાનો રંગ જોઈને હું નીલકંઠ હોવાનું માની બેઠા છો, પણ શક્ય છે કે આ ગેરસમજ હોય અને સાચા નીલકંઠ મેલુહામાં તમારી જ વચ્ચેથી ક્યાંક પ્રગટ થશે.' શિવે ધીમેથી કહ્યું.

'ના પ્રભુ, ભવિષ્યવાણી સ્પષ્ટ છે કે અમારા તારણહાર નીલકંઠ, સપ્તસિંધુની બહારના પ્રદેશથી આવશે અને આવશે ત્યારે શરૂઆતમાં તો કોઈ સામાન્ય વ્યક્તિ જેવા જ લાગતા હશે, પણ સોમરસ પીતાંની સાથે એમના ગળાનો રંગ બદલાઈને નીલવર્ણો થઈ જશે.' દક્ષે દઢતાપૂર્વક જવાબ આપ્યો.

શિવને શ્રીનગરમાં પહેલી રાતે થયેલો અનુભવ અચાનક યાદ આવી ગયો. ત્યાંના વૈદે ઔષધિના નામે આપેલું પ્રવાહી પીતાંની સાથે આખો ગુણસમુદાય બીમાર પડી ગયેલો. શિવ પર બીજી કોઈ પ્રતિકૂળ અસર નહોતી થઈ, પણ એના ગળાનો રંગ એ પ્રવાહી પીધા પછી જ બદલાયો હતો. એ કદાચ સોમરસ હતો અને એટલે જ બીજે દિવસે શિવ સહિત બધાં ગુણોના સ્વાસ્થ્યમાં ચમત્કારિક લાગે એવો સુધારો થયો હતો. ધીમેધીમે શિવના મનમાં પરિસ્થિતિ સ્પષ્ટ થઈ રહી હતી. 'શ્રીનગરમાં પહેલી રાતે તમે અમને સોમરસ આપેલો ?' એણે ગળા પર હાથ ફેરવતાં પૂછ્યું.

'જી પ્રભુ, તમને અને ગુણોને હવે જીવિત રહેશો ત્યાં સુધી કોઈ રોગ નહીં નડે.' આવું કહેતી વખતે દક્ષે અપેક્ષા રાખેલી કે શિવ ખુશ થશે, પણ એને બદલે શિવનો ચહેરો સહેજ તંગ થયો. 'આ બધું અમારી જાણ બહાર થયું. એક બાજુ તમે અમારી મિત્રતા અને સહાયની અપેક્ષા રાખો છો, પણ બીજી તરફ અમને છેક સુધી અંધારામાં રાખ્યા. કૈલાસથી નીકળતી વખતે જ તમારે અમને સચ્ચાઈની જાણ કરી દેવી જોઈતી હતી. સત્ય જાણ્યા બાદ મેલુહા આવવું કે નહીં એનો નિર્ણય અમારે લેવાનો હતો.'

દક્ષ છોભીલા પડી ગયા. નબળા અવાજે એમણે પોતાનો બચાવ કરવાનો અને સોમરસના ફાયદા સમજાવવાનો પ્રયાસ કર્યો, પણ શિવની આંખોમાં સાફ વંચાતું હતું કે દક્ષે કરેલી છેતરપિંડી એને નહોતી ગમી. એ પછી થોડી વાર કોઈ કંઈ બોલ્યું નહીં. છેવટે પર્વતેશ્વરે મૌન તોડ્યું. 'શિવ, અમે જે કર્યું એ ખરેખર અક્ષમ્ય છે. અમે ભલે ગમે તેટલી તકલીફમાં હોઈએ અને નીલકંઠને શોધવા માટે આતુર હોઈએ, પણ ખોટું બોલીને તમને અહીં સુધી લઈ આવવાનો અધિકાર કોઈને નહોતો. સત્યવાદી રામના વંશજ હોવા છતાં અમે આવી અપ્રામાણિકતા આચરી બેઠા. બધાં વતી હું તમારી ક્ષમા માંગું છું.'

અત્યાર સુધી જે સહુથી ગર્વિષ્ઠ લાગતો હતો એ જ સેનાનાયક પર્વતેશ્વર હવે કોઈ દંભ વિના માફી માંગી રહ્યો હતો. એ વાત શિવના દિલને સ્પર્શી ગઈ. એના તંગ ચહેરા પર પાછી ફરેલી સૌમ્યતા જોઈને દક્ષ સહિત ત્યાં હાજર રહેલા સહુએ રાહત અનુભવી. 'તમે અમને માફ કરી દીધા?' દક્ષે આતુરતાભેર પૂછ્યું. પણ એની પાછળ મોટેથી નહીં પુછાયેલો બીજો પ્રશ્ન શિવે સાંભળી લીધો અને જવાબ આપવામાં વાર ન લગાડી.

'ભૂતકાળને ભૂલી જઈએ. તમે જે આદર્શને ખાતર લડવા તૈયાર થયા છો એમાં હું તમને સાથ આપીશ. વિધાતાએ સામે મૂકેલી કસોટીમાંથી હું કેટલી હદે

પાર ઊતરીશ એ નથી જાણતો. આ ઘડીએ તો એટલું જ કહી શકું કે હું મારાથી બનતા બધાં પ્રયત્ન કરીશ. અલબત્ત, આ કાર્યમાં કૈલાસથી આવેલા મારા લોકોએ સાથ આપવો કે નહીં એનો નિર્ણય એ જ લેશે. મારી ઇચ્છા છે કે ગુણોને શ્રીનગરથી દેવગિરિ બોલાવીને બને એટલી જલદીથી વાસ્તવિકતાની જાણ કરી દઈએ.'

'જી પ્રભુ.' દક્ષે ઝટ દઈને વાત સ્વીકારી લીધી, પણ પછી શિવે મૂકેલી બીજી શરત સાંભળીને એના ઉત્સાહમાં થોડી ઓટ આવી.

'મહારાજ, તમે ભલે મને નીલકંઠ માની લીધો હોય, પણ હમણાં આ વાતની જાહેરાત નહીં કરતા.'

'કેમ ?' કનખલાથી પુછાઈ ગયું.

'એક વાર લોકોને આ વાતની જાણ થઈ તો પછી લોકો મને ભગવાન માની બેસશે. મારા દરેક શબ્દ અને કાર્યનું અર્થઘટન સહુ પોતપોતાની રીતે કરવા લાગશે. હજી તો મારે અહીં ઘણું જાણવાનું-સમજવાનું બાકી છે. એ પહેલાં કોઈને વધુ પડતી આશાઓ બંધાવવાનું યોગ્ય નથી. તમે આપેલા સોમરસને કારણે ભલે મારું ગળું નીલવર્ણું થયું હોય, પણ હું તો હજીયે મારી જાતને કૈલાસ-માનસરોવરથી આવેલો એક સીધોસાદો માણસ માનું છું. કોણ જાણે હું મેલુહાને કેટલી સહાય કરી શકીશ ?'

'તમે નીલકંઠ છો. ધારો તો આખા બ્રહ્માંડને બદલી શકો. બસ, તમે આદેશ આપો અમે પાલન કરવા તૈયાર છીએ.' દક્ષના અવાજમાં શિવ પ્રત્યેની સંપૂર્ણ શ્રદ્ધાનો પડઘો હતો.

'તો શરૂઆત સોમરસથી કરીએ. મારે જોવું છે કે દેવો માટેનો આ રસ ક્યાં, કેવી રીતે બને છે ?' શિવે કહ્યું.

'જરૂર. આવતીકાલે જ કનખલા તમને મદાર પર્વત પર લઈ જશે. પરમ દિવસે રાજપરિવારે બ્રહ્માના મંદિરમાં પૂજા માટે જવાનું છે. આપણે ત્યાં મળશું.' દક્ષ માટે ઉત્સાહ દબાવવાનું કઠિન હતું. એની તો બધીયે પૂજા, પ્રાર્થનાઓનો જવાબ આજે જ મળી ગયો હતો.

પ્રકરણ-૮

દેવોનું અમૃત

રાજદરબારમાંથી નીકળીને અતિથિગૃહ તરફ જઈ રહેલા શિવ અને નંદી પોતપોતાના વિચારોમાં ખોવાયેલા હતા 'અજબ છે, અહીંના લોકો!' અચાનક શિવના મોઢામાંથી સરી પડેલા શબ્દો સાંભળીને નંદી ચમક્યો, 'કેમ એવું બોલ્યા ?'

શિવની ચાલ થોડી ધીમી પડી. 'કોઈને લાગે છે કે નીલકંઠના રૂપમાં હું અહીંની બધી સમસ્યાઓને મારી હટાવીશ તો બીજાને મન હું જાણે અસ્પૃશ્ય છું. ભૂલભૂલથી કોઈને અડી જવાયું તોયે અહીં શુદ્ધિકરણની ફરજ પડાય છે.'

'શુદ્ધિકરણ?' નંદી ઊભો રહી ગયો. 'તમને કોઈએ શુદ્ધિકરણ કરવાનું કહ્યું? તમે કોઈ વિકર્મ વ્યક્તિનો સ્પર્શ કરી લીધો?'

શિવના મનમાં ઝબકારો થયો. અત્યાર સુધી એ માનતો રહેલો કે સતીનો સ્પર્શ કરીને એણે જે અસભ્યતા દાખવેલી એની સજારૂપે ગુરુજીએ શુદ્ધિકરણનો આદેશ આપેલો, પણ નંદીનો પ્રતિભાવ જોઈને વાસ્તવિકતા સમજાઈ ગઈ. અહીંના લોકોની નજરે સતી વિકર્મા હતી અને એનો સ્પર્શ કરીને અપવિત્ર થઈ ગયેલી વ્યક્તિ માટે શુદ્ધિકરણ જરૂરી હતું. સતીને ગુસ્સો નહીં પણ ડર હતો કે એનો સ્પર્શ કરનાર શિવ પર મોટી આફત આવી પડશે. અંધારું થાય એ પહેલાં શિવને શુદ્ધિકરણ કરી લેવાની આજીજી કરતી સતીનો ચહેરો એની નજર સામે તરવરી ગયો.

'શિવ, કહો તો ખરા, શું થયું?' ચિંતિત થઈ ગયેલા નંદીએ પૂછ્યું, પણ એને સીધો જવાબ આપવાને બદલે કોઈ કામનું બહાનું બતાવીને શિવે રસ્તો બદલી નાખ્યો.

બપોર વીતી ગઈ. સૂરજે આથમવાની તૈયારી કરી તોયે સતીનાં દર્શન થયાં નહીં. ઉદ્યાનમાં એની રાહ જોઈજોઈને થાકેલો શિવ છેવટે ઊભો થયો. ઢોલકની થાપ કે નુપૂરના ઝંકાર વિના સાવ સૂના લાગતા નૃત્યમંચ પર એણે છેલ્લી વાર આંખ ફેરવી અને ત્યારે એક તરફ પડેલી કોઈ ચીજ તરફ એની નજર ગઈ. નજીક જઈને જોયું તો સતીના હાથમાં એણે બે દિવસ પહેલાં જોયેલું કંકણ ત્યાં પડ્યું હતું. ઝૂકીને એનો સ્પર્શ કરતાંની સાથે શિવે ત્યાં સતીની અદૃશ્ય હાજરીનો અનુભવ કર્યો. કોણ જાણે કેમ પણ એને લાગ્યું કે આ અલંકાર સતીના હાથમાંથી અકસ્માતે નહોતું સરી પડ્યું. શિવની લાગણીનો પડઘો પાડતી હોય એમ સતી આ કંકણ એના માટે જ મૂકીને ગયેલી. પળભરમાં બધીયે દ્વિધા ઓગળી ગઈ. આ નાજુક અલંકાર ધારણ કરનારા હાથને મેળવવા માટે શિવ હવે મેલુહા જ નહીં, આખી દુનિયાનો સામનો કરવા માટે સજ્જ થઈ ગયો.

વહેલી સવારે દેવગિરિથી નીકળેલો કાફલો મંદાર પર્વતની તળેટીમાં પહોંચ્યો ત્યાં સુધીમાં સાંજ પડી ગયેલી. રસ્તો લાંબો હતો, પણ કેવો હતો અને કઈ દિશામાં ક્યાં વળાંક લેતો હતો એની જાણ શિવ કે નંદીને નહોતી થઈ. એ જે રથમાં સવાર હતા એની ચારે તરફ પડદા ઢાળેલા હતા. કનખલાના કહેવા પ્રમાણે એમના રક્ષણ માટે આવી સાવધાની રાખવી જરૂરી હતી, પરંતુ શિવ સમજી ગયો કે સોમરસ બનતો હતો એ સ્થળ તરફ જતા માર્ગની ગુપ્તતા જાળવવા માટેના આ પ્રયાસ હતા. ભૂલેચૂકેય કોઈ રડ્યોખડ્યો વટેમાર્ગુ કે પછી દુશ્મન અહીં આવી ચઢે તો એને રસ્તામાં જ અટકાવી દેવા માટે અહીં અરિષ્ટનેમી તરીકે ઓળખાતા ચુનંદા યોદ્ધાઓની નિમણૂક રાજ્ય તરફથી થયેલી. શિવને સહીસલામત મંદાર પર્વત સુધી પહોંચાડવાની જવાબદારી પણ એમની જ હતી.

દિવસભરની મુસાફરીનો થાક ઉતારવા માટે કાફલાએ મંદાર પાસે પહોંચીને તળેટીમાં પડાવ નાખ્યો. બીજે દિવસે સવારે શિવે બૃહસ્પતિને મળવાનું હતું.

મેલુહાના વરિષ્ઠ વૈજ્ઞાનિકનો હોદ્દો શોભાવતા બૃહસ્પતિએ એમની પ્રયોગશાળામાં શિવનું સ્વાગત કર્યું.

ઘઉંવર્ણી ત્વચા અને બેઠી દડીનું શરીર ધરાવતા બૃહસ્પતિ શરીર પર સાદું સૂતરાઉ શ્વેત ધોતિયું અને અંગવસ્ત્રમ્ ધારણ કર્યું હતું. મૂંડન કરેલું માથું, પાછળ બાંધેલી શિખા, શ્વેત લાંબી દાઢી અને ડાબે ખભેથી નાખેલી જનોઈ એમના બ્રાહ્મણકુળની ઓળખ આપતા હતા અને બાજુબંધ પર દેખાતું હંસનું પ્રતીક જોઈને શિવ સમજી ગયો કે બ્રાહ્મણોમાં પણ બૃહસ્પતિ બહુ ઉચ્ચ સ્થાને હતા. સાદગીભર્યાં દેખાવમાંયે જ્ઞાનનું તેજ છૂપૂં નહોતું રહ્યું.

કથિત નીલકંઠના આગમન વિશે બૃહસ્પતિને આગોતરી જાણ કરી દેવાયેલી, પરંતુ બીજાઓની જેમ ભાવવિભોર થઈ જવાને બદલે એમણે બહુ નમ્ર પણ સ્વસ્થભાવે શિવને આવકાર આપ્યો. 'હા, આ નીલરંગ અને તેજ ખરેખર અંદરથી આવે છે. શિવ સાચે જ નીલકંઠ છે.' શિવનું ગળું ધ્યાનથી તપાસ્યા બાદ આ શબ્દો ઉચ્ચારતી વખતે પણ એમના અવાજમાં કોઈ આવેશ કે ધ્રુજારી નહોતાં. જોકે આટલું બોલ્યા પછી બૃહસ્પતિ થોડા સમય માટે ઊંડા વિચારોમાં ગરક થઈ ગયા.

— ✻ —

સેંકડો અંગરક્ષક, યોદ્ધા અને નોકરચાકરોની સાથે સમ્રાટ દક્ષનો કાફલો ધીમી ગતિએ મંદાર પર્વતની દિશામાં આગળ વધી રહ્યો હતો. 'પિતાજી, તમે દરેક પૂજા વખતે મને શું કામ સાથે લઈ જવાનો આગ્રહ રાખો છો? બધાં જાણે છે કે મુખ્ય પૂજા વખતે મને મંદિરમાં હાજર રહેવાની અનુમતિ નથી.' માતાપિતાની સાથે એક રથમાં બેઠેલી સતીએ પૂછ્યું.

'કાયદો અને પરંપરા ભલે ગમે તે કહેતા હોય પણ તારો ચહેરો જોયા વિના મારી કોઈ પૂજા પૂરી નથી થતી.' દક્ષે સતીના હાથને સ્પર્શીને સ્નેહાળ અવાજે કહ્યું. અહીં લોકોની નજરથી દૂર એ કોઈ મહાન સમ્રાટ નહીં, પણ સરળ, પ્રેમાળ પિતા હતા. પતિ અને પુત્રીનો સંવાદ સાંભળી રહેલાં મહારાણી વારિણીના ચહેરા પર આછું સ્મિત આવી ગયું.

રણમેદાનમાં લગભગ અજેય ગણાય એવા બહાદુર અરિષ્ટનેમીઓની વચ્ચે પોતાને સંપૂર્ણપણે સુરક્ષિત માનતા આ લોકોને જોકે ખબર નહોતી કે દુશ્મન એમનો પીછો કરી રહ્યા હતા.

— ✻ —

ઝાડીઝાંખરાની આડશ લઈને, પચાસેક જણ રજવાડી કાફલાનું પગેરું દબાવી રહ્યાં હતાં. શરીર પર ચામડાનું કવચ, કમરે લટકતી તલવાર અને કટાર, પીઠે બાંધેલી ઢાલ અને પગરખામાં પણ ધારદાર છરી સાથે ચાલી રહેલા આ લોકો સૈનિક હતા એમાં કોઈ શંકા નહોતી. ઝૂંડના મોખરે જે બે જણ હતા એમાંથી એકના ગળે લટકતી માળામાં શ્વેત અર્ધચંદ્રનું ચિહ્ન હતું. ચહેરા પર કોઈ જૂના ઘાવનું નિશાન હતું તોયે આ યુવાનનો દેખાવ ભારે આકર્ષક હતો.

એની બાજુમાં ચાલી રહેલી વિશાળકાય વ્યક્તિ પગથી માથા સુધી કાળા વસ્ત્રોમાં ઢંકાયેલી હતી. આખાયે શરીરમાંથી માત્ર બે તલવાર ધારણ કરેલાં હાથ અને મુખવટાની પાછળ તગતગતી આંખો જ બહાર દેખાતી હતી. જમણા કાંડે સર્પાકાર રેખાઓમાંથી બનાવેલા ઓમનું ચિહ્ન હતું. બંને જણ ભલે સાથે ચાલી રહ્યા હોય, પણ ખરું નેતૃત્વ નાગના હાથમાં હતું એ બંને જણની વાતચીતમાં સ્પષ્ટ દેખાતું હતું.

એક તબક્કે એમની દલીલબાજીમાં ઉગ્રતા ઉમેરાઈ. 'મહારાણી પણ હવે અધીરાં થયાં છે. લોકોને લાગે છે કે આપણે આપણું લક્ષ્ય વિસારે પાડી દીધું છે.' યુવાન મોટે અવાજે બોલ્યો.

'વિશ્વદ્યુમ્ન, તમને પણ એવું લાગતું હોય તો ખુશીથી પાછા જઈ શકો છો. તમારી મદદ વિના કામ પાર પાડવાની તાકાત મારામાં છે.' નાગનો અવાજ જરાય ઊંચો નહોતો થયો, પણ એમાં તેજીલી તલવાર જેવી તીક્ષ્ણતા હતી.

'ક્ષમા માંગું છું. તમે કહેશો એ જ થશે.' વિશ્વદ્યુમ્નએ મૌખિક પરાજય સ્વીકારી લીધો.

દુશ્મનોથી દૂર અને જોખમથી અજાણ બૃહસ્પતિ એમની પ્રયોગશાળામાં શિવને સોમરસ વિશે બને એટલી સરળ ભાષામાં સમજાવી રહ્યા હતા. શિવની કૃપાથી નંદીને પણ આજે પહેલી વાર દુર્લભ જ્ઞાન મેળવવાની તક સાંપડી હતી.

'શરીરના નાનામાં નાના હલનચલન માટે આપણને ઊર્જાની જરૂર પડે છે.' બૃહસ્પતિના શબ્દો સાંભળીને શિવથી બોલાઈ ગયું, 'અમે આ ઊર્જાને શક્તિના નામે ઓળખીએ છીએ.'

'શક્તિ! આહા, વર્ષો પછી કોઈના મોઢે આ શબ્દ સાંભળ્યો. સદીઓ પહેલાં પાંડ્યકુળે આ શબ્દ વાપરેલો.' બૃહસ્પતિ બોલ્યા.

'પાંડ્ય?' શિવે પૂછ્યું.

'હા, ભારતવર્ષમાં વસતી દરેક વ્યક્તિ પાંડ્યના વંશજ હોવાનું મનાય છે.' આટલું કહીને બૃહસ્પતિ પાછા મૂળ વાત પર આવી ગયા. 'વાતાવરણમાં રહેલા અનેક વાયુઓમાંથી પ્રાણવાયુ આપણને જીવિત રાખે છે. શરીરની અંદર ગયેલા ખોરાકમાંથી ઊર્જા કે શક્તિ બનાવવાનું કામ પ્રાણવાયુ કરે છે, પરંતુ જે પોષતું તે મારતું વાળો સિદ્ધાંત અહીં પણ લાગુ પડે છે. પ્રાણવાયુ શરીરની અંદર ખોરાકમાંથી શક્તિની સાથેસાથે અમુક ઝેરી તત્ત્વો પણ છૂટા પાડે છે. આ વિષાણુઓના સંસર્ગમાં આવતા આપણા અંગ ઉપાંગ, ખુલ્લી હવામાં સડી જતા ફળ કે કટાઈ જતી ધાતુની જેમ સડવા લાગે છે. બીજા શબ્દોમાં કહીએ તો જે પ્રાણવાયુ આપણને જિવાડે છે એ જ પાછો આપણને વૃદ્ધ, અશક્ત બનાવીને ધીમેધીમે મૃત્યુ તરફ પણ ઘસડી જાય છે.'

'સોમરસ આ પ્રક્રિયાને અટકાવે છે?' શિવે પૂછ્યું.

'હા, બહુ લાંબા અભ્યાસને અંતે ભગવાન બ્રહ્માએ એવું એક રસાયણ બનાવ્યું જે પીધા બાદ શરીરમાંથી તમામ વિષાણુ, પ્રસ્વેદ કે પેશાબ વાટે બહાર ફેંકાઈ જાય. વિષમુક્ત થઈ ગયેલા શરીરને કોઈ રોગ કે વૃદ્ધાવસ્થાનો ભય નથી રહેતો.' બૃહસ્પતિએ જવાબ આપ્યો.

મંત્રમુગ્ધ થઈને શિવ, મેલુહાના મહાન વૈજ્ઞાનિકે સર્જેલા ચમત્કારની વાત સાંભળી રહ્યો. સહેજ અટકીને બૃહસ્પતિએ વાત આગળ ચલાવી. 'શરીરમાંથી પાણીના રૂપે નીકળતું ઝેર કોઈના સંસર્ગમાં ન આવે એટલે આ બધો કચરો ભૂગર્ભમાં બતાવેલા રસ્તા વાટે બહુ દૂર લઈ જઈને ફેંકી દેવાનું આયોજન અમારા શહેરોમાં થયું છે. સદા યુવાન અને રોગમુક્ત રહેલા વાટે સ્વચ્છતા બહુ જરૂરી છે. મેલુહાનો દરેક નાગરિક પુષ્કળ પાણી પીવાનો અને દિવસમાં બે વાર સ્નાન કરવાનો નિયમ અચૂક પાળે છે. શરીરમાંથી નીકળેલું ઝેર જલદીથી ધોવાઈ જવું જોઈએ.'

શિવને હવે સમજાયું કે શ્રીનગરમાં પહેલી રાતે વૈદ આયુર્વતીએ એને જલદીથી સ્નાન કરી લેવાનો આગ્રહ શું કામ રાખેલો.

બૃહસ્પતિએ હવે સોમરસ બનાવવાની પ્રક્રિયા સમજાવવાનું શરૂ કર્યું. 'સોમરસ બનાવવા માટે સંજીવની નામના વૃક્ષનું લાકડું અને સરસ્વતી નદીનું જળ વપરાય છે. સંજીવનીનું વૃક્ષારોપણ સતત ચાલતું રહે છે અને સરસ્વતીના પાણીને અહીં સુધી લાવવા માટે અમે વિશાળ નહેરો બનાવી છે. નદીનું પાણી અહીં ભેગું કરવા માટે જે સરોવર બનાવ્યું છે એ જોઈને તમને સાગરની યાદ આવી જશે.'

'ચાલો, એ પણ જોઈ લઈએ.' શિવની આતુરતા જોઈને બૃહસ્પતિને રમૂજ ઉપજી. 'હા, પણ એ પહેલાં ભોજન કરી લઈએ ?' એમણે હળવા સૂરે પૂછ્યું.

'હં...હા.' શિવ કંઈ બોલવા જતાં અટકી ગયો, એ બૃહસ્પતિએ જોઈ લીધું. 'કનખલા, તમે અને નંદી થોડી વાર બહાર જશો ?' એમણે કહ્યું અને પછી એકલા પડેલા શિવની સામે જોઈને એમણે સ્મિત આપ્યું. 'બોલો શિવ, તમારે શું પૂછવું છે ?'

प्रकरण-९

પ્રેમ અને એનાં પરિણામો

શિવે બૃહસ્પતિની સામે જોયું. દેવગિરિ આવ્યા બાદ એને આ પહેલી એવી વ્યક્તિ મળી હતી જે શિવને નીલકંઠ તરીકે સ્વીકાર્યા બાદ પણ ભક્તને બદલે મિત્રભાવે વાત કરતી હતી. એની સામે મન મોકળું કરવામાં વાંધો નહોતો.

'સમ્રાટ દક્ષ કહે છે કે, ભગવાન રામે અધૂરું મૂકેલું કાર્ય મારે પૂરું કરવાનું છે અને ચંદ્રવંશીઓનો નાશ મારા હાથે જ થશે, પણ આ શક્ય છે?'

શિવનો પ્રશ્ન સાંભળીને બૃહસ્પતિનાં ભવાં સંકોચાયાં. 'રાજાએ તમને એવું કહ્યું?' અને પછી જવાબની રાહ જોયા વિના માથું ધુણાવ્યું. 'વાતમાં થોડું તથ્ય છે, પણ સંપૂર્ણ સત્ય નથી. સપ્તસિંધુની બહારના કોઈ પ્રદેશમાંથી નીલકંઠ આવશે અને આસૂરી તત્ત્વોનો પરાજય કરશે એવી માન્યતા સદીઓથી ચાલી આવી છે, પણ હવે અમારા લોકો માની બેઠા છે કે આસૂરી, દુષ્ટ પરિબળો એટલે માત્ર ચંદ્રવંશીઓ અને ચંદ્રવંશીઓનો વિનાશ કરીને સૂર્યવંશીઓનો ઉદ્ધાર થઈ જશે. કમનસીબે વાસ્તવિકતા એ છે કે બીજીયે ઘણી મુસીબતોમાંથી અમારે માર્ગ શોધવાનો છે. ચંદ્રવંશી સિવાય પણ બીજી ઘણાં અસૂરો છે.'

'ઉદાહરણ તરીકે નાગ?' શિવે પૂછ્યું. બૃહસ્પતિએ જવાબ ન આપ્યો તો શિવે બીજો સવાલ કર્યો. 'સોમરસની વાત કરીએ તો એ પીને તમે લોકો યુવાની ટકાવી રાખો છો એ મેં જોયું પણ એના સેવનથી જૂના રોગો ભાગી જાય, વર્ષો

પહેલાં તૂટેલાં હાડકાં સંધાઈ જાય, શરીરમાં નવું, તાજું લોહી આવ્યાનું લાગવા માંડે. એવું યે બને?'

'તમારી સાથે આવું થયું?' બૃહસ્પતિના અવાજમાં આશ્ચર્ય ડોકાયું. સોમરસની આવી અસરથી એ અજાણ હતા, પણ વૈજ્ઞાનિક હોવાના નાતે એમણે પછી પોતે જ આ ઘટના પાછળનું કારણ શોધવાનો પ્રયાસ કર્યો. 'તમારો જન્મ અને ઉછેર પર્વતોમાં થયો છે. એટલી ઊંચાઈએ પ્રાણવાયુ ઓછો હોય છે, પણ તમારા શરીને એવા વાતાવરણમાં ટકી રહેવાની આદત પડી ગઈ છે અને ઓછા પ્રાણવાયુને કારણે શરીરમાં ઝેરી તત્ત્વો બનવાનું પણ ઘટી ગયું હશે. કહેવાનો અર્થ એ કે આમેય તમારું શરીર મજબૂત હતું અને એમાં અચાનક સોમરસ ગયો એટલે વધુ અસર થઈ એવું લાગે છે.'

'શક્ય છે, પણ બધાં ગુણોમાંથી માત્ર મારા ગળાનો રંગ કેમ બદલાયો ?' શિવે પૂછ્યું.

'એનો જવાબ અત્યારે તો મારી પાસે નથી, પણ પ્રવાસ કરીએ તો કોઈ વૈજ્ઞાનિક કારણ જરૂર જડી આવશે.' બૃહસ્પતિએ દાઢી પર હાથ પસવારતાં કહ્યું.

શિવે ધ્યાનથી બૃહસ્પતિ સામે જોયું. 'તમને નીલકંઠવાળી કથામાં વિશ્વાસ નથી, ખરું ને?'

બૃહસ્પતિ સહેજ ખચકાયા. મોંઘેરા અતિથિના રૂપમાં આવેલા શિવનું અપમાન થાય એવું કંઈ એમને બોલવું નહોતું, પરંતુ બીજી તરફ ખોટું નહીં બોલવાનો એમનો સિદ્ધાંત હતો. ઊંડો શ્વાસ લઈને છોડતાં એ બોલ્યા, 'મને વિજ્ઞાનમાં વિશ્વાસ છે. દુનિયામાં જે પણ કંઈ બને છે, એની પાછળ તર્ક અને કારણ હોય છે, જે સમજવામાં વિજ્ઞાન આપણી મદદ કરે છે. કોઈ ઘટના ચમત્કાર જેવી લાગે તો એનો અર્થ એટલો જ થાય કે એની પાછળ જે વૈજ્ઞાનિક કારણ છે એ આપણને હજી સમજાયું નથી.'

'મેલુહાના લોકોને વિજ્ઞાનમાં શ્રદ્ધા નથી?' શિવે પૂછ્યું.

જવાબમાં બૃહસ્પતિએ ખભા હલાવ્યા. 'વિજ્ઞાન માત્ર હથિયાર છે, જેની મદદથી માણસે પોતાનો માર્ગ શોધવાનો હોય છે, પણ કદાચ લોકોને એવી મહેનત નથી કરવી. બહારથી આવીને કોઈ દેવ કે દેવદૂત આપણી કઠિનાઈઓને ચપટી વગાડતામાં દૂર કરી દેશે એવું માનવું વધુ સહેલું છે.'

'આવા સંજોગોમાં નીલકંઠ શું કરી શકે?' શિવના પ્રશ્નમાં છુપાયેલી મૂંઝવણ અને શંકાઓ બૃહસ્પતિ સમજી ગયા. એમણે જુદી રીતે જવાબ આપ્યો. 'હું માનું છું કે સાચો સૂર્યવંશી પોતાની લડાઈ પોતે જ લડવાનું પસંદ કરે. એ

કોઈ બહારની વ્યક્તિ પર બધી જવાબદારી નાખી દઈને નિશ્ચિંત ન થઈ જાય. નીલકંઠવાળી વાતમાં શ્રદ્ધા હોય તોયે એમનું આગમન સાચા સૂર્યવંશી માટે માત્ર પ્રેરણારૂપ બનવું જોઈએ અને હવે એમણે બમણા જોશથી લડવા માટે તૈયાર થવું જોઈએ.'

ખુદનો અભિપ્રાય સ્પષ્ટ શબ્દોમાં વ્યક્ત કરનારા બૃહસ્પતિ તરફ શિવનો આદર વધી ગયો. સાથેસાથે એ પણ સમજાયું કે દરેક વ્યક્તિએ પોતાનો નિર્ણય પોતાની રીતે જ લેવાનો હતો. પછી એ દક્ષ હોય કે શિવ!

પ્રયોગશાળામાંથી બહાર નીકળતી વખતે બૃહસ્પતિએ ચેતવણીના છેલ્લા શબ્દો ઉચ્ચારી લીધા, 'હું કે તમે, ભલે ગમે તે માનીએ, ન માનીએ, પણ યાદ રાખજો કે મેલુહાના લોકોને નીલકંઠમાં અપાર શ્રદ્ધા છે. આવનારા દિવસોમાં તમારા પર અપેક્ષાઓનો બોજ વધતો જશે. તમારા દરેક નિર્ણયની અસર અહીંના લાખો લોકો પર થશે, એટલે સાવધાન રહેજો.'

ભોજન બાદ બૃહસ્પતિની સાથે મંદાર પર્વત પર ફરવામાં, વાતો કરવામાં શિવે આખો દિવસ સહેલાઈથી પસાર કરી દીધો. સાંજે એ અતિથિગૃહમાં પહોંચ્યો. સમય પસાર કરવા માટે એણે બૃહસ્પતિએ આપેલું એક પુસ્તક હાથમાં લીધું. અસૂરો સામે દેવોએ છેડેલા અને જીતેલા યુદ્ધોનો એમાં ઇતિહાસ હતો. સામાન્ય માણસને આ વાંચીને કદાચ દેવો માટે આદર, ભક્તિભાવ અને અસૂરો પ્રત્યે ઘૃણા ઊપજે, પરંતુ શિવ થોડા જુદા વિચારે ચઢી ગયો. અસૂરો એટલે કે રાક્ષસો તો સદીઓથી એમની મૂળ પ્રકૃતિ પ્રમાણે જ વર્તતા આવેલા. ખરાબ માણસ ખરાબ કામ જ કરે, એમાં કોઈ આશ્ચર્ય નહોતું. પરંતુ આ પુસ્તક વાંચતા વાંચતા ક્યાંક એવું લાગતું હતું કે રાક્ષસોને હરાવવા માટે દેવોએ પણ ક્યારેક અનીતિનો આશરો લીધેલો. રુદ્ર પોતે મહાન હતા એમાં કોઈ શંકા નહોતી, પરંતુ શિવને ખટકો એ વાતનો લાગતો હતો કે બહુમતીનું હિત સાધવાને નામે રુદ્રએ પણ દેવોની નબળાઈઓ પ્રત્યે આંખ આડા કાન કરેલા.

બહારથી આવેલા અવાજે શિવની વિચારધારામાં ભંગ પાડ્યો. એણે ઝરૂખામાં જઈને નીચે નજર નાખી. દેવગિરિથી નીકળેલો રાજવી કાફલો આવી પહોંચેલો. બધી ચહલપહલ નીરખી રહેલા શિવની ચકોર નજરે એક વાત નોંધી કે અરિષ્ટનેમી સૈનિકોએ સમ્રાટ દક્ષ કરતાંયે વધુ માન સેનાપતિ પર્વતેશ્વરને આપ્યું હતું. અહીં કદાચ હોદ્દા કરતાં વીરતાનું મહત્ત્વ વધુ હતું.

ધારણા મુજબ થોડી જ વારમાં ઓરડાના દરવાજે ટકોરા પડ્યા. શિવને જોતાંની સાથે દક્ષનો ચહેરો હસુંહસું થઈ ગયો, પણ પછી તરત એમણે નાક સંકોડ્યું. 'આ દુર્ગંધ શેની છે?' એમણે આસપાસ નજર ફેરવતાં પૂછ્યું અને પછી જવાબની રાહ જોયા વિના બાજુમાં ઊભેલા બૃહસ્પતિ સામે નારાજગી વ્યક્ત કરી દીધી. 'નીલકંઠને આવી જગ્યાએ ઉતારો આપ્યો છે?'

બૃહસ્પતિ અને શિવની નજર મળી. બંનેએ માંડમાંડ હસવાનું ખાળ્યું. ખબર હતી કે આ ગંધ થોડી વાર પહેલાં શિવે ચલમમાં ભરીને પીધેલા ગાંજાની હતી, પરંતુ દક્ષ સામે આવી સ્પષ્ટતા કરવાને બદલે શિવે કહી દીધું. 'આ ગંધ બહારથી નહીં, મારા શરીરમાંથી આવે છે. એના તરફ ધ્યાન આપવાની જરૂર નથી.'

આ સ્પષ્ટીકરણ દક્ષના ગળે ન ઊતર્યું હોય તોયે એમણે પછી વિષયાંતર કર્યું. થોડી વાર આડીઅવળી વાત કર્યાં બાદ બીજે દિવસે સવારે ભોજનખંડમાં મળવાનું નક્કી કરીને સહુ છૂટા પડ્યા.

— ⚘ —

શિવને લાગતું હતું કે એ કોઈ સ્વપ્નમાં હતો. સવારના નાસ્તા વખતે દક્ષ ઉપરાંત રાજવી પરિવારના બીજા સભ્યોને મળવા માટે એણે માનસિક તૈયાર રાખી હતી, પરંતુ ત્યારે ખબર નહોતી કે ત્યાં સતીનાં દર્શન થશે અને એ પણ દક્ષની પુત્રીના રૂપમાં! નજર પડી અને ભોજનખંડના ઉંબરે જ શિવના પગ થીજી ગયા.

સામે સતીની પણ એ જ હાલત હતી. પિતા પાસેથી એણે નીલકંઠ વિશે સાંભળેલું અને નીલકંઠની મહેમાનગતિ માટે થઈ રહેલી તૈયારીઓ જોઈને એમ પણ વિચારેલું કે ફરીથી કોઈ નવો ધુતારો, બહુરૂપીઓ અમને ઠગવા નથી આવી પહોંચ્યો ને? પણ જેને એ ત્રણ વાર મળી ચૂકેલી અને જેના વિચારો મનમાંથી હટવાનું નામ નહોતા લેતા એ વિદેશી જ નીલકંઠ હશે. એવી કલ્પના સુધ્ધાં સતીએ નહોતી કરી. પાણી ભરેલો ચાંદીનો પ્યાલો એના હાથમાંથી સરી પડ્યો.

ખંડમાં હાજર રહેલા તમામ લોકોએ શિવ અને સતીની વર્તણૂકની નોંધ લઈ લીધી, પણ દરેકના પ્રતિભાવ જુદા-જુદા હતા. દક્ષને પોતાની આશા ફળીભૂત થતી લાગી. નીલકંઠ ખરેખર સતી પર મોહિત થઈ ગયેલા. શિવની બાજુમાં ઊભેલા નંદીને એ ક્ષણે સમજાયું કે શિવે કયા કારણસર, કોના શુદ્ધિકરણની વાત કરી હશે! મનમાં સળવળી ઉઠેલા ભયને એણે જોકે તરત દબાવી દીધો. જેવી નીલકંઠની મરજી! બૃહસ્પતિના ચહેરા પરથી એમના મનમાં રમતા ભાવ જાણવાનું

કઠિન હતું. પરંતુ પર્વતેશ્વર માટે અણગમો છુપાવવાનું મુશ્કેલ હતું. એક વિદેશી આવીને મેલુહાની વિકર્મ સ્ત્રી સાથે કોઈ પણ પ્રકારનો સંબંધ જોડે એ વાત પર્વતેશ્વરની નજરે દેશના કાયદાનું ઘોર ઉલ્લંઘન હતું.

વશીકરણમાંથી માંડમાંડ બહાર આવ્યો હોય એમ શિવે ધીમે પગલે જઈને દક્ષની બાજુમાં આસન લીધું. ઔપચારિક પરિચયવિધિ પતી ગયા બાદ નાસ્તો પીરસાયો. અહીં પણ મેલુહાની સાદી જીવનશૈલીનું પ્રતિબિંબ પડતું હતું. થાળી ભલે સોનાની હોય પણ એમાં સામાન્ય લોકો જે રોજ જમતા હતા એ વાનગીઓ જ મુકાઈ. દાળ અને ચોખામાંથી બનેલી ઈડલી નામની વાનગી શિવે પહેલી વાર ચાખી. અલબત્ત, આ ઘડીએ તો સામે ઝાડનાં પાંદડાં પીરસાયા હોત તોયે શિવ જમી જાત, કારણ કે એનું બધું ધ્યાન સતી પર કેન્દ્રિત હતું.

જમતાં જમતાં અચાનક વિચાર આવ્યો હોય એમ દક્ષ બોલ્યા, 'મંદિરમાં પૂજા તો આજ સાંજ સુધીમાં પૂરી થઈ જશે, પણ પછી બીજા કામ માટે મારે અહીં બે દિવસ રહેવું પડશે. મને લાગે છે કે અહીં કારણ વિના બીજા બધાં લોકોએ રોકાઈ રહેવાની જરૂર નથી. આમેય શિવ કાલે સવારે દેવગિરિ જવા માટે રવાના થવાના છે તો ભલે મહારાણી અને સતી પણ એમની સાથે નીકળી જતા.'

આ સાંભળીને ફરી એક વાર સહુએ જુદો જુદો પ્રતિભાવ આપ્યો. શિવે તરત ખુશખુશાલ ચહેરે સહમતી દર્શાવી. વીરિણીને થોડું આશ્ચર્ય થયું હોય તોયે પતિના નિર્ણય પાછળ કોઈ ખાસ કારણ હશે એવું માનીને એણે હા પાડી દીધી. સતીએ વિરોધ કરવા માટે મોઢું ઉઘાડ્યું, પણ પછી કંઈ બોલ્યા વિના હોઠ સજ્જડ બીડી દીધા. જીવનના પંચ્યાસી વર્ષ એણે વિકર્મા તરીકે વિતાવ્યા હતા અને એકેય વાર કોઈ પણ નિયમનું ઉલ્લંઘન નહોતું કર્યું. શિવની વાત શિવ જાણે પણ સતીને પોતાની જાત પર પૂરો ભરોસો હતો.

કનખલાને થોડું થોડું સમજાયું પણ પર્વતેશ્વર માટે હવે રોષ પર કાબૂ રાખવાનું કઠિન હતું. દક્ષ સાથે એકલા પડતાંની સાથે એણે પોતાની નારાજગીને વાચા આપી. 'મહારાજ, શિવને આપણી તરફ ખેંચવા માટે સતીને હથિયાર બનાવવાનું યોગ્ય નથી.'

દક્ષે જોરથી માથું ધુણાવ્યું. 'નીલકંઠ તો હવે આપણી સાથે જ છે, પણ હજીયે કદાચ એ પોતાની પૂરેપૂરી શક્તિ નથી પારખી શક્યા. હાથમાં લીધેલું કાર્ય પૂરું થશે કે નહીં એ વિશે એમના મનમાં ક્યાંક અવઢવ છે અને એ ખચકાટ માત્ર સતી દૂર કરી શકશે અને આવું કરવામાં સતીને પણ થોડુંઘણું સુખ મળતું હોય તો શું ખોટું છે?'

પર્વતેશ્વરે હોઠ કરડ્યા. 'ખોટું ન હોય તોયે આમાં મેલુહાનું હિત ક્યાં આવ્યું?'

'મૂળ મુદ્દો એ જ છે.' દક્ષે ધીરજપૂર્વક એમના સેનાપતિને સમજાવવાનો પ્રયાસ કર્યો. 'વ્યક્તિ જેને બહુ પ્રેમ કરતી હોય, એની નજરમાં ઊંચા આવવાની દરેક કોશિશ કરશે. સામેવાળાનો પ્રેમ પામવાની લાયકાત પોતાનામાં છે એ પુરવાર કરવા માટે માણસ તનમનની પૂરેપૂરી તાકાત કામે લગાડી દે છે. મારા જીવનમાં સહુથી મહત્ત્વની વ્યક્તિ મારા પિતા હતા અને મારી એક જ ઇચ્છા હતી કે હું એવું કંઈ કરી બતાવું જેનાથી એ મારા માટે ગર્વ લઈ શકે અને આ માટે મેં કેટલી મહેનત કરી અને હજીયે કરી રહ્યો છું એ જાણું છું. સમગ્ર ભારતમાં સૂર્યવંશી આદર્શોની પુનઃસ્થાપના થાય એવું સપનું પિતાજીએ જોયેલું અને એ સાકાર થાય એ પછી જ હું માનીશ કે એક આદર્શ પુત્ર તરીકેની ફરજ મેં પૂરી કરી. શિવ પણ સતીની નજરમાં સાચા નીલકંઠ સાબિત થવા માટે કોઈ કસર નહીં છોડે. પછી એમને મહાદેવ થતાં કોઈ રોકી નહીં શકે.'

'પણ સતીને શું જોઈએ છે એ પૂછ્યું?' કનખલાએ પ્રશ્ન કર્યો.

દક્ષના હોઠ પર સ્નેહાળ સ્મિત આવી ગયું. 'હું મારી પુત્રીને ઓળખું છું. એ પણ જાણું છું કે એને કેવો જીવનસાથી ગમશે અને કનખલા સ્ત્રી હોવાને નાતે તમે તો જાણતા જ હશો કે દરેક સ્ત્રી ઇચ્છતી હોય કે એ જેવી છે એવા જ રૂપમાં એને સ્વીકારે, પ્રેમ કરે અને જીવનભર એનો થઈને રહે એવો કોઈ એને મળી જાય.'

કનખલાએ સ્મિત કરીને માથું હલાવ્યું. દક્ષને માનવ લાગણીઓની બરાબર સમજ હતી.

પ્રકરણ-૧૦

નાગનું પુનરાગમન

મંદારની છાયામાંથી બહાર પડેલો કાફલો મહારાણી વીરિણીની વિનંતીને માન આપીને સહેજવાર અટક્યો.

વીરિણીની સાથે શિવ, સતી અને નંદીએ જમીન પર ઘૂંટણભેર થઈને મંદાર પર્વતના આશિષ માંગ્યા. ભરાવદાર દાઢીમૂછ ધરાવતો અરિષ્ટનેમી ભાબ્રવ્ય એમના પર નજર રાખતો ઊભો રહ્યો. સાઇઠ વર્ષની ઉંમરે પણ આ યોદ્ધાનું વ્યક્તિત્વ અત્યંત પ્રભાવશાળી હતું.

'મહારાણી, આપણે હવે નીકળવું જોઈએ.' વીરિણીની પ્રાર્થના થોડીક લાંબી ચાલતી લાગી ત્યારે ભાબ્રવ્યએ આછી અધીરાઈ સાથે કહી દીધું. વધુ વિલંબ કર્યા વિના કાફલો પછી આગળ વધ્યો.

— —

'એ જ લોકો છે.' વિશ્વદ્યુમ્નએ આંખેથી દૂરદર્શી સાધન હટાવતાં કહ્યું. એ એના માણસો સાથે રાજવી કાફલાથી સલામત અંતરે ઝાડી-ઝાંખરામાં છુપાયો હતો.

'હા.' કાળાં કપડાં અને મુખવટામાં ઢંકાયેલા માણસે કહ્યું. એને દૂરની ગતિવિધિ નિહાળવા માટે કોઈ ખાસ સાધનની જરૂર નહોતી. થોડા દિવસ પહેલાં બ્રહ્માના મંદિરમાં એની સાથે લડેલા યુવાનને એણે જોઈ લીધો. પણ એનાં નામઠામથી હજી અજાણ હતો. 'કોણ છે પેલો માણસ?' એણે પૂછ્યું.

'ખબર નથી.' વિશ્વદ્યુમ્ને કહ્યું.

'પણ એના પર નજર રાખજો. એણે જ આપણા છેલ્લા આક્રમણને નિષ્ફળ બનાવેલું.'

વિશ્વદ્યુમ્નને કહેવાનું મન થયું કે એ આક્રમણની નિષ્ફળતા પાછળ સામેવાળાની બહાદુરી નહીં, પણ ખુદ નાગની અવિચારી ઉતાવળ જવાબદાર હતી. કોઈ ચોક્કસ યોજના બનાવ્યા વિના એ લોકો બ્રહ્માના મંદિરે ધસી ગયેલા.

સામાન્ય સંજોગોમાં તો નાગ બહુ સાવધાનીપૂર્વક વર્તતો હતો, પણ કદાચ જેને મેળવવા માટે એ વર્ષોથી તરસતો હતો એને સાવ નજીક જોઈને નાગ ભાન ભૂલી ગયો હશે. જોકે આ અભિપ્રાય મોટેથી નહીં દર્શાવવામાં જ ડહાપણ હતું. એને બદલે વિશ્વદ્યુમ્નએ નમ્ર અવાજે કહ્યું. 'આપણે હજી એકાદ કલાક એમનો પીછો કરીએ અને પછી લાગ જોઈને ત્રાટકી પડીએ.'

'ના. એવી ઉતાવળ નથી કરવી. એમની પાસે એવું સાધન છે કે જે દૂર સુધી સંકટની ચેતવણી આપી શકે. એ લોકોને મંદારથી દૂર નીકળી જવા દો. પછી એમની મદદે કોઈ પહોંચે ત્યાં સુધીમાં તો આપણે કામ પતાવીને નીકળી ગયા હોઈશું.' નાગે કહ્યું અને પછી ઉમેર્યું, 'ઝડપ રાખજો. જેટલો વધુ સમય બગાડશો એટલા વધુ લોકોએ મરવું પડશે.'

દિવસના ત્રીજા પહોરની શરૂઆતમાં કાફલો થોડા વિશ્રામ અને ભોજન માટે અટક્યો. ઝાડીઝાંખરા દૂર કરીને યાત્રાળુઓ માટે આ વિશ્રામસ્થાન બનાવાયું હતું. જોકે ભાબ્રવ્યને ગાફેલ રહેવાની આદત નહોતી. અડધા સૈનિકો જમવા બેઠા ત્યારે બાકીના આસપાસ ચોકીપહેરો રાખતા ઊભા રહ્યા, પરંતુ દુશ્મનના આગમનની પહેલવહેલી જાણ શિવને થઈ ગઈ.

ઝીણામાં ઝીણો અવાજ સાંભળવાને ટેવાયેલા એના કાને દૂર વૃક્ષોની પાછળ થયેલો ખખડાટ સાંભળી લીધો. કોઈ ચોરીછૂપીથી આવી રહ્યું હતું. હાથમાં લીધેલો કોળિયો શિવે પાછો ભાણામાં મૂકી દીધો. સતીએ પણ પાછું ફરીને દૂર વૃક્ષો તરફ જોયું. જોતજોતામાં ભાબ્રવ્ય અને એના સૈનિકો પણ તલવાર તાણીને સાવધ થઈ ગયા.

સતીએ આગ્રહ કરીને વીરિણી અને બીજી સ્ત્રીઓને વાહનોમાં છૂપાઈ જવા માટે મોકલી દીધી, પણ પોતે તલવાર લઈને સૈનિકોની સાથે ઊભી રહી.

થોડી વાર માટે તો વાતાવરણમાં નીરવતા પથરાયેલી રહી, પણ પછી

અચાનક એને ખળભળાવી નાખતો શંખનાદ સંભળાયો. શિવ માટે આ અપરિચિત અવાજ હતો, પણ અરિષ્ટનેમી સૈનિકો ઓળખી ગયા. નાગ આક્રમણની છડી પોકારતો આ નાગધ્વનિ હતો. ભાબ્રવ્યએ એના એક સૈનિકને જલદીથી એક ગાડા સાથે જોડાયેલા લાલ રંગના ડબ્બા તરફ જવાનો ઇશારો કર્યો. એની ચાંપ દબાવતાની સાથે લાંબી, ઊંચી નળી બહાર નીકળી આવી અને તળિયે આગ ચાંપતાંની સાથે જ ઉપરથી લાલ રંગના ધુમાડા નીકળવા લાગ્યા. એની સાથે જ વૃક્ષોની પાછળથી દુશ્મનોએ હુમલો કર્યો.

એક તરફથી દસ ચંદ્રવંશી સૈનિક ધસી આવ્યા. એમની સાથે નાગ હતો, પણ શિવ જાણતો હતો કે એમને ભૂલમાં નાખવા માટે સામેવાળાએ આ ચાલ કરેલી. હજી મોટું આક્રમણ તો બીજી દિશામાંથી આવવાનું હતું. એણે ઉતાવળે થોડા જ શબ્દોમાં ભાબ્રવ્ય અને સૈનિકોને વ્યૂહ સમજાવી દીધો અને આ ધારણા સાચી પુરવાર થઈ. જોતજોતામાં બીજી દિશામાંથી નાગની આગેવાની હેઠળ ચાલીસ જેટલા ચંદ્રવંશી ધસી આવ્યા.

જોકે પછીની થોડી જ ક્ષણોમાં શિવને આ આક્રમણ પાછળનું સાચું કારણ જણાઈ ગયું. એની સામે આવી ગયેલા નાગે શાંત અવાજે કહ્યું, 'રાજકુમારીને અમારા હાથમાં સોંપી દો. કારણ વિના અમારે લોહીની છોળો નથી ઉડાડવી.'

'અમને પણ કારણ વિનાની હિંસા નથી જોઈતી. ચૂપચાપ અહીંથી જીવ બચાવીને ચાલતા થાવ.' શિવે સામો જવાબ આપ્યો, પણ એટલામાં ત્યાં દોડી આવેલી સતીએ સીધો નાગ પર હુમલો કર્યો.

નાગે ઘા ચુકાવી દીધો, પણ સામે તલવારનો ઘા મારવાને બદલે એણે માત્ર ખુદને બચાવવાનો પ્રયાસ કર્યો. સતીને મારવાની કે ઘાયલ કરવાની એને કોઈ ઇચ્છા નહોતી લાગતી. જોકે આ દયા-ઉદારતા માત્ર સતી માટે હતી. આસપાસ તો ઘમસાણ યુદ્ધ જામી ગયેલું.

— ⋆ —

મંદાર પર પહેરો ભરી રહેલા એક અરિષ્ટનેમીની નજર દૂર આકાશમાં ઊંચે ચઢી રહેલી લાલ ધુમ્રસેર પર પડી અને એ ચમક્યો. દેવગિરિ જવા માટે વહેલી સવારે નીકળેલા, મહારાણીના કાફલાને રસ્તામાં કોઈ મોટું સંકટ નડ્યાની આ નિશાની હતી. એણે શંખનાદ કર્યો. અને પછી થોડી જ વારમાં દક્ષની આગેવાની હેઠળ પાંચસો યોદ્ધા મારતે ઘોડે રવાના થઈ ગયા.

— ⋆ —

પાણીદાર અશ્વો એમની પૂરેપૂરી તાકાત લગાવીને દોડી રહ્યા હતા, તોયે દક્ષને ગતિ ધીમી લાગતી હતી. રાજપરિવાર અને શિવ મંદાર પર્વતથી નીકળ્યાને લગભગ આઠ કલાક વીતી ગયેલા. એમના સુધી પહોંચતાં કોણ જાણે હજી કેટલો વધુ સમય નીકળી જવાનો હતો!

દક્ષના પસ્તાવાનો પાર નહોતો. એમણે મંદાર પર્વત પર બે દિવસ રોકાઈ જવાનો નિર્ણય લીધો. એના પરિણામે નિયમાનુસાર દેવગિરિથી આવેલા અડધોઅડધ સૈનિકોએ પણ એમની સાથે ત્યાં રહેવું પડ્યું. ઓછા રક્ષકોની સાથે નીકળેલા મહારાણીના કાફલા પર લાગ જોઈને દુશ્મનોએ હુમલો કર્યો હશે. અરિષ્ટનેમી સૈનિકો ભલે બહાદુર હોય પણ મોટા દળ સામે કેટલી ઝીંક ઝીલી શકે? 'અમે પહોંચશું ત્યાં સુધીમાં કદાચ બધું ખતમ થઈ ગયું હશે.' આ વિચાર દક્ષના કાળજા પર નાગચૂડ જેવો ભરડો લઈ બેઠો.

અને આ ધારણા સાચી પુરવાર થઈ. ચારેક કલાકના અંતે દક્ષની સેના અટકી ત્યારે ત્યાં બધું ખતમ થઈ ગયેલું. રક્તરંજિત ભૂમિ પર નવ ચંદ્રવંશી અને ત્રણ અરિષ્ટનેમી યોદ્ધાના મૃતદેહ પડ્યા હતા. કોઈ જીવતો દુશ્મન દેખાતો નહોતો. ઘવાયેલા સૂર્યવંશી પોતપોતાના જખમ પર બને એટલી પાટાપિંડી કરીને બેઠેલા. ટોળે વળીને ગપ્પાં મારી રહેલા સૈનિકોની વચ્ચેથી ક્યાંક ક્યાંક હસવાનો અવાજ પણ સંભળાયો. લડાઈ પૂરી થઈ ગયેલી, પણ દક્ષની ધારણાવિરુદ્ધ એમાં સૂર્યવંશીઓનો વિજય થયો હતો.

અશ્વ પરથી ઊતરી રહેલા દક્ષની નજર થોડે દૂર ઊભેલાં સતી અને વીરિણી પર પડી. બધાં આડંબર અને નિયમો નેવે મૂકીને એ દોડ્યા અને સતીને ભેટી પડ્યા. 'તમે સહીસલામત છો ને?' એમણે ધ્રૂજતા અવાજે પૂછ્યું.

'હા.' સતીએ પોતાના હાથ પર થયેલા થોડા જખમને છુપાવવાની કોશિશ કરતાં કહ્યું.

'પણ એની તલવારે ઘણા ચંદ્રવંશીઓને ઘાયલ કરી દીધા. સતી આજે વીરાંગનાની જેમ લડી છે.' વીરિણીએ ગર્વભેર કહ્યું.

સતીએ માથું ધુણાવ્યું. 'આજની જીતનો ખરો યશ શિવને જાય છે.'

'સાચી વાત છે, મહારાજ!'ત્યાં આવીને ઊભેલા સેનાનાયક ભાભ્રવ્યએ નમ્રતાપૂર્વક આખીયે ઘટનાનું વર્ણન કર્યું. 'ચંદ્રવંશીઓએ નાગ સાથે મળીને આજે એવો વ્યૂહ ઘડેલો કે આપણે કદાચ સાવ છેતરાઈ જાત. બપોરે અમે ભોજનની તૈયારી કરતા હતા ત્યાં અચાનક એ ત્રાટક્યા. એમણે એવી યોજના બનાવેલી કે થોડા સૈનિકો લડતા લડતા જંગલની અંદરની તરફ ભાગવા માંડે. આપણે

એમનો પીછો કરીએ અને પાછળ નિઃશસ્ત્ર રહી ગયેલા રાજપરિવાર અને નોકરચાકરો પર બીજી દિશામાંથી હુમલો થાય, પણ આપણા આ વિદેશી મિત્ર શિવને ખ્યાલ આવી ગયો. એણે સામે એવી વ્યૂહરચના બનાવી કે રાજપરિવારને ઊની આંચ પણ ન આવે અને દુશ્મનો ગૂંચવાઈ જાય.'

દક્ષે પ્રશંસા અને આભારથી છલોછલ આંખે શિવ તરફ જોયું. નીલકંઠે પરચો બતાવવાની શરૂઆત કરી દીધેલી. 'તમે આજે મહારાણી અને રાજકુમારીનો જીવ બચાવી લીધો. આવતીકાલે અમને બધાંને બચાવશો.'

'મહારાજ, આજના વિજયમાં બધાનો સરખો ફાળો છે.' શિવે આસપાસ ઊભેલા સૈનિકો તરફ હાથ લાંબા કરીને નમ્ર અવાજે કહ્યું. એને એક વાતની રાહત હતી કે આ લોકો એને હજી સુધી એક બહાદુર પણ જંગલી વિદેશી જ માનતા હતા. શિવે કપડાંની નીચે ઢાંકી રાખેલા નીલવર્ણા ગળા પર હજી કોઈ અરિષ્ટનેમીની નજર નહોતી પડી. 'અને મારી ભૂલ ન થતી હોય તો આ હુમલો કરવા પાછળ દુશ્મનોનો હેતુ જુદો હતો.'

'શું?' દક્ષે પૂછ્યું.

'એ લોકો સતીનું અપહરણ કરવા માંગતા હતા. એ લોકોમાં મુખ્ય લાગતો નાગ લડતાં લડતાં પણ સતીના શરીરે વધુ ઈજા ન થાય એનું ધ્યાન રાખતો હતો. અમે સતીને સોંપી દઈએ તો એ નાગસરદાર લડાઈ અટકાવી દેવા પણ તૈયાર હતો.'

શિવના શબ્દો સાંભળતાની સાથે દક્ષ અને વીરિણીના ચહેરા ધોળી પૂણી જેવા થઈ ગયા. એકબીજાંની સામે જોઈને એમણે વગર બોલ્યે કોઈ વાતની આપલે કરી લીધી. ઘવાયેલા નંદીને જોવા જવાનું બહાનું કાઢીને શિવ ત્યાંથી સરકી ગયો.

'મૃત્યુ પામેલા ચંદ્રવંશીઓના અગ્નિસંસ્કાર પણ પૂરા માનસમ્માન સાથે થવા જોઈએ. એમણે ભલે કાયરની જેમ છુપાઈને હુમલો કર્યો હોય, પણ આપણે એમને સૂર્યવંશી પરંપરાને છાજે એવી રીતે અંતિમ વિદાય આપશું.' મૃત અને ઘવાયેલા સૈનિકોની વચ્ચે ફરીને પરિસ્થિતિનો તાગ મેળવી રહેલા પર્વતેશ્વરે આદેશ આપ્યો.

અચાનક એક મૃતદેહ પાસે એના પગ અટક્યા. 'કોણે આની પીઠ પર ઘાવ કર્યો?' પર્વતેશ્વરે મોટે અવાજે પૂછેલા સવાલથી થોડી વાર માટે તો

વાતાવરણમાં સન્નાટો છવાઈ ગયો. રણમેદાનમાં હંમેશાં સામી છાતીએ લડવું અને ક્યારેય દુશ્મનની પીઠ પર હુમલો ન કરવો એ સૂર્યવંશી પરંપરાનો આજે ભંગ થયો હતો. છેવટે ભાબ્રવ્યએ મોઢું ઉઘાડવાની હિંમત કરી. 'સંજોગો જ એવા હતા. યુદ્ધમાં કોઈની કેડ નીચે ઘા નહીં કરવાનો નિયમ છે, પણ સામેવાળાએ નંદીના પગ પર બે-ત્રણ વાર તલવાર મારી અને...'

'અને તમે પણ એમના જેવા થયા.' પર્વતેશ્વરે એના વાક્યને અડધેથી કાપી નાખતાં કહ્યું.

બાભ્રવ્યએ નાની ઉધરસ ખાઈ લીધી. 'કદાચ આપણા વિદેશી મહેમાને ભૂલભૂલમાં આવું કરી નાખ્યું. જોકે એણે સામેવાળાની પીઠ પર કટાર ન મારી હોત તો નંદી માટે પ્રાણ ખોવાનો વારો આવી જાત.

પર્વતેશ્વરને જોકે આ ખુલાસાથી સંતોષ ન થયો. એના હાથની મુઠ્ઠી વળી ગઈ. શિવ જેવો માણસ સૂર્યવંશીઓનું નેતૃત્વ કરશે?

'તું એ પરદેશી માટે પ્રભુ મારા દેવ એવા સંબોધન કેમ કરે છે?' નંદીની બાજુમાં બેઠેલા અરિષ્ટનેમી સેનાનીએ કુતૂહલ પ્રગટ કર્યું.

'કારણ કે એ મારા ભગવાન છે.' નંદીએ ટૂંકો જવાબ આપ્યો અને વધુ સ્પષ્ટીકરણ નહીં આપે એ સમજી ગયેલા સૈનિકે થોડે દૂર ઊભેલા શિવ તરફ જોતાં કહ્યું, 'દેખાવે ભલે જંગલી લાગતો હોય, પણ તલવાર ચલાવવામાં એક્કો છે અને હા ભાઈ લડવામાં તો તું પણ શૂરોપૂરો છે. મરતાં પહેલાં દસને મારી જાય એવો! તારા જેવો ભ્રાતા મળે તો હું મારી જાતને સદ્‌ભાગી માનું.'

નંદી એની બધી પીડા ભૂલી ગયો. મેલુહાના સૈન્યમાં ભ્રાતા પરંપરા કે પ્રથા વર્ષો જૂની હતી. દરેક સૈનિકને એના હોદ્દાને અનુરૂપ એની કક્ષામાં આવે એવો સૈનિક ખુદના ભ્રાતા તરીકે પસંદ કરવાની છૂટ હતી. ભ્રાતા એટલે ભાઈ અને લોહીનો સંબંધ ન હોય તોયે પછી એ બે જણ સગા ભાઈની જેમ સાથે રહેતા. એકબીજાને કાયમ સાચું કહેવું, એકમેક માટે પ્રાણ ન્યોચ્છાવર કરવા તૈયાર રહેવું. એણે પસંદ કરેલી સ્ત્રી પર બીજાએ ક્યારેય કુદૃષ્ટિ ન નાખવી, એવા વણલખ્યા નિયમોનું ભાગ્યે જ કોઈ ઉલ્લંઘન કરતું. મેલુહાની સેનામાં અરિષ્ટનેમી પ્રથમ હરોળના સર્વશ્રેષ્ઠ ગણાતા યોદ્ધા હતા. એમાંથી કોઈ એને ભ્રાતા બનાવવા તૈયાર હતું એ સાંભળીને નંદીનું હૃદય ભરાઈ આવ્યું. જોકે આ સન્માન સ્વીકારવાનું એના માટે શક્ય નહોતું, કારણ કે નંદીના જીવનનું લક્ષ્ય

નક્કી થઈ ગયેલું. એણે મરતા સુધી શિવની સાથે રહેવાનું હતું. 'મિત્ર, તારું નામ શું છે?' એણે પૂછ્યું.

'કૌસ્તવ! અને યાદ રાખજે, એક દિવસ આપણે સાથે મળીને ચંદ્રવંશીઓની સામે લડશું. એમને ધૂળ ચાટતા કરી દઈશું.' અરિષ્ટનેમીએ દૃઢ અવાજે ભવિષ્યવાણી ઉચ્ચારી.

'નાગ આક્રમણકારીઓનો વ્યૂહ તમે કઈ જાણી ગયા?' બૃહસ્પતિએ કુતૂહલભેર પૂછ્યું.

શિવે ખબા ઉછાળ્યા. વાત કોઈને સમજાવવી મુશ્કેલ હતી, પણ વાસ્તવિકતા એ હતી કે નાગના મનમાં રમતા વિચારો, વગર કહ્યે બહુ સહેલાઈભેર શિવને કળાઈ ગયેલા. ગાંજો ભરેલી ચલમનો ઊંડો દમ ભરીને એણે ધુમાડો બહાર ફંગોળ્યો.

'શિવ, એક વાત કહું?' બૃહસ્પતિ ખચકાટભેર બોલ્યા.

'બોલો ને!'

'આ ગાંજાનું વ્યસન સારું નથી. શરીર જ નહીં, મગજ પર પણ એની ખરાબ અસર થાય છે. મેં જોયું છે કે આ વ્યસનના બંધાણીઓની યાદશક્તિ પણ ઘસાવા લાગે છે. ગાંજાના નશામાં લોકો બધું ભૂલી જાય છે.'

બૃહસ્પતિની વાત સાંભળીને શિવના ચહેરા પર ઉદાસ લાગે એવું સ્મિત આવી ગયું. 'બૃહસ્પતિ, ભૂલવા માટે તો લોકો આ પીએ છે.'

બૃહસ્પતિ ચૂપચાપ શિવને તાકી રહ્યા. બધાં જેને ભગવાનનું રૂપ માનતા હતા એ માણસ ભૂતકાળના કયા દુઃખને ભુલાવવા મથી રહ્યો હતો?

પ્રકરણ-૧૧

નીલકંઠનું પ્રાગટ્ય

સમ્રાટ દક્ષે છેવટે એમનું ધાર્યું કર્યું. મંદાર પર્વતથી દેવગિરિ પહોંચતાની સાથે તરત નીલકંઠના પ્રાગટ્યની જાહેરાત કરી દેવાનો એમનો નિર્ણય સાંભળીને શિવે આનાકાની કરી, પણ દક્ષ હવે મક્કમ હતા. એમણે કહ્યું, 'સ્વદ્વીપમાં રહેતા એમના રાજા દિલીપે પુરવાર કરી દીધું કે ચંદ્રવંશીઓ કેટલી હદે જઈ શકે છે. મારા લોકો પૂછવા લાગ્યા છે કે રાજપરિવાર પર આતંકવાદીઓ હુમલો કરી શકે છે એવા સંજોગોમાં સામાન્ય પ્રજાની કેટલી સલામતી રહી? મેલુહાવાસીઓનું મનોબળ સાવ તૂટી જાય એ પહેલાં જરૂરી છે કે એમને નીલકંઠના આગમનની જાણ થઈ જાય અને હા, પેલા ચંદ્રવંશીઓ પણ આ સાંભળીને થોડા ડરવા લાગશે. એમનું હલકાપણું તો જુઓ, સૂર્યવંશીઓને હેરાન કરવા માટે નાગ જેવી શાપિત પ્રજાનો સાથ લીધો છે! નર્કમાં પણ એમને જગ્યા નહીં મળે...'

દક્ષે રોષ ઠાલવી લીધો. એ પછી શિવે ધીમે રહીને કહ્યું, 'મહારાજ, મને લાગે છે કે આ છેલ્લું આક્રમણ નાગની આગેવાની હેઠળ થયેલું અને ચંદ્રવંશીઓ માત્ર એમની સહાય માટે હતા.'

પરંતુ નાગ તરીકે જન્મેલી કોઈ પણ વ્યક્તિ ચંદ્રવંશી સૈન્યનો દોર પોતાના હાથમાં લઈ શકે એ માનવા માટે દક્ષ તૈયાર નહોતા. દેવગિરિ પહોંચ્યા ત્યાં સુધી એમણે ચંદ્રવંશી અને એમના રાજા દિલીપની વિરુદ્ધ આગ ઓકવાનું ચાલુ રાખ્યું.

— ⅄◎⩌↑⊛ —

દેવગિરિ પહોંચ્યાના બીજે દિવસે દક્ષ સાથે રાજદરબારમાં ગયેલા શિવને લાગતું હતું કે એ કોઈ વસ્તુસંગ્રહાલયમાં મુકાયેલી વસ્તુ હતી. જેને સહુ ધારીધારીને જોતા હતા. દક્ષે બોલવાનું શરૂ કર્યું ત્યારે દરબારમાં હાજર લોકો શિવને અને શિવ દરબારખંડની દીવાલો જોતા રહ્યા.

અહીં આવ્યા બાદ શિવને પહેલી વાર ખબર પડી કે અત્યાર સુધી જ્યાં દક્ષની મુલાકાત થતી રહેલી એ કોઈ દરબાર નહીં પણ રાજાનું અંગત કાર્યાલય હતું. ત્યાં ભલે સાદગી હતી, પણ અહીં મુખ્ય રાજદરબારની ભવ્યતા આંખો આંજી દે એવી હતી. ફર્શ, થાંભલા, છત આ બધું બનાવવામાં સાગનું લાકડું વપરાયું હતું. એમાં સોનાચાંદીની મીનાકારી હતી. કુશળ કારીગરોએ એમના ઓજારો દ્વારા દીવાલ અને છત પર દેવો, અપ્સરાઓ અને ઋષિઓને જીવંત કરેલા ખૂણેખૂણે રાજા રામની જીવનકથાના ચિત્રો અંકિત હતાં. દક્ષ અને એના દરબારીઓને લાગતું હતું કે ભગવાન રામે જેના પ્રગટ થવાનું ભાવિ ભાખેલું એ નીલકંઠ હવે એમની વચ્ચે હતા.

— ⅄◎⩌↑⊛ —

નંદી તો શિવને ભગવાન રામથીયે વધુ મહાન માનતો હતો. 'મારા દેવ, તમારા હાથે એવાં પરાક્રમ થશે કે લોકો તમને રામથીયે મહાન દેવ તરીકે પૂજતા થઈ જશે.' આ સાંભળીને શિવને સમજાયું નહીં કે નંદીના ભોળપણ પર હસવું કે પછી એની મૂર્ખાઈ પર ગુસ્સે થવું, પણ અંતે એણે અલગ જ વિષય પર ચર્ચા માંડી શિવે કહ્યું, 'નંદી, સમય બદલાયો છે અને તમારા લોકોએ ટકી રહેવું હોય તો નવી રીતે વિચારતાં શીખવું પડશે. નિયમો અને પરંપરામાં પણ થોડા થોડા ફેરફાર કરવા પડશે. બાકી એક માણસ જાદુઈ છડી ફેરવીને તમને બચાવી નહીં શકે.

— ⅄◎⩌↑⊛ —

નીલકંઠના પ્રાગટ્યની જાહેરાત થઈ ગયા બાદ દક્ષે એમની યોજનાનો બીજો તબક્કો અમલમાં મૂકવાની તૈયારી આદરી. એ ઇચ્છતા હતા કે આખાયે પ્રદેશમાં ફરીને શિવ મેલુહાના લોકોને જુએ, મળે અને લોકો પણ નીલકંઠના દર્શન કરીને જોશમાં આવે.

આ યાત્રામાં સેનાપતિ પર્વતેશ્વર એના પંદરસો કુશળ યોદ્ધા સાથે જોડાવાના

હતા. મંદાર પર્વતથી આવેલા બૃહસ્પતિએ કહ્યું કે મેસોપોટેમિયાથી જાતજાતની દુર્લભ ગણાતી જડીબુટ્ટીઓ લઈને નીકળેલું એક જહાજ કરચપાના બંદરે લાંગર્યું હતું. એમને મળવા માટે વૈદો અને વૈજ્ઞાનિકોનું એક જૂથ નીકળવાનું હતું અને શિવને વાંધો ન હોય તો આ જૂથની સાથે બૃહસ્પતિ પણ કાફલામાં જોડાઈ જાય.

શિવને કોઈ વાંધો નહોતો. ઊલટું શ્રીનગરથી આવેલી આયુર્વતી બૃહસ્પતિની સાથે હતી એ જાણીને એણે વધુ આનંદ વ્યક્ત કર્યો.

શિવને આપેલું વચન દક્ષે પાળ્યું હતું. એના ગુણો દેવગિરિમાં આવી પહોંચેલા. દરેક ગુણ માટે રહેઠાણ અને રોજગારીની વ્યવસ્થા થઈ ગયેલી. શિવનો ખાસ મિત્ર ભદ્ર એની સાથે પ્રવાસમાં જોડાવાનો હતો.

'અરે, મેં સાંભળ્યું કે અહીંના લોકો તને ભદ્ર નહીં પણ વીરભદ્ર તરીકે ઓળખે છે.' જમીકારવીને અતિથિગૃહમાં નિરાંતે બેઠેલા શિવે મિત્રને પૂછ્યું.

'આ લોકોને રાઈનો પર્વત બનાવી દેવાની આદત લાગે છે. અમે અહીં આવતા હતા ત્યારે રસ્તામાં અમારા કાફલાના સરદાર પર એક વાઘે હુમલો કર્યો. મેં એને બચાવી લીધો. બદલામાં બધાંએ મને આ "વીર"નું વિશેષણ વળગાડી દીધું.'

ભદ્રએ ભલે નમ્રતા દાખવી પણ શિવના ચહેરા પર પ્રશંસાનો ભાવ છલકાઈ આવ્યો. 'વાઘની સામે લડનાર માટે વીરનું વિશેષણ યથાર્થ છે.'

વીરભદ્રએ હાથ હલાવ્યો. 'મારી વાત છોડો, તમે કહો કે નીલકંઠનું વિશેષણ તમને ફાવી ગયું?

શિવે એના ગળા પર હાથ મૂકતાં જવાબ આપ્યો, 'હવે તો જે થવાનું છે એ જોયું જશે. એ લોકો જે મોટા ચમત્કારોની આશા રાખીને બેઠાં છે એવું કંઈ થવાનું નથી, પણ મારા હાથે કોઈ નાનું સરખુંએ સારું કામ થઈ જાય તો કદાચ મારા ભૂતકાળનું થોડું પ્રાયશ્ચિત્ત કર્યું એવું મને લાગશે.'

— ⋆ —

બધાંયે ઉત્સાહમાં હતાં, સિવાય કે દક્ષની પત્ની વીરિણી. એણે જ્યારથી સાંભળ્યું કે શિવની સાથે સતી પણ જવાની હતી ત્યારથી એની ચિંતાનો પાર નહોતો. દેવગિરિથી બહાર નીકળેલી સતીનું અપહરણ કરવા માટેના બબ્બે પ્રયાસ થઈ ચૂકેલા. પુત્રીને ફરીથી એવા જોખમમાં નાખવા માટે માતાનું મન કઈ રીતે તૈયાર થાય? પરંતુ નકાર સાંભળવાની દક્ષની તૈયારી નહોતી. એણે કહી દીધું, 'વીરિણી, તમને બીજામાં નહીં પણ મારામાં તો વિશ્વાસ છે ને? મને પૂરેપૂરી શ્રદ્ધા

છે કે સતી શિવ માટે શક્તિનો સ્રોત બનશે અને શિવ હંમેશાં સતીની રક્ષા કરશે. એ બંને સાથે રહેવા સર્જાયાં છે.'

અને છેવટે યાત્રાના આરંભનો દિવસ આવી ગયો. સતી અને કનખલાની સાથે પચીસ દાસીઓ પણ શિવની સાથે દેવગિરિથી નીકળી.

કોટદ્વાર નગર પહોંચ્યા બાદ બિયાસ નદી પાર કરવાની હતી. બીજે કાંઠે કરચપામાં થોડું રોકાયા બાદ પૂર્વ દિશામાં લોથલ તરફ વળવાનું હતું. ત્યાંથી ઉત્તરમાં સરસ્વતીના વહેણથી રચાયેલા પ્રદેશમાં ફરીને કાફલો વહાણમાં બેસીને અંતે દેવગિરિ પાછો ફરવાનો હતો.

પ્રકરણ-૧૨

મેલુહાની યાત્રા

દેવગિરિથી નીકળેલા કાફલામાં ઘોડેસવાર સૈનિકો અને અંગરક્ષકોથી ઘેરાઈને જે સાત મોટાં વાહન ચાલી રહ્યાં હતાં, એમાં પાંચ ખાલી હતાં. હુમલાના સમયે દુશ્મનો ગૂંચવાય એ માટેનો આ વ્યૂહ હતો. એક વાહનમાં શિવની સાથે સતી, બૃહસ્પતિ અને કૃતિકા હતાં અને બીજામાં પર્વતેશ્વર અને બીજા સેનાધિકારીઓની સાથે આયુર્વતી બેઠી હતી. નંદી સૈનિકો સાથે ઘોડા પર સવાર હતો. વીરભદ્ર એની ટુકડીમાં સામેલ કરાયેલો.

પ્રવાસ શરૂ થયાને થોડા દિવસ વિના વિઘ્ને પસાર થઈ ગયેલા. 'ઘણાં લોકોને મોઢે મેં મનુનું નામ સાંભળ્યું. એ કોણ હતા?' શિવે એક દિવસ પૂછ્યું.

જવાબ આપવા માટે બૃહસ્પતિ તૈયાર હતા. 'ભગવાન મનુ ભારતીય સંસ્કૃતિના પિતા ગણાય છે. નર્મદાની પેલે પાર દૂરદૂર જ્યાં ધરતીની અંતિમ સીમા સાગરને અડે છે એ જગ્યા પ્રાચીનકાળમાં સંગમતામીલના નામે ઓળખાતી હતી. આજથી સાડા આઠ હજાર વર્ષ પૂર્વે ત્યાંના રાજવી પરિવારમાં મનુનો જન્મ થયો હોવાનું કહેવાય છે.

'સંગમતામીલની ગણના એ સમયે વિશ્વના સહુથી સમૃદ્ધ અને શક્તિશાળી રાષ્ટ્ર તરીકે થતી હતી, પણ ત્યાં રાજ્ય કરનારા પાંડ્યના વંશજોમાં કાળક્રમે સડો પેઠો. મોજશોખમાં પડી ગયેલા રાજાઓએ એમની ફરજ અને ધર્મને કોરાણે

મૂક્યા. કુદરત આની સજા આપતી હોય એમ સમુદ્રનાં પાણી અચાનક એક દિવસ સંગમતામીલ પર ફરી વળ્યાં અને આખીયે સંસ્કૃતિ નષ્ટ પામી.'

'મનુ ત્યારે હતા?' શિવે પૂછ્યું.

'હા. પણ એમને બહુ પહેલાં ખ્યાલ આવી ગયેલો કે એક દિવસ આવું થશે અને એમાંથી બચવાની તૈયારી કરી રાખેલી. વહાણમાં પોતાની સાથે થોડા લોકોને લઈને એ ઉત્તર તરફ મેહરગઢ તરીકે ઓળખાતી ઊંચાણવાળી જગ્યાએ પહોંચી ગયા. એમણે જ્યાં પહેલો પડાવ નાખ્યો એ જ પ્રદેશ આજે મેલુહા તરીકે ઓળખાય છે.

'નૈતિકતાના પાયા પર નવા સમાજનું ઘડતર કરવા માટે મનુએ રાજકુમારનો વેશ ત્યાગીને ઋષિનાં વસ્ત્રો ધારણ કરી લીધાં. મનુ પાંડ્ય વંશના હતા. એના વંશજો આજે પંડિત તરીકે ઓળખાય છે. મેહરગઢમાં આવ્યા બાદ શરૂઆતમાં તો મનુ અને એમના સાથીદારોએ ઘણી તકલીફો વેઠવી પડી. દરિયાનાં પાણી વારંવાર ધસી આવીને એમનાં ઘરબાર, ખેતરો તાણી જતાં અને ફરીફરીને એકડે એકથી શરૂઆત કરવી પડતી, પણ પછી ધીમે ધીમે કુદરતનો કોપ અને દરિયાના પાણી શાંત થયાં.'

'સંગમતાલીમ પાણીમાંથી બહાર આવ્યું?'

'ના, એ તો હજી અંદર જ હોવાનું કહેવાય છે. પ્રલયે વિશ્વની ભૂગોળ બદલી નાખી. શાંતિ થયા બાદ ભગવાન મનુએ પર્વત પરથી ઊતરીને જોયું તો એક સમયની ઝરણા જેવી સિંધુએ હવે વિશાળ નદીનું રૂપ ધારણ કરી લીધેલું. એવી જ રીતે બીજી અનેક નાની-નાની નદીઓ ભેગી થઈ ગયેલી અને એમાંથી છ નવી મોટી નદી બની. સિંધુ, સરસ્વતી, યમુના, ગંગા, સરયુ અને બ્રહ્મપુત્રા. ભગવાન મનુના કહેવા પ્રમાણે પ્રકૃતિના કોપથી જમીનનું ઉષ્ણતામાન વધી ગયેલું. પરિણામે હિમાલયનો બરફ પીગળીને નદીઓના રૂપમાં વહેવા લાગ્યો. આ નદીઓના કિનારે નવી લોકસંસ્કૃતિનો વિકાસ થયો. નર્મદા નદી પહેલેથી હતી. એને કારણે મેલુહાના દક્ષિણ સીમાડે કુદરતી રક્ષાકવચ બની ગયું. ભગવાન મનુનો સ્પષ્ટ આદેશ હતો કે એમના વંશજો ક્યારેય નર્મદા પાર કરીને દક્ષિણમાં જવું નહીં અને જાય એ ક્યારેય પાછો ન આવી શકે. મનુએ બનાવેલા બીજા ઘણાં કાયદાઓનું સંકલન ''મનુસ્મૃતિ'' નામના ગ્રંથમાં થયું છે. ફુરસદે એના વિશે પણ વાત કરશું.' બૃહસ્પતિએ વાતોમાં વિશ્રામ પાડ્યો.

શિવ કે એના કાફલામાં બીજા કોઈને ખ્યાલ નહોતો કે એમની પાછળ બિયાસ નદીના કાંઠેકાંઠે ચાલીસેક જણનું ટોળું ચોરીછૂપીથી ચાલી રહ્યું હતું. જૂથમાં ઘણાં જણે માથા પર નાની નાની હોડીઓ ઉપાડેલી. અહીં વસતા લોકો માટે આ સામાન્ય વાત હતી. સ્થાનિકો દ્વારા વાંસમાંથી બનતી આ હોડીઓ વજનમાં ભલે હળવી હોય, પણ પાણીમાં તરતી મૂકો ત્યારે આસાનીથી બે જણ એમાં બેસી શકે.

જૂથની આગેવાની વિશ્વદ્યુમ્ન અને કાળા કપડાંમાં ઢંકાયેલા નાગે લીધેલી. આ એ જ લોકો હતા જેમણે થોડા દિવસ પહેલાં મંદાર પર્વતથી દેવગિરિ તરફ જઈ રહેલા શિવના કાફલા પર આક્રમણ કરેલું. આજે જોકે એ લોકો સૂર્યવંશીઓ સાથે લડવા નહીં, પણ રાણીને મળવા માટે કરચપા જઈ રહ્યા હતા.

'બસ, અહીંથી આપણે જળમાર્ગે જવાનું છે.' નાગે બિયાસના કાંઠે એક જગ્યાએ ઊભા રહીને કહ્યું.

— ⚲ —

'બચાવો, બચાવો, મારી સખીને નાગે પકડી લીધી... હવે એ દુષ્ટ એને જીવતી ખાવા બેઠો છે...' રડતીકકળતી દોડી આવેલી સ્ત્રીની ચીસોથી વાતાવરણ ભરાઈ ગયું. વિશ્રામગૃહમાં જમવા બેઠેલા કે પ્રાંગણમાં આંટા મારી રહેલા સૂર્યવંશીઓ ચોંકી ગયા. ભોજનખંડની અંદર હાથમાં લીધેલો કોળિયો થાળીમાં પાછો મૂકીને શિવ ઊભો થયો. બહાર નીકળીને એણે જોયું કે ભીનાં કપડે ઊભેલી કોઈ યુવાન સ્ત્રી પર્વતેશ્વર પાસે મદદની યાચના કરી રહી હતી. 'શું થયું?' શિવે ત્યાં જઈને પૂછ્યું.

રડતાં કકળતાં, તૂટક શબ્દોમાં સ્ત્રીએ જે માહિતી આપી એમાંથી કંઈક એવો અર્થ સરતો હતો કે બિયાસ નદીમાં જળવિહાર કરવા નીકળેલી આ બે સખીઓની હોડી અચાનક ઊંધી વળી ગઈ અને એમની લાચારીનો લાભ લેવો હોય એમ અચાનક ક્યાંકથી એક હોડીમાં બેઠેલા બે પુરુષ ત્યાં ધસી આવ્યા. નાકમોઢામાં પાણી જવાથી આ સ્ત્રી હોશ ખોઈ બેઠી. એને ખબર નહોતી કે કોણ એને બચાવીને કાંઠે લઈ આવ્યું, પણ એની આંખો ખૂલી ત્યારે એણે વધુ ભયાનક દૃશ્ય જોયું. પાણી અને લોહીથી લથબથ એક ઊંચો તગડો પુરુષ એની બેહોશ બહેનપણીને ઊંચકીને નદીમાંથી બહાર નીકળી રહ્યો હતો. કાળા કપડામાં પગથી માથા સુધી ઢંકાયેલો એ માણસ પેલી સ્ત્રીને નીચે મૂકવા માટે ઝૂક્યો ત્યારે એના ચહેરા પરનો મુખવટો સહેજ વાર માટે સરકી ગયો અને નાગ તરીકેની એની

ઓળખ છતી થઈ ગઈ. એની સાથે બીજા માણસો પણ હતા. પ્રાણ બચાવીને આ સ્ત્રી તો ત્યાંથી છટકી ગઈ પણ હવે એને એની બહેનપણીની ચિંતા હતી. નજીકમાં સશસ્ત્ર સૈનિકોએ પડાવ નાખેલો એ સાંભળીને એ અહીં મદદ માંગવા આવી પહોંચેલી.

વિશ્રામગૃહમાં સતીનું રક્ષણ કરવાની જવાબદારી સૈનિકોને સોંપીને શિવ અને પર્વતેશ્વર તાબડતોબ નદીકિનારા ભણી રવાના થયા, પણ ત્યાં જઈને જોયું તો નાગનો ત્યાં પત્તો નહોતો અને જેને બચાવવા માટે આટલી ધમાલ કરેલી એ સ્ત્રી સહીસલામત બેઠી બેઠી નદી તરફ તાકી રહેલી. મોટા મગરમચ્છનું મડદું પાણીની સપાટી પર તરી રહ્યું હતું અને એના શરીરમાંથી નીકળતા લોહીએ પાણીનો રંગ લાલ કરી નાખેલો.

થોડી જ ક્ષણોમાં શિવે પરિસ્થિતિ પામી લીધી. પર્વતેશ્વર તરફ ફરીને એણે શાંતિપૂર્વક કહ્યું, 'કોઈ આ સ્ત્રીઓને ખાવા નહોતું આવ્યું. પેલો માણસ ખરેખર નાગ હોય તો પણ એણે તો મગરમચ્છના જડબામાંથી આ સ્ત્રીઓના જીવ બચાવી લીધા.'

'પણ આપણે ત્યાંની કોઈ સ્ત્રીને બચાવવા માટે નાગ શું કામ પોતાનો જીવ જોખમમાં નાખે?' પર્વતેશ્વરના આશ્ચર્યનો પાર નહોતો. લોહીતરસ્યા ગણાતા નાગનું આ પાસું એના માટે નવું હતું.

— ⋏⓪⩌⍏⊛ —

આશ્ચર્ય તો વિશ્વદ્યુમ્નને પણ એટલું જ થયેલું. અજાણી સ્ત્રીને બચાવવા માટે પાણીમાં કૂદી પડેલા નાગે ખુદના પ્રાણની પરવા નહોતી કરી. ભયાનક મગરમચ્છને એણે એકલા હાથે મહાત કરેલો. બેભાન થઈ ગયેલી સ્ત્રીને નદીના કિનારે લઈ ગયા બાદ પણ જ્યાં સુધી એ પૂરેપૂરી હોશમાં ન આવે ત્યાં સુધી નાગે હટવાનું નામ નહોતું લીધું. એ સમયે ચંદ્રવંશી સૈનિકો ત્યાં આવી પહોંચ્યા હોત તો શું થાત એનો વિચાર વિશ્વદ્યુમ્નને ધ્રુજાવી મૂકે એવો હતો, પણ નાગને જાણે કોઈ ભય નહોતો. થોડી વાર માટે નાગના ચહેરા પરથી મુખવટો હટી ગયો ત્યારે એણે જેનો જીવ બચાવેલો એ જ સ્ત્રી એને નરભક્ષી ગણાવીને ચીસો પાડતી દોડી ત્યારે વિશ્વદ્યુમ્નને ગુસ્સો આવી ગયો હતો, પણ નાગની આંખોમાં એણે ત્યારે રોષને બદલે માત્ર ઉદાસી જોયેલી.

પ્રકરણ-૧૩

અપવિત્રના આશીર્વાદ

કોટદ્વારના ઇતિહાસમાં આટલા ઉત્સાહ અને ધામધૂમથી આ પહેલાં ક્યારેય કોઈ વિદેશીનું સ્વાગત નહોતું થયું. આખું શહેર શણગાર સજીને મોંઘેરા અતિથિને આવકારવા તૈયાર થઈ ગયેલું અને નીલકંઠનો જાહેર પરિચય આપવા માટે રાજ્યપાલે કાર્યક્રમ રાખ્યો ત્યારે પાંસઠ હજારની વસતી ધરાવતા શહેરમાં ભાગ્યે જ એવું કોઈ ઘર બચ્યું હતું જેમાંથી પરિવારનો કોઈ સભ્ય બહાર ન નીકળ્યો હોય.

સાક્ષાત્ તારણહારનાં દર્શન કરવાની ઇચ્છા કોને ન હોય? કોટદ્વારમાં વસતાં વિકર્મ સ્ત્રી-પુરુષો પણ આમાં અપવાદ નહોતાં અને અહીં જ સહુ માટે મૂંઝવણભરી ગણાય એવી પરિસ્થિતિ ઊભી થઈ ગઈ.

આખાયે કાર્યક્રમ દરમિયાન આ કમભાગી લોકો કોઈનો સ્પર્શ ન થઈ જાય એનું ધ્યાન રાખીને એક તરફ ખૂણામાં ઊભા રહ્યા, પણ નાનકડું સંભાષણ કરીને શિવ મંચ પરથી ઊતરતો હતો ત્યાં થોડી દોડાદોડી ધક્કામુક્કી થઈ ગઈ. લોકો નીલકંઠને નજીકથી જોવા, શક્ય હોય તો એનો સ્પર્શ કરવા માટે આતુર હતા. વિકર્મ લોકોના જૂથમાં ઊભેલો એક અંધ વૃદ્ધ પણ જાત પર કાબૂ ન રાખી શક્યો. ભાન ભૂલીને એ આગળ દોડ્યો. સ્વાભાવિક રીતે જ બીજાઓએ એને રોકવાનો પ્રયાસ કર્યો, પણ આ જોઈ ગયેલા શિવે એને છોડી દેવાનો ઇશારો

કર્યો. વૃદ્ધનો પુત્ર એનો હાથ પકડીને શિવની પાસે લઈ આવ્યો. 'મારા દેવ...' કહીને એ શિવના પગે પડી ગયો.

ત્યાં ઊભેલા લોકોના મોઢામાંથી હાયકારો સરી પડ્યો. યુવાન પુત્રનો ચહેરો પણ લાલ થઈ ગયો. 'પિતાજી, આ શું કરી બેઠા?' એનાથી કઠોર અવાજે બોલાઈ ગયું અને પછી તરત પોતાની ભૂલનું ભાન થયું હોય એમ એ અંધ ઊભો થઈ ગયો. 'ક્ષમા કરજો દેવ, મારી ભૂલ થઈ ગઈ પણ ગુસ્સે નહીં થતા. અમને તમારી બહુ જરૂર છે. તમારા વિના કોણ આ પવિત્ર ભૂમિની રક્ષા કરશે ?'

ભીની આંખે કરગરી રહેલા વૃદ્ધને શિવ જોઈ રહ્યો. જે ભૂમિ પર એને અન્યાય થતો હતો એને બચાવવાની આજીજી આ માણસ કરી રહ્યો હતો. કદાચ બાપડાને એનું ભાન પણ નહોતું કે વિકર્મ સાથે જે થઈ રહ્યું હતું એ ખોટું હતું, અમાનવીય હતું. 'હું આ અમાનુષી પરંપરાને રોકીશ.' મનોમન આવી પ્રતિજ્ઞા લઈને શિવ થોડો આગળ વધ્યો અને નીચા વળીને એણે પેલા વિકર્મના પગ પકડી લીધા. 'અસૂરોની સામે લડવાની શક્તિ મળે એવા આશીર્વાદ મને આપો.'

ભીડમાં સન્નાટો છવાઈ ગયો. નીલકંઠે વિકર્મનો સ્પર્શ કરીને આ દેશના કાયદાનું ઉલ્લંઘન કર્યું હતું અને એટલું ઓછું હોય એમ એ હવે પાપી પાસેથી આશીર્વાદ માંગી રહ્યા હતા. 'વિજયી ભવ' માંડમાંડ આટલું બોલી શકેલો વૃદ્ધ જમીન પર ઢગલો થઈ જાત, જો શિવે એને પકડી ન લીધો હોત. પર્વતેશ્વરનો ચહેરો લાલચોળ થઈ ગયો. એની હાજરીમાં એક વિદેશીએ આ દેશનો સદીઓ જૂનો કાયદો તોડવાની ધૃષ્ટતા કરી હતી.

'અમારે ત્યાં જુદાં જુદાં શહેરોને જોડતા રસ્તા બહુ સારા છે, પણ ગતિ અને સુરક્ષાની દૃષ્ટિએ જળમાર્ગે પ્રવાસ કરવાનું વધુ યોગ્ય છે.' આયુર્વતીએ શિવની પાસે આવીને કહ્યું.

વહાણમાં એક તરફ કઠેડો પકડીને પાણીમાં જોઈ રહેલા શિવે માથું ઊંચું કરીને આયુર્વતી સામે જોઈ, ઔપચારિકભાવે સ્મિત કરીને માથું હલાવ્યું, પણ કંઈ બોલ્યો નહીં. એને કોઈ સાથે કંઈ વાત કરવાની ઇચ્છા નહોતી થતી.

કોટદ્વારથી નીકળ્યાને ખાસ્સો સમય થઈ ગયો હતો. વીતેલા દિવસોમાં એમણે બીજાં અનેક નાનાંમોટાં શહેરની મુલાકાત લઈ લીધેલી. દરેક ઠેકાણે લોકોએ શિવને સમાન ઉત્સાહથી આવકારેલો, વધાવેલો પણ શિવનું મન ઉદાસ હતું. સતી વિના આ બધું નકામું હતું. કોટદ્વારથી નીકળ્યા બાદ સતી સાથે હતી

તોયે ન હોય એવી રીતે વર્તતી હતી. શિવ સાથે બોલવાનું તો બાજુએ રહ્યું. આંખો મેળવવાનું પણ એ ટાળતી હતી અને આ વર્તણૂક પાછળનું કારણ વિચારીને શિવને વધુ દુઃખ થતું હતું.

કોટદ્વારમાં વિકર્મનો સ્પર્શ કરી બેઠેલા શિવે શુદ્ધિકરણ કરાવવું જોઈએ. એવા આગ્રહમાં સહુ એકમત હતા અને એમાં સહુથી મોટા સાદે સૂર પુરાવનારી ખુદ સતી હતી. શિવને સમજાતું નહોતું કે અત્યાચાર, અન્યાયી પ્રથાનો ભોગ બનનારી વ્યક્તિ પોતે કઈ રીતે આવી પ્રથાને ટેકો આપી શકે!

પહેલી વાર દેવગિરિના ઉદ્યાનમાં સતીનો સ્પર્શ થયા બાદ શિવે કચવાતા મને શુદ્ધિકરણ વિધિ કરાવી લીધેલી. એની પાછળ એક જ હેતુ હતો કે પોતે ભલે આ બધામાં ન માને, પણ સતીના શબ્દોનું માન રાખવું જોઈએ. અશુદ્ધ થઈ ગયેલા શિવને કંઈ થઈ જશે એવો ભય સતીના મનમાંથી કાઢી નાખવા માટે એણે મંદિરમાં જઈને જરૂરી ગણાતી વિધિ કરાવી લીધેલી, પરંતુ વારંવાર આવું કરવા માટે એ તૈયાર નહોતો. કોટદ્વારમાં વિકર્મનો સ્પર્શ થયા બાદ શુદ્ધિકરણ કરાવવાની શિવે સ્પષ્ટપણે ના પાડી દીધી. બૃહસ્પતિએ સમજાવવાની કોશિશ કરી પણ નિષ્ફળ ગયા. શિવે એનો નનૈયો પકડી રાખ્યો. છેવટે સતીએ બહુ આગ્રહ કર્યો ત્યારે શિવની ધીરજ પરનો બંધ તૂટી ગયો. 'આ લડાઈ મારા એકલાની નથી. મેં તમારા બધા વતી અવાજ ઉઠાવ્યો છે. સમાજની વચ્ચે રહીને પણ તમારે અછૂતની જેમ જીવવું પડે, એ મારાથી સહન નહીં થાય. હું આ પરંપરા તોડીને જ જંપીશ.'

અને ત્યારે સતીને ખ્યાલ આવ્યો કે શિવના મનમાં શું હતું? સતીને ખાતર એ આખી દુનિયા સામે લડવા તૈયાર થયો હતો, પરંતુ આ જાણીને ખુશ થવાને બદલે સતી કોચલામાં પુરાઈ ગઈ. જતાં જતાં એ છેલ્લો પ્રહાર કરતી ગઈ, 'મને તમારા રક્ષણની જરૂર નથી. આ જનમમાં તો કોઈ મને બચાવી નહીં શકે.' બસ, એ દિવસથી સતીએ શિવ સાથે બોલવાનું બંધ કર્યું અને શિવે બીજાઓ સાથે બોલવાનું ઓછું કરી દીધું.

અત્યારે આયુર્વતીને પણ શિવ સાથે લાંબો સંવાદ સાધવામાં સફળતા ન મળી. એના ગયા બાદ બૃહસ્પતિ આવીને બાજુમાં બેઠા અને શિવની મનોવ્યથા બહાર ઉભરાઈ આવી. 'શું કામ?' ઘાયલ પંખીની જેમ એ ચિત્કાર કરી બેઠો.

બૃહસ્પતિ સમજી ગયા કે શિવ કોની વાત કરતો હતો. ઉદાસીભર્યું સ્મિત કરીને એમણે જવાબ આપ્યા,. 'સતી ખરેખર એવું માને છે કે ગયા જનમમાં કરેલા કોઈ પાપના ફળસ્વરૂપે જ એણે હવે વિકર્મ તરીકે જીવવું પડે છે.'

'પણ કોઈ આવું કઈ રીતે માની શકે?'

'સંજોગો જ એવા સર્જાઈ ગયા. આજથી લગભગ નેવું વરસ પહેલાં સતીનાં લગ્ન થયાં...'

'શું... સતીનાં લગ્ન થઈ ચૂક્યાં છે?' શિવને આંચકો લાગ્યો.

'હા. એક મોટા પ્રતિષ્ઠિત પરિવારમાં, રાજકુળનું લોહી ધરાવતા ચંદ્રધ્વજ નામના યુવાન સાથે સતીનાં લગ્ન થયાં. થોડા સમય બાદ ગર્ભવતી બનેલી સતી અહીંના નિયમ પ્રમાણે પ્રસૂતિ માટે મૈક ગઈ. ચોમાસાની ઋતુમાં એણે મૃત બાળકને જન્મ આપ્યો અને અહીંના લોકો માને છે કે એક વિકર્મા પર જ આવું સંકટ આવી શકે.'

'પણ આવું થવા પાછળ તો બીજાં ઘણાં કારણ હોઈ શકે. કદાચ એવુંયે બને કે સુયાણીની ભૂલથી...'

શિવનું વાક્ય અડધેથી કાપી નાખતાં બૃહસ્પતિ બોલ્યા, 'ના, મેલુહામાં એવું શક્ય નથી. સતીને એના પૂર્વજન્મનું જ કોઈ પાપ નડ્યું હતું. આશ્વાસન કહો તો એટલું કે એણે નાગસંતાનને જન્મ નહોતો આપ્યો. આવું કરનાર સ્ત્રી માટે તો સમાજનો સંપૂર્ણ બહિષ્કાર સહેવાનો વારો આવી જાય.'

'એના પતિએ શું કહ્યું?'

'એ બિચારાને તો કંઈ બોલવાનો મોકો જ ન મળ્યો. સતીની પ્રસૂતિના દિવસે જ નર્મદાની પૂજા કરવા ગયેલો ચંદ્રધ્વજ પાણીમાં ડૂબી ગયો.'

એકસાથે આવા બબ્બે ભયંકર દુઃખ આવી પડ્યાં ત્યારે સતીની દશા કેવી થઈ હશે એની કલ્પનામાત્રથી શિવને કમકમાં આવી ગયા.

'શિવ, તમે કદાચ બીજી વિકર્મ વ્યક્તિઓનો ઉદ્ધાર કરી શકો, પણ જે સ્ત્રી દઢપણે માની બેઠી હોય કે પૂર્વજન્મમાં એણે જે ભયંકર પાપ કર્યાં હોય એની સજા એને આ જનમમાં મળવી જ જોઈએ. એ વિકર્મ તરીકે જીવવાને જ લાયક છે. એને તમે કઈ રીતે મદદ કરી શકવાના? જેને બચવું જ ન હોય એને કઈ રીતે બચાવશો?' બૃહસ્પતિના અવાજમાં જે સહાનુભૂતિ ઝલકી ગઈ એ શિવ માટે હતી.

શિવે માથું ધુણાવ્યું. 'પણ આવું સંકટ આખી દુનિયામાં માત્ર એક સ્ત્રીને નડ્યું હશે, એવું કઈ રીતે માની લેવાય? સતીની પહેલાં અને એના પછી પણ ઘણી સ્ત્રીઓએ મૃત બાળકને જન્મ આપ્યો હશે.'

'હા. પણ રાજપરિવારમાં આવું પહેલી વાર બન્યું હતું. વિકર્માના પિતા હોવાને નાતે સમ્રાટ દક્ષે પણ નીચું જોવાનો વારો આવ્યો. ઘણાં લોકોએ એવી

શંકા ઉઠાવી કે રાજવી લોહીમાં આવી ખોડ ક્યાંથી આવી?'

'પણ અહીં લોહીનો સંબંધ કે વંશનો સવાલ ક્યાંથી આવ્યો? મને તો એવું કહેવાયું હતું કે મેલુહામાં કોઈ મા-બાપને ખબર નથી હોતી કે એમણે દત્તક લીધેલા બાળકને કઈ માતાએ જન્મ આપ્યો હશે. સતી પણ દક્ષની સગી પુત્રી થોડી હતી કે રાજાએ એમના પૂર્વજોના લોહી સામે શંકા કે સંકોચની નજરે જોવું પડે?' શિવે યાદ દેવડાવ્યું.

બૃહસ્પતિએ પોતાની હથેળીઓ સામે જોતાં કહ્યું, 'રાજા રામના સમયમાં બધાં માટે કાયદો સમાન હતો, પણ રાષ્ટ્રહિતના બહાને આજથી લગભગ અઢીસો વર્ષ પહેલાં રાજપરિવારના સભ્યોને આમાંથી અપવાદ રાખવાનો નિર્ણય લેવાયો. આ દેશમાં નિયમ છે કે બ્રાહ્મણ, ક્ષત્રિય અને વૈશ્ય કુળમાં ચોક્કસ સ્થાન ધરાવતા લોકોમાંથી નેવું ટકાની સહમતી મળે તો કોઈ પણ જૂનો કાયદો બદલી શકાય.'

'રાણીની કૂખે જન્મેલું બાળક રાણીને જ મળે, એ વાતે બધાં સહમત થયા ?'

'માત્ર એક જણે વિરોધ કર્યો અને એ હતા સેનાપતિ પર્વતેશ્વરના દાદા સત્યધ્વજ. નવો કાયદો તો પસાર થઈ ગયો, પણ એનાં વિરોધમાં સત્યધ્વજે પ્રતિજ્ઞા લીધી કે એ પોતે ક્યારેય આનો લાભ નહીં લે. એમના પરિવારના સભ્યો હંમેશાં સામાન્ય લોકોની જેમ અજાણ્યા બાળકને જ દત્તક લેવાની પરંપરા ચાલુ રાખશે.' બૃહસ્પતિ બોલ્યા.

'પણ કાયદો બદલવાની છૂટ હોય તો વિકર્મવાળો કાયદો કેમ હજી ચાલે છે?'

'કારણ કે ઉચ્ચ ગણાતાં કુળોમાં હજી સુધી બીજા કોઈના પગ હેઠળ રેલો નથી આવ્યો.' બૃહસ્પતિએ શબ્દો ચોર્યા વિના કહી દીધું.

'પણ આવા કાયદા તો રામરાજ્યના આદર્શની વિરુદ્ધ જતા કહેવાય.' શિવે દલીલ કરી.

'ના. ખુદ ભગવાન રામે પણ વિકર્મ પ્રથાને યોગ્ય ઠરાવેલી. એમનો અંગત અભિપ્રાય શું હશે એ ખબર નથી, પણ બીજાના કહેવાથી એમણે પોતાના સિદ્ધાંતોમાં બાંધછોડ કર્યાના દાખલા છે. રામે લીધેલા નિર્ણય સામે સવાલ ઉઠાવવામાં કંઈ ખોટું નથી, પરંતુ અહીં મારો સવાલ છે કે વિકર્મને લગતો કાયદો તોડવાની તમારી ઇચ્છા પાછળ શું કારણ છે? તમને ખરેખર આ પ્રથા અન્યાયી લાગે છે કે પછી સતીને પામવા આડે આવતું આ એક જ વિઘ્ન તમારે હટાવવું છે?'

બૃહસ્પતિએ સીધેસીધો પૂછી લીધેલો પ્રશ્ન સાંભળીને ઘડીક તો શિવ ચૂપ થઈ ગયો, પણ પછી એણે દઢતાભેર જવાબ આપ્યો, 'મેં જ્યારે વિકર્મપ્રથા વિશે સાંભળીને એનો વિરોધ કરવાનું નક્કી કર્યું ત્યારે મને ખબર નહોતી કે સતી વિકર્મ છે. આ કાયદો ખરેખર અન્યાયી છે. સતી પોતે ભલે ગમે તે માને પણ એના જેવી ભલી સ્ત્રીને આવું જીવન વિતાવવું પડે એ મને યોગ્ય નથી લાગતું.'

'શિવ, એ માત્ર ભલી નહીં પણ રૂપગુણમાં સર્વસંપન્ન ગણાય એવી સ્ત્રી છે. કોઈ પણ પુરુષ સતી જેવી સ્ત્રીને પામીને ધન્ય થઈ જાય, પણ યાદ રાખજો તમે પણ કોઈ સામાન્ય પુરુષ નથી. વરદાન ગણો કે શ્રાપ પણ કુદરતે તમને નીલવર્ણો કંઠ આપ્યો છે અને તમારા દરેક નિર્ણયની અસર મોટી થશે. કોઈ પણ પગલું ભરતાં પહેલાં સો વાર વિચારજો.' આટલું કહીને બૃહસ્પતિએ ચર્ચા પર પૂર્ણવિરામ મૂક્યું.

સત્જનગઢથી ઊપડેલા કાફલાએ થોડા દિવસ બાદ સિંધુ નદીના કાંઠે આવેલા મોહન-જો-દરો નામના શહેરના બંદરે લંગર નાખ્યું. પોતાની લાગણીઓ મનમાં દબાવી રાખીને લોકોના ઉત્સાહનો પ્રતિભાવ આપવાની આદત હવે શિવને પડી ગઈ હતી. જાહેર કાર્યક્રમો પતી ગયા બાદ એણે મોહનના મંદિરમાં એકલા જ જવાની ઇચ્છા પ્રગટ કરી. હજારો વર્ષ પહેલાં અહીં થઈ ગયેલા મહાન તત્ત્વચિંતક, જ્ઞાની પુરુષ મોહનનું નામ આ શહેરને મળ્યું હતું.

ઋષિ જેવું જીવન ગાળનારા મોહનના જન્મસ્થળ પર જે મંદિર હતું એ પણ એમના જેવું સાદું હતું. માત્ર એની ફરતે ચાર દિશામાં ઊભેલા ચાર દ્વાર પરથી જ આ સ્થળની મહત્તા દેખાતી હતી.

નંદી, વીરભદ્ર અને સૈનિકોની ટુકડીને દરવાજાની બહાર રહેવાનો આદેશ આપીને શિવે પ્રાંગણમાં પ્રવેશ કર્યો. પગથિયાં ચઢીને એ એક થાંભલાને ટેકે બેસી પડ્યો. ઘણાં વખતે એણે આવી શાંતિનો અનુભવ કર્યો. આંખો મીંચીને વિચારોમાં સરી પડેલા શિવને સમયનો ખ્યાલ ન રહ્યો, પણ અચાનક એના કાને પરિચિત લાગતો અવાજ પડ્યો, 'કેમ છો, મિત્ર?'

પ્રકરણ-૧૪

મોહન-જો-દરોના પંડિત

શિવે આંખો ખોલી. ઘડીક એને લાગ્યું કે પહેલવહેલી વાર બ્રહ્માના મંદિરમાં મળેલા વયોવૃદ્ધ પંડિત-પૂજારી આજે ફરીથી એની સામે આવીને ઊભા હતા. શાંત, સૌમ્ય ચહેરો એના પરનું આછું સ્મિત અને શ્વેત લાંબી ફરફરતી દાઢી, શરીર પર ભગવું ધોતિયું અને અંગવસ્ત્રમ્...! પણ પછી ખ્યાલ આવ્યો કે આ વ્યક્તિનું શારીરિક કદ પેલા પૂજારીથી ઘણું ઊંચું હતું. પંડિતે શિવની સામે બેસી પડતાં ફરીથી પૂછ્યું, 'બધું કુશળ મંગળ?'

'જી, પંડિતજી.' શિવે જવાબ આપ્યો. શાંતિમાં ખલેલ પાડનારી આ અજાણી વ્યક્તિ પ્રત્યે એને કોઈ દુર્ભાવ ન થયો. ઊલટું એવું લાગ્યું કે વિધાતાએ પહેલેથી આ મુલાકાત નક્કી કરી રાખેલી. 'મેલુહામાં બધા પંડિત એકસરખા દેખાય છે?' એનાથી પુછાઈ ગયું.

સામેવાળાએ સસ્મિત વદને કહ્યું, 'ના, બધાં નહીં પણ અમે થોડાં જણ !'

'અમે થોડાં જણ એટલે કોણ?'

'એનો જવાબ તો ભવિષ્યમાં હું કે અમારામાંથી કોઈ ફરી વાર તમને મળે ત્યારે આપશું.'

'હમણાં, આજે કેમ નહીં?'

'આજે અમારી ઓળખ મહત્ત્વની નથી. અત્યારે તમારી વાત કરીએ. લાગે

છે કે તમે કોઈ મોટી મૂંઝવણમાં છો. અહીં કોઈ સંકોચ વિના મન મોકળું કરી લો.'

શિવે ઊંડો શ્વાસ ભર્યો. સામેની વ્યક્તિ અજાણી હતી, પણ કોઈ અજ્ઞાત કારણસર, એની સામે મનનાં દ્વાર ખુલ્લા મૂકી દેવાની ઇચ્છા થઈ આવી. 'પંડિતજી, હું બહારનો માણસ છું, પણ મેલુહાવાસીઓએ મને એક કામ સોંપ્યું છે.'

'જાણું છું અને એ કોઈ નાનુંમોટું કામ નથી, પણ મને વિશ્વાસ છે કે તમે ધાર્યાથીયે વધુ કરી શકશો.' પંડિતે કહ્યું અને પછી શિવની આંખોમાં તરી આવેલા પ્રશ્નનો જવાબ આપતા હોય એમ એના ગળા તરફ ઇશારો કરતાં કહ્યું, 'કપડાંનો એક ટુકડો એની પાછળ રહેલા દૈવીતેજ છુપાવી ન શકે.'

હવે કંઈ છુપાવવાનો અર્થ નહોતો. શિવે આસપાસ નજર ફેરવતાં કહ્યું, 'મારી નજરે મેલુહા એક એવી આદર્શ સમાજવ્યવસ્થા છે જેનું રક્ષણ કરવા માટે મારી જે મદદની જરૂર પડે એ હું આપવા તૈયાર છું.'

'તો મૂંઝવણ શું છે?'

'એ જ કે આદર્શ રાજ્યને ન શોભે એવી થોડી અન્યાયી પરંપરા અને કાયદા પણ અહીં છે. એનું સમર્થન હું કઈ રીતે કરી શકું? ઉદાહરણ તરીકે વિકર્મપ્રથા.'

'એમાં ખોટું શું છે?' પંડિતે શાંતિથી પૂછ્યું પણ શિવના અવાજમાં આછી નારાજગી ઝલકી. 'કોઈ વ્યક્તિ પર અણધારી આપત્તિ આવી પડે એ જોઈને તમે કઈ રીતે નક્કી કરી નાખો કે એણે પૂર્વજન્મમાં કોઈ પાપ કર્યાં હશે? કુદરત પણ ક્યારેક અવળચંડાઈ કરી જાય. એક તો બિચારાનું નસીબ વાંકું ચાલતું હોય અને ઉપરથી લોકો એને વિકર્મ ગણીને વધુ દુ:ખી કરે. આને અન્યાય નહીં તો બીજું શું કહેવાય?'

'શિવ, તમે વ્યક્તિગત અન્યાયની વાત કરો છો, પણ આ પ્રથા બનાવનારે આખાય સમાજનું હિત લક્ષ્યમાં રાખ્યું હતું. વિકર્મ ગણાયેલી વ્યક્તિ ખુદની દુર્દશાને કુદરતી ક્રમ માનીને સ્વીકારી લે એ આપણા સમાજની સ્થિરતા માટે જરૂરી છે.'

'હં?' શિવનાં ભવાં તણાયાં.

પંડિતે હાથ ઊંચો કર્યો. 'વાત થોડી લાંબી છે, પણ થોડી ધીરજ રાખશો ?' અને શિવનો હકાર સાંભળ્યા બાદ એમણે બોલવાનું શરૂ કર્યું. 'કોઈ પણ સ્વસ્થ સમાજમાં સ્થિરતાની સાથેસાથે જરૂર પડ્યે બાંધછોડ કરવાની તૈયારી હોવી પણ

જરૂરી છે. નિયમો જડ હોય ત્યાં વિકાસ અટકી જાય. એક ઉદાહરણ જોઈએ. કોઈ પ્રતાપી યોદ્ધાનો પુત્ર એના જેવો બહાદુર સૈનિક જ બનશે એવી અપેક્ષા રાખવી યોગ્ય નથી. શક્ય છે કે યોદ્ધાના દીકરામાં કુદરતે એક કુશળ વ્યાપારી બનવાની લાયકાત મૂકી હોય અને એને પોતાની ઇચ્છા પ્રમાણે આ લાયકાત પુરવાર કરવાની તક મળવી જોઈએ. મેલુહામાં દરેકને આ તક મળે છે. જન્મ આપનાર માતાપિતા કોણ છે એ જ ખબર ન હોય એવા સંજોગોમાં બાળકને પિતાનો વ્યવસાય સ્વીકારવાની ફરજ નથી પડતી.'

'હા, એ તો મેં જોયું.' શિવે કબૂલ્યું.

'પણ પોતાની આવડત અને ઇચ્છા મુજબનાં સપનાં જોવાની, પૂરા કરવાની તક દરેક વ્યક્તિને ત્યારે જ મળે જ્યારે સમાજમાં સ્થિરતા હોય. બાકી ચારેતરફ અંધાધૂંધી હોય, રોજબરોજનું જીવન ટકાવી રાખવા માટે સંઘર્ષ કરવો પડતો હોય, સતત મરો, મારો કે ભાગોના વિચાર આવતા હોય એવા સંજોગોમાં શ્રેષ્ઠતા પુરવાર કરવાનું લગભગ અશક્ય છે. અનિશ્ચિતતાના વાતારવણમાં ભાગ્યે જ કોઈ મહાન બુદ્ધિજીવી, કલાકાર કે વેપારી પેદા થઈ શકે અને થાય તોયે ટકી ન શકે. માણસની મૂળ પ્રકૃતિ રાની પશુથી બહુ જુદી નથી. એને કાબૂમાં લાવતાં, સુસંસ્કૃત બનાવતાં હજારો વર્ષ નીકળી ગયાં છે, પણ સંસ્કૃતિ બહુ નાજુક હોય છે. એના પર થતા સતત આક્રમણ સામે એ ટકી નથી શકતી. થોડા દાયકા પૂરતી પણ અંધાધૂંધી, મારામારી ચાલી તો માણસ બધું ભૂલીને પોતાની મૂળ પ્રકૃતિ પર જતો રહેવાનો. આવું ન થાય એ માટે સમાજમાં સ્થિરતા અને સ્થિરતા માટે નિયમો જરૂરી છે.'

શિવે માથું હલાવ્યું. 'હું જ્યાંથી આવ્યો છું એ પ્રદેશમાં આવી જ હાલત છે. એકમેક સાથે સતત સંઘર્ષમાં રહેતા લોકોને પોતાનું જીવનધોરણ સુધારવાની જાણે ફુરસદ જ નથી, પણ અહીં શું તકલીફ છે? મેલુહામાં દરેક જણને પોતાની રીતે જીવવાની, બદલાવાની છૂટ છે.'

'હવે આપણે બદલાવની વાત કરીએ. ખભા પરનું અંગવસ્ત્રમ્ સરખું કરતાં પંડિત બોલ્યા, 'મોટા ભાગના લોકો પોતાનું જીવનધોરણ સુધરતું હોય તો ખુદમાં થોડાઘણા ફેરફાર કરવા માટે તૈયાર રહે છે, પણ પોતાની નહીં, બીજાની ઇચ્છા કે બળજબરીથી માણસને બદલવાની ફરજ પડે તો? કે પછી કોઈ સામાજિક ફેરફાર ઝંઝાવાતની જેમ રાતોરાત આવી પડે તો?'

'તો માણસ દુઃખી થાય કે બળવો કરે.' શિવનો જવાબ સાંભળીને પંડિતે માથું હલાવ્યું. 'બરાબર અને ઘણી વાર કુદરત એવા સંજોગો ઊભા કરે છે કે

બદલાવું જરૂરી હોય તોયે માણસ કરી ન શકે. ફરીથી એક યોદ્ધાનો જ દાખલો લઈએ. વર્ષો સુધી મહાન શૂરવીર તરીકે જીવેલા અને જાણીતા થયેલા માણસ પર અચાનક કોઈ રોગ ત્રાટકે અને એમાં એ હાથપગનું હલનચલન કે આંખોનું તેજ ગુમાવી બેસે તો બદલાયેલી પરિસ્થિતિને એ સહન નહીં કરી શકે. પોતાની દુર્દશા માટે એ વૈદને તો કોઈ વાર આખી દુનિયાને દોષ આપશે. પોતાના જીવનમાં આવી ગયેલી કડવાશ એ ચારેતરફ ફેલાવશે અને આવા લોકોની સંખ્યા વધે તો સમાજ માટે આફતરૂપ પુરવાર થઈ શકે.'

શિવના ગળે વાત ઊતરી નહીં, પણ પછી એને પોતાના પ્રદેશની એક ઘટના યાદ આવી ગઈ. વર્ષો પહેલાં શિવના એક પૂર્વજે એમના દુશ્મન ગણાતા પક્રાતિ સાથે સુલેહ કરવાની દરખાસ્ત મોકલેલી, પણ સામેવાળાએ નકારી કાઢી. એ વખતે પક્રાતિઓની આગેવાની એવા માણસના હાથમાં હતી જે એક સમયે મહાન યોદ્ધો હતો, પણ પછી ઉંમર અને બીમારીઓને કારણે નબળો પડી ગયેલો, પરંતુ નબળા પડ્યા બાદ તો એ પોતાની જૂની પ્રતિષ્ઠા પુનઃસ્થાપિત કરવા માટે વધુ વ્યાકુળ થયેલો. એને બસ ગુણો સામે લડવું હતું.

લાંબી ભૂમિકા બાંધ્યા પછી હવે પંડિતજી મુદ્દાની વાત પર આવ્યા. 'સંજોગોવશાત્ નબળા, બીમાર કે દુઃખી થઈ ગયેલા લોકોની મનોદશા રામે જોઈ. એ સમજી ગયા કે પેટનો બળ્યો ગામ બાળે એ ન્યાયે આ દુખિયારા ભેગાં થઈને પોતાની દાઝ બીજાઓ પર ઉતારશે. આવું ન થાય એ માટે વિકર્મપ્રથા અસ્તિત્વમાં આવી. એક વાર માણસ સ્વીકારી લે કે એના દુઃખનું મૂળ પૂર્વજન્મમાં છે તો પછી એને જાત સાથે કે સમાજ સાથે ઝઘડવાની ઇચ્છા ન રહે. શાંતિ જળવાઈ રહે.'

'પણ એવુંય બને કે સમાજથી તરછોડાયેલી વ્યક્તિનો રોષ મનની અંદર ને અંદર ઘૂંટાઈને વધુ જલદ બની જાય.' શિવે પોતાનો તર્ક રજૂ કર્યો.

'પણ મેલુહામાં વિકર્મ કંઈ સાવ હડધૂત નથી થતા. એમને ભણવાગણવાની પોતાની પસંદગીના ક્ષેત્રમાં આગળ વધવાની છૂટ છે. ઘરની અંદર એ અસ્પૃશ્ય નથી. પોતાના બચાવ માટે એ હથિયાર પણ ઉપાડી શકે છે. માત્ર સત્તા કે પછી બીજાઓ પર પ્રભાવ પાડી શકે એવું સ્થાન ગ્રહણ કરવા પર એમને પ્રતિબંધ છે. તમે જાણો છો આ પ્રથા અમલમાં આવી એ પહેલાં ભારતમાં કેટલા બળવા થતા હતા ? અને રાજા સામે બળવો કરનારા હંમેશાં કંઈ અત્યાચારી શાસન સામે હથિયાર ઉપાડનારા લોકનાયક નહોતા. મોટેભાગે તો એ એવા લોકો હતા જેમની પોતાની જિંદગી કડવાશ અને અસંતોષથી ભરેલી હતી. એમને વિકર્મ

તરીકેની ઓળખ મળી એ પહેલાં આવા લોકોએ પોતાની દુર્દશા બદલ સમાજને જવાબદાર ઠેરવીને ઘણું નુકસાન કરેલું.'

'અર્થાત્ કોઈ પણ કારણસર દુઃખી, હતાશ થયેલી વ્યક્તિએ પોતાને વિકર્મ તરીકે સ્વીકારી લઈને શાંતિ જાળવવી જોઈએ.' શિવે પૂછ્યું.

'હા, એમાં સમાજની ભલાઈ છે.' પંડિતનો ઉત્તર સાંભળીને શિવને આઘાત લાગ્યો. વિકર્મ પ્રથાની તરફેણમાં રજૂ થયેલો તર્ક એને માન્ય નહોતો.

'પંડિતો ભલે ગમે તે કહે પણ મને આ પરંપરામાં કોઈનું કંઈ ભલું નથી દેખાતું. મેં સાંભળ્યું છે કે મેલુહામાં લગભગ વીસમા ભાગની પ્રજાના માથે વિકર્મ હોવાનું કલંક ચોંટેલું છે. આટલાં બધાં લોકોને બધાંથી દૂર રહેવાની, કડક નિયમો પાળવાની ફરજ પડે એ યોગ્ય છે? અને આટલી મોટી સંખ્યાને ક્યાં સુધી દબાવી રાખશો?' શિવે પૂછ્યું.

'તમે નીલકંઠ છો. તમારી ઇચ્છા હશે તો એક દિવસ આ પરંપરાનો અંત આવશે, પણ ધ્યાન રાખજો કોઈ સામાજિક વ્યવસ્થા એવી નથી જેમાં કોઈ ને કોઈ ખોડ કે ખામી ન હોય. સમય અને સંજોગો પ્રમાણે નિયમો ઘડાય છે. ભગવાન રામના સમયમાં શરીરે બેડોળ, કુરૂપ મંથરા નામની સ્ત્રી એવા સ્થાને હતી જ્યાં બેસીને એ મોટા રાજ્યની રાણી પર પોતાનો પ્રભાવ પાડી શકી અને પરિણામ શું આવ્યું? એને પહેલેથી વિકર્મા ગણાવીને એક તરફ રહેવા દીધી હોત તો વધું સારું થાત કે નહીં? જોકે આ પ્રકારના પ્રશ્નોના જવાબ જલદી મળતા નથી અને મળે ત્યારે બધાંને સંતોષ ન થાય એવુંય બને. બીજી બાજુથી વિચારીએ તો કદાચ તમારી વાત સાચી છે. વિકર્મ સ્ત્રી-પુરુષોની સંખ્યા એટલી હદે વધી ગઈ છે કે આ પ્રથાથી ફાયદાને બદલે હવે કદાચ નુકસાન થઈ શકે. આ સમસ્યાનો ઉકેલ અત્યારે અમારી પાસે નથી. કદાચ તમે શોધી શકશો.'

શિવે ચહેરો ફેરવી લીધો, પણ પછી પંડિતે અચાનક પૂછેલો પ્રશ્ન સાંભળીને એ ચમક્યો. 'નીલકંઠ, તમને મેલુહાના બધાં વિકર્મજનોની ચિંતા છે કે એમાંથી માત્ર એકની?'

'પ્રભુને અંદર આટલી વાર કેમ લાગી?' નંદીએ દરવાજાની અંદર નજર ફેંકતાં પૂછ્યું.

'ખબર નથી. શિવની વાત શિવ જાણે!' વીરભદ્રએ જવાબ આપ્યો.

'તમે એમને શિવ કહીને કેમ બોલાવો છો?' નંદીએ પૂછ્યું.

'કારણ કે શિવ એનું નામ છે.' વીરભદ્ર આટલું બોલ્યો અને બેઉ જણ હસી પડ્યા.

'આ કૃતિકા કોઈની સાથે...' વીરભદ્ર આગળ બોલી ન શક્યો, પણ રતૂમડા થઈ ગયેલા એના ગાલ જોઈને નંદી સમજી ગયો.

'કૃતિકાનો પતિ પંદર વર્ષ પહેલાં ગુજરી ગયો અને અત્યાર સુધી કોઈ બીજા સાથે એનો સંબંધ જોડાયાનું સાંભળ્યું નથી.' નંદીનો જવાબ સાંભળીને વીરભદ્રનું મન થનગની ઊઠ્યું.

'રાજકુમારી, પોતાની જાત પર તાણી રાખેલી લગામને ક્યારેક સહેજ ઢીલી મૂકવાથી આભ નથી તૂટી પડવાનું.' કૃતિકા ધીમેથી બોલી.

સાંભળીને સતીના કપાળ પર સળ પડ્યા. હિંમત કરીને કૃતિકા આગળ બોલી, 'એ નીલકંઠ હોય કે ન હોય, પણ પુરુષ તરીકે અત્યાર સુધી મેં જોયેલા લોકોમાં એ શ્રેષ્ઠ છે. બુદ્ધિશાળી છે. એટલો જ બહાદુર છે. બાળકની જેમ હસી શકે છે અને ઉદાર પણ એટલો જ છે અને આ બધાંથી વધીને કહું તો તમારા માટે એની આંખોમાં રીતસરનો ભક્તિભાવ છે. આમાંથી કઈ વાત ખરાબ ગણાય એવી છે? દેવી, સુખી થવા માટે કદાચ ક્યારેક કોઈ નિયમ તોડવો પડે તો એમાં શું ખોટું છે?'

સતીએ મૌન તોડ્યું. 'હું સૂર્યવંશીનું સંતાન છું. પ્રાણના ભોગે પણ હું નિયમોનું પાલન કરીશ. સુખ નામની ચીજને હું ઓળખતી નથી અને મને એની જરૂર નથી. ખબરદાર આજ પછી મારી સામે આવી વાત ઉચ્ચારવાની હિંમત કરી તો!'

'કાયદાની વાત કરીએ તો એ બધાં વિકર્મને અન્યાય કરે છે. પણ તમારી ધારણા સાચી છે. એમાંથી એક જણ વિશે હું વધુ વિચારતો રહું છું.' મોહન મંદિરમાં પંડિતની સામે બેઠેલા શિવે નિખાલસભાવે કહી દીધું.

'જાણું છું, પણ તમે એના માટે મેલુહાના કાયદા તોડવા તૈયાર થયા છો. એવી ખબર પડી તો સતી તમારી નજીક આવવાને બદલે વધુ દૂર થઈ જશે.'

પંડિતના શબ્દો સાંભળીને શિવની આંખો પહોળી થઈ. 'તમે કઈ રીતે ધારી લીધું કે હું સતીની વાત કરતો હતો.'

'અમે ઘણું જાણીએ છીએ.' પંડિતનો ઉત્તર સાંભળીને શિવે તરત કહ્યું, 'તો કહો કે મારે શું કરવું જોઈએ? એના વિના મારું જીવન અધૂરું છે.'

પંડિતના હોઠ મલક્યા. 'તમને સતી પાસેથી પ્રેમ મેળવવો છે, પણ ક્યારેય વિચાર્યું છે કે સતીને શું જોઈએ છે?'

શિવ ગૂંચવાઈ ગયો. એની પાસે ખરેખર આ પ્રશ્નનો જવાબ નહોતો.

પંડિતે એમની શ્વેત દાઢી પર હાથ ફેરવતાં કહ્યું, 'કોઈ પ્રકારના વિરોધ વિના સતીએ વિકર્મ પ્રથાના રૂપમાં એને થયેલો અન્યાય સ્વીકારી લીધો છે. એણે ક્યારેય કોઈ બીજાનો વાંક નથી કાઢ્યો. ઊલટું જે સમાજે એની આવી દશા કરી છે એના કલ્યાણ માટે સતી પોતાની રીતે સતત પ્રયત્નો કરતી રહે છે. નિસ્વાર્થભાવે જે વ્યક્તિ આવું કરતી હોય એને તમે શું આપો?'

'આદર.' શિવના મોઢામાંથી સરી પડેલો જવાબ સાંભળીને પંડિતનો ચહેરો ચમકી ઊઠ્યો. 'સાવ સાચું કહ્યું અને આવી વ્યક્તિને તમે મદદ કરવા જાવ એને નબળી ગણીને એની રક્ષા કરવાનો પ્રયત્ન કરો. એ શું કહેવાય?'

'એનું અપમાન.' આ જવાબ આપતાંની સાથે શિવને લાગ્યું કે એને મૂંઝવણમાંથી નીકળવાનો માર્ગ મળી ગયો હતો. સતીને સહાય નહીં સન્માનની ઝંખના હતી જે એને કોઈ પાસેથી નહોતું મળ્યું.

મોહન-જો-દરોથી કરચપાનું અંતર કાપતાં બીજા બે સપ્તાહ નીકળી ગયા. જ્યાં પહોંચીને સિંધુ નદી અરબી સમુદ્રને મળતી હતી એ કરચપા એક ધમધમતું વ્યાપારી બંદર, સમૃદ્ધ શહેર હતું. મેલુહાના બીજાં શહેરોની જેમ કરચપા શહેરની રચના પણ જમીનથી ઊંચે, મોટા ચબૂતરા પર થયેલી. પરંતુ સમય જતાં આ શહેર વિકસ્યું, વસતી વધીને લગભગ એક લાખ પર પહોંચી ગઈ અને વધારામાં બહારથી વેપાર માટે આવતા વિદેશીઓની સંખ્યા તો દિનબદિન વધતી જ ગયેલી. એટલે પછી જૂના શહેરની બાજુમાં નવું, વધુ ભવ્ય બાંધકામ થયું. આ વિસ્તારમાં કરચપાના અગ્રણી નાગરિકો રહેતા હતા.

કરચપામાં નોંધપાત્ર ગણાય એવી બીજી વાત એ હતી કે અહીંના રાજ્યપાલ ક્ષત્રિય નહીં પણ ઝૂલેશ્વર નામના વૈશ્ય વેપારી હતા. આની પાછળ સૂર્યવંશી સમ્રાટોની દીર્ઘદૃષ્ટિ કામ કરી ગયેલી. દક્ષના પિતા બ્રહ્મનાયકનું માનવું હતું કે વ્યાપારી શહેરનો વિકાસ કરવો હોય તો એનો કારભાર શૂરવીર ક્ષત્રિય નહીં, પરંતુ કુશળ વ્યાપારી કોમ ગણાતા વૈશ્યના હાથમાં આપવો જોઈએ. સોએક

વર્ષ પહેલાં રાજ્યપાલનો હોદ્દો ગ્રહણ કરનારા ઝૂલેશ્વરે સમ્રાટની આ ધારણા સાચી પુરવાર કરેલી. લોથલને પાછળ પાડી દઈને કરચપાએ હવે મેલુહાની આર્થિક રાજધાનીનો દરજ્જો લઈ લીધો હતો.

અહીં આવીને શિવે પહેલી વાર દરિયો જોયો. અહીંના બંદરે બની રહેલાં વિશાળ વહાણો જોયાં. સાંજે ભોજનવેળાએ ઝૂલેશ્વરે જાહેર કર્યું કે નીલકંઠના માનમાં એણે બીજે દિવસે મોટા યજ્ઞનું આયોજન કરેલું. ભગવાન વરુણ અને અશ્વિનીકુમારોના આશીર્વાદ સાથે આ યજ્ઞ સંપન્ન થવાનો હતો.

જળના દેવતા ગણાતા વરુણ વિશે શિવને થોડીઘણી માહિતી હતી, પણ અશ્વિનીકુમાર વિશે એણે પહેલી વાર સાંભળ્યું. સેંકડો વર્ષ પહેલાં થઈ ગયેલા આ જોડિયા ભાઈઓ જાણીતા સાગરખેડુ હતા. મેલુહાથી મેસોપોટેમિયા અને ત્યાંથીએ આગળ એ વહાણો લઈને ગયેલા. અશ્વિનીકુમારોએ બનાવેલા નકશા અને માહિતીનોંધો આજે પણ સાગરખેડુઓને માર્ગદર્શન આપતાં હતાં. એમની સાથે સંકળાયેલી દંતકથાઓ યુવાન ખલાસીઓ માટે પ્રેરણા બનતી હતી.

'તમે પણ યજ્ઞમાં હાજરી આપશો ને?' શું જવાબ મળશે એની લગભગ ખાતરી હોવા છતાં શિવે અતિથિગૃહમાં જઈને સતીને પૂછી લીધું. નકારમાં જવાબ મળ્યો ત્યારે અનુભવેલી નિરાશા ઢાંકી દેતાં એણે કહ્યું, 'ઘણાં વખતથી તમે નૃત્યની તાલીમ વિસારે પાડી દીધી છે. કાલે સાંજે થોડો સમય મળશે?'

'હા.' સતીના જવાબમાં માત્ર નમ્રતા, ઔપચારિકતા હતી. શિવ પાસે વધુ બોલવા માટે કંઈ નહોતું બચ્યું.

પ્રકરણ-૧૫

અગ્નિપરીક્ષા

પગમાં અણિવાળા પથ્થર ખૂંપી જતા હતા તોયે એ તરફ ધ્યાન આપ્યા વિના સાંકડી પગદંડી પર નાના છોકરાએ એના ચાલવાની ઝડપ વધારી. બંને તરફ ગાઢ જંગલ હતું. ભરબપોરે પણ જ્યાં સૂરજના કિરણ માંડમાંડ પહોંચી શકે એવાં ગીચ જંગલોની વચ્ચે હવે સાંજ પડવા આવેલી. મા અને દાદીમા કહેતાં હતાં કે અંધારું થતાંની સાથે આવા વાતાવરણમાં ભૂતપિશાચ જાગવા લાગે.

'કાશ, કોઈ મોટું મારી સાથે હોત.' કદાચ જિંદગીમાં પહેલી વાર છોકરાને આવો વિચાર આવી ગયો, કારણ કે એ માનતો હતો કે અંધારા જંગલમાં વસતા પ્રેતાત્મા, મોટેરાંને નથી ડરાવતા. કમનસીબે અત્યારે એ એકલો હતો અને ઘર હજી બહુ દૂર હતું.

દોડવાની ઝડપે ચાલી રહેલા છોકરાને કાને અચાનક કોઈ વિચિત્ર પ્રકારના અવાજ પડ્યા અને હૃદય એકાદબે ધબકારા ચૂકી ગયું. એનો હાથ આપોઆપ કમરે લટકતી નાનકડી તલવાર તરફ ગયો. એની ઉંમરના બીજા છોકરાઓ પાસેથી સાંભળેલું કે રાક્ષસો હંમેશાં પીઠ પાછળથી હુમલો કરે છે. હિંમત એકઠી કરીને એ ઊભો રહી ગયો અને કાન સરવા કર્યા.

ધીમે ધીમે લાગવા માંડ્યું કે આવા અવાજ એણે પહેલાં પણ ક્યાંક સાંભળેલા. આ કોઈ ભૂતપ્રેત નહીં, પણ પુરુષનો અવાજ હતો. એમાં હાંફ હતી, એક પ્રકારનો તાલ હતો. અચાનક છોકરાની આંખો ચમકી ઊઠી. એણે અજબ

પ્રકારનો રોમાંચ અનુભવ્યો. બીજા છોકરાઓને આ વિષયમાં ઘૂસપૂસ કરતાં, હસતાં એણે સાંભળેલા પણ ક્યારેય એ નજરોનજર જોયું નહોતું. આજે કદાચ આ સોનેરી તક સામે ચાલીને મળી હતી.

અજાણી જગ્યા અને અંધકારનો ભય બાજુએ મૂકીને ચોરપગલે એણે ઝાડીઝાંખરામાં પ્રવેશ કર્યો. વધુ આગળ જવાની જરૂર નહોતી. ઝાડપાનની વચ્ચે થોડી સાફ જગ્યા હતી, ત્યાં એણે જમીન પર એક યુગલને જોયું. મોટા વૃક્ષની આડશ લઈને છોકરો ઊભો રહી ગયો. ત્યાંથી પુરુષની પીઠ અને સ્ત્રીનો ચહેરો અને આખુંયે શરીર સાફ-સાફ દેખાતાં હતાં.

જમીન પર ચત્તીપાટ પડેલી સ્ત્રી અત્યંત સુંદર હતી. ફાટેલા કપડાંમાંથી એના સુડોળ અંગઉપાંગ બહાર દેખાતાં હતાં. લાંબા કાળાભમ્મર પણ વિખરાયેલા વાળ અને ગરદન પર પડેલા ઉઝરડા જોઈને છોકરાના રોમાંચમાં વધારો થયો. સ્વાભાવિક રીતે જ આ બધું પેલા પુરુષે કરેલું, જે અત્યારે સ્ત્રીના શરીર પર ઝૂકીને હાંફી રહ્યો હતો. એ માણસના શરીર પર જેટલા વાળ હતા એટલા તો છોકરાએ આ પહેલાં માત્ર કોઈ રીંછ પર જોયેલા.

કોઈ મજાનો ખેલ હોય એમ નાનો છોકરો ચોરીછૂપીથી આખુંયે દૃશ્ય જોઈ રહ્યો, પણ થોડી જ વારમાં એને લાગ્યું કે ક્યાંક કંઈ ખોટું થઈ રહ્યું હતું. પુરુષનો આવેશ, ઉશ્કેરાટ સ્પષ્ટપણે દેખાતો હતો, પણ સ્ત્રી જાણે મડદાની જેમ નીચે પડી હતી. બાળકની નિર્દોષ, અનુભવી આંખોએ પણ પારખી લીધું કે સ્ત્રી-પુરુષની વચ્ચે જે ચાલી રહ્યું હતું એમાં પ્રેમ નહોતો અને સ્ત્રીને એમાંથી કોઈ આનંદ નહોતો મળી રહ્યો. એ કદાચ જબરદસ્તીને તાબે થઈ ગયેલી, પરંતુ યુગલની બાજુમાં જ એક ધારદાર છરી પડી હતી. એ ભલે પુરુષની હોય, પણ સ્ત્રી ધારે તો હાથ લાંબો કરીને, છરી ઉપાડીને સામેવાળાના શરીરમાં ભોંકી દે એવી સ્થિતિમાં હતી, પણ એ એવું કેમ નહોતી કરતી? શિવે અસ્વસ્થતા અનુભવી પણ મગજે આદેશ આપ્યો, ‘જે થાય છે તે ચૂપચાપ જોયા કર!'

પણ પછી એ ક્ષણ આવી ગઈ જેનું સ્મરણ મરતાં સુધી શિવને ડંખતું રહેવાનું હતું. નિસહાય પડેલી સ્ત્રીએ વૃક્ષ પાછળથી ડોકિયાં મારી રહેલા બાળકને જોઈ લીધો અને મડદામાં પ્રાણ આવ્યા હોય એમ એણે ચીસ પાડી, ‘બચાવો, કોઈ મને બચાવો.'

ઝબકી ગયેલો છોકરો પાછળ હટવા ગયો. કમરેથી તલવાર નીચે સરી પડી. રીંછ જેવા પુરુષે પાછળ ફરીને જોયું. આ પહેલાં ક્યારેય નહોતો અનુભવ્યો એવા ભયે છોકરાના પગને જાણે પાંખો આવી. જમીન પરથી તલવાર ઊંચકીને

એ ત્યાંથી ભાગ્યો. હીમડંખથી ખવાઈ ગયેલા પગમાં કાંટા અને પથ્થર વાગતા હતા, પણ બધીયે પીડા વિસારે પાડીને એ જીવ બચાવવા પોતાના ગામની દિશામાં દોડ્યો, પણ એની પાછળ પડેલો માણસ વધુ ઝડપી હતો. એના હાંફવાનો અવાજ વધુ ને વધુ નજીક આવી રહ્યો હતો. દોડીને બચવું હવે અશક્ય હતું. એ વિચારે છોકરો મરણિયો થયો. પાછળ ફરીને કેડેથી વીજળીવેગે કાઢેલી તલવાર એણે વીંઝી, પણ હથિયાર માત્ર હવા કાપીને નીચે આવ્યું. પાછળ કોઈ નહોતું.

પુરુષની હાંફની જગ્યાએ છોકરાએ સ્ત્રીની મદદ માટેની ચીસો સાંભળી કે પછી આ માત્ર એનો ભ્રમ હતો? અસમંજસમાં પડી ગયેલો છોકરો ઊભો રહ્યો.

‘જા, પાછો જા, બિચારીને મદદ કર!’ અંદરથી એના આત્માએ સાદ પાડ્યો. છોકરાએ આસપાસ નજર ફેરવી અને પછી આંખો મીંચીને પોતાના ગામ તરફ દોડ્યો.

‘અરે, ક્યાં ભાગે છે? ત્યાં પેલી સ્ત્રીને તારી મદદની જરૂર છે...’ અંદરથી આવતા અવાજ મોટા થતા ગયા. ચારેબાજુ પડઘા પડ્યા અને શિવ નિદ્રામાંથી ઝબકીને બેઠો થઈ ગયો, હતું માત્ર દુઃસ્વપ્ન, પણ જાગી ગયા બાદ પણ એની અસરમાંથી મુક્ત થતાં બહુ વાર લાગી. ‘જા, પાછો જઈને એને બચાવી લે.’ કાનમાં હજીયે પડઘા પડતા હતા, પરંતુ શિવ હવે લાખ પ્રયાસ કરે તોયે ભૂતકાળની એ ક્ષણોમાં પાછા ફરવું અશક્ય હતું. એ દિવસે એણે પેલી સ્ત્રીને નહોતી બચાવી અને એ પાપનો, પસ્તાવાનો બોજ હવે જિંદગીભર વેંઢારવાનો હતો. શિવે ગોઠણ સંકોરીને એના પર માથું મૂકી દીધું. આંખોમાંથી આંસુની ધાર ફૂટી નીકળી અને બસ, વહેતી રહી.

કરચપાના દ્વિતીય મંચ તરીકે ઓળખાતા વિસ્તારમાં યજ્ઞવેદી અને મંડપ ઊભા કરાયા હતા. સજાવટમાં કોઈ કમી નહોતી છોડાઈ. શહેરની વચ્ચોવચ્ચ બનેલા યજ્ઞમંચનો રંગ સોનેરી હતો અને મંડપના થાંભલા રંગબેરંગી કપડાં અને ફૂલોથી શોભી રહ્યા હતા. સૂર્યવંશી પ્રતીક ધરાવતી લાલ-ભૂરા રંગની પતાકાઓ ઠેર ઠેર ફરકતી હતી.

યજ્ઞમંડપમાં શિવની જમણી તરફ બૃહસ્પતિ અને પર્વતેશ્વર તથા બીજી બાજુ ઝૂલેશ્વર અને આયુર્વતી બિરાજમાન હતાં. શિવની વિનંતિને માન આપીને

આજે નંદી અને વીરભદ્રને પણ એની પાછળ યજ્ઞમંચ પર બેસવાની પરવાનગી અપાઈ હતી. સામાન્ય સંજોગોમાં નંદી જેવા અદના આદમી ગણાતા નાગરિકને આવું માનભર્યું સ્થાન ગ્રહણ કરવા ન મળે, પણ ઝૂલેશ્વર વ્યવહારુ શાસક હતા. સંજોગો જોઈને જરૂર પડે ત્યારે કાયદા અને નિયમો થોડા આમતેમ મરોડવામાં એને કંઈ ખોટું નહોતું લાગતું. રાજ્યપાલની આ ઉદારતા અને શાણપણના પરિણામે જ ઠેરઠેરથી જાતજાતના લોકો કરચપા ભણી ખેંચાઈ આવતા હતા અને વિચારોની મુક્ત આપલેની સાથેસાથે વ્યાપાર અને સમૃદ્ધિ પણ વધ્યા હતા. નીલકંઠ જેવી મહત્ત્વની વ્યક્તિ રાજી રહેતી હોય તો નંદી અને વીરભદ્ર જેવા સામાન્ય સૈનિકોને પણ યજ્ઞસ્થળે બેસાડવામાં ઝૂલેશ્વરને કોઈ વાંધો નહોતો.

પરંતુ વિરોધ જુદી દિશામાંથી આવ્યો. નિયમાનુસાર વિધિનો આરંભ કરતાં પહેલાં મુખ્ય પુરોહિતે ઊભા થઈને પૂછ્યું, 'આ યજ્ઞ થાય એ સામે કોઈનો વિરોધ છે?'

ખરું પૂછો તો આ માત્ર ઔપચારિકતા હતી. શાસ્ત્રોની આજ્ઞા હતી એટલે પૂછવું પડે, બાકી દેવોને રીઝવવા માટે થતા યજ્ઞ સામે કોણ વાંધો ઉઠાવે? પરંતુ આજે ગજબ થઈ ગયો. દૂરથી કોઈ બોલ્યું, 'મારો વિરોધ છે.'

વિરોધ ભલે નવો, અણધાર્યો હોય પણ એ ઉઠાવનારનો ચહેરો અને અવાજ પરિચિત હતા. મેલુહાના અત્યંત રૂઢિચુસ્ત ગણાતા ઉત્તર-પશ્ચિમ પ્રદેશનો મૂળ રહેવાસી તારક, કરચપામાં આવ્યો ત્યારથી ડગલે ને પગલે વાંધાવચકા કાઢવા માટે જાણીતો થઈ ગયેલો. કરચપાના મુક્ત વાતાવરણમાં તારકને નૈતિકતાનું અધઃપતન થયેલું દેખાતું હતું. નાનામાં નાનો નિયમ પણ તૂટે તો તારક જાહેરમાં કકળાટ કરી મૂકતો.

શિવે ગરદન ફેરવીને જોયું. લોકોની ભીડની વચ્ચે પણ તારકને ઓળખવાનું મુશ્કેલ નહોતું. ઊંચું શરીર, મોટું પેટ, કસાયેલા બાવડા અને અગણિત સંકટોનો સામનો કરી ચૂકેલો એનો ચહેરો જોતાંની સાથે ખબર પડી જાય કે એ લશ્કરમાં બહુ નીચેનું સ્થાન ધરાવતો ક્ષત્રિય હતો.

ઝૂલેશ્વરે એમની અકળામણને વ્યંગમાં ઢાંકીને પૂછ્યું, 'આજે સજાવટમાં ક્યાંય ચંદ્રવંશીઓનો શ્વેત રંગ નથી વપરાયો તો પછી તમને શું વાંધો પડ્યો ? પાણી ગરમ કરવામાં વેદનાના કોઈ નિયમનું ઉલ્લંઘન થઈ ગયું કે શું?

લોકો હસ્યા, પણ તારકનો ચહેરો ગંભીર રહ્યો. 'કાયદો કહે છે કે યજ્ઞસ્થળે કોઈ વિકર્મની હાજરી ન હોવી જોઈએ.' એણે કહ્યું.

'હા. પણ અહીં કોણ વિકર્મ છે?' ઝૂલેશ્વરે પોતાની આસપાસ જોતાં પૂછ્યું.

'રાજકુમારી સતી! એની હાજરીથી આખો યજ્ઞમંડપ ભ્રષ્ટ થયો છે.' તારકના વિધાનથી સન્નાટો છવાઈ ગયો. છેવટે ઝૂલેશ્વરે ગળું ખંખાર્યું. 'તારક, ભ્રષ્ટ તો તમારી બુદ્ધિ થઈ છે. નિયમ પ્રમાણે રાજકુમારી તો અત્યારે અતિથિગૃહમાં છે.'

'પણ અતિથિગૃહ ક્યાં છે?' તારકે ગર્જના કરી. 'આ યજ્ઞમંડપ અને અતિથિગૃહ બંને કરચપાના દ્વિતીય મંચ પર છે. કાયદો સ્પષ્ટપણે કહે છે કે યજ્ઞ થતો હોય એ મંચ કે ચબૂતરા પર એટલી જ ઊંચાઈએ વિકર્મની હાજરીનો નિષેધ છે.'

ઝૂલેશ્વર મૂંઝાયા. કાયદાની દૃષ્ટિએ તારકની દલીલમાં તથ્ય હતું, પણ અત્યાર સુધી આટલી હદે ઝીણું કાંતવાની જરૂરત કોઈને ક્યારેય વર્તાઈ નહોતી. યજ્ઞની વેદી હોય એ મંચ કે વ્યાસપીઠ પર વિકર્મ ન હોય, એટલું જ ધ્યાન રાખવું પૂરતું હતું. લોકોમાં ગણગણાટ શરૂ થયો. છેવટે ઝૂલેશ્વરે સંકટનિવારણ માટે નબળો પ્રયાસ કરી જોયો. 'તારક, નિયમનું આટલું ઝીણું અર્થઘટન કરવાની શું જરૂર છે ?'

'ના ઝૂલેશ્વરજી, તારકની વાત સાચી છે.' અચાનક આવેલા અવાજની દિશામાં બધાંની નજર ગઈ. રાજવી કાફલાને ઉતારો અપાયેલો એ અતિથિગૃહ યજ્ઞમંડપથી દૂર નહોતું. એના ઝરૂખામાં ઊભા રહીને યજ્ઞવિધિ નિહાળી શકવાની સગવડ હતી. અત્યારે ત્યાં આવીને ઊભેલી સતીએ વંદનની મુદ્રામાં હાથ જોડ્યા અને કહ્યું, 'રાજ્યપાલશ્રી, વાતમાં ખલેલ પડવા બદલ ક્ષમા કરજો, પણ તારકે કરેલા કાયદાના અર્થઘટનમાં કોઈ ખામી નથી. ભૂલ મેં કરી છે, પણ સુધારી લઈશ. હમણાં ને હમણાં શહેરની બહાર નીકળીને ત્રીજો પ્રહર શરૂ થાય અને યજ્ઞવિધિ સંપન્ન થાય ત્યાં સુધી હું પાછી નહીં ફરું એવી ખાતરી આપું છું.'

શિવના દાંત ભીંસાયા. ઊભા થઈને તારકનું ગળું ભીંસી નાખવાની ઇચ્છા પર એણે માંડમાંડ લગામ તાણી. સતી અને કૃતિકાની સાથે પાંચ અંગરક્ષક અતિથિગૃહની બહાર નીકળ્યા. શિવના ઇશારાથી નંદી અને વીરભદ્ર પણ એમની સાથે જવા માટે ઊભા થઈ ગયા.

પરંતુ તારકને સંતોષ નહોતો. અવાજમાં ભારોભાર ઘૃણા સાથે એ બોલ્યો, 'મને તો એ સમજાતું નથી કે નીલકંઠના કાફલામાં એક વિકર્મા કઈ રીતે જોડાઈ શકે? એના પગલે પગલે તો આખી યાત્રા ભ્રષ્ટ થઈ રહી છે.'

સતીએ મૌન જાળવ્યું, પણ શિવથી ન રહેવાયું. 'બસ કરો તારક, રાજકુમારીને માનભેર જવા દો. વધુ કંઈ બોલવાની જરૂર નથી.'

'શું કામ નહીં?' તારકે સામે ઘૂરકિયું કર્યું. 'તમે પણ કેવા આગેવાન છો ? રામના રાજ્યમાં આવીને રામે ઘડેલા કાયદાનો ભંગ કરવા નીકળ્યા છો?'

'તારક, આ ભગવાન નીલકંઠ છે અને કોઈ પણ કાયદા સામે શંકા કે અવાજ ઉઠાવવાની સત્તા એમની પાસે છે. જીવ વહાલો હોય તો આ ઘડીએ ચૂપ થઈ જાવ.'

ઝૂલેશ્વરે કડક અવાજે આદેશ આપ્યો, પણ તારકના ચહેરા પર ભયનું નામોનિશાન નહોતું. મોટે અવાજે એણે કહ્યું, 'હું મેલુહાનો નાગરિક છું અને મારા દેશના કાયદા તોડનારી કોઈ પણ વ્યક્તિને પડકારવાનો મને અધિકાર છે. યાદ છે ને પ્રાચીનકાળમાં આપણે ત્યાં એક સામાન્ય ધોબીએ ભગવાન રામની સામે પડકાર ફેંકવાની હિંમત કરેલી અને છેવટે એની સામે ઝૂકીને મહારાજા રામે એમની પત્નીનો ત્યાગ કરવો પડેલો? નીલકંઠને મારે એટલી જ વિનંતી કરવી છે કે ભગવાન રામની વાત પરથી કંઈ ધડો લે અને બીજાને બદલે પોતાની અક્કલ વાપરીને નિર્ણયો લેતાં શીખે!'

તારકની ધૃષ્ટતા ત્યાં ઊભેલાને દંગ કરી દે એવી હતી. શિવ કે ઝૂલેશ્વર કંઈ બોલવા જાય એ પહેલાં સતીએ ગર્જના કરી. 'તારક, હવે બહુ થઈ ગયું.' રોષના માર્યા સતીનો ચહેરો તામ્રવર્ણો થઈ ગયેલો. વર્ષોથી એણે અનેક અપમાન મૂંગે મોઢે સહી લીધેલાં, પણ આજે કોઈએ શિવનું, એના શિવનું અપમાન કર્યું અને મનની અંદર અત્યાર સુધી સુષુપ્ત રહેલો કોઈ જ્વાળામુખી જાણે ફાટી પડ્યો. 'મારો શિવ.' સતીએ છેવટે હૃદયનો અવાજ સ્વીકારી લીધો. ઊંડો શ્વાસ લઈને એણે સ્વસ્થ અવાજે કહ્યું, 'તારક, હું તમને અગ્નિપરીક્ષા માટે આવાહન આપું છું.'

ત્યાં હાજર રહેલા બધાં લોકો હેબતાઈ ગયા. પરિસ્થિતિ સુધરવાને બદલે વણસી ગયેલી. મેલુહામાં કાયદો હતો કે અન્યાયનો ભોગ બનેલી કોઈ પણ વ્યક્તિ એને દુઃખી કરનારને 'અગ્નિપરીક્ષા' તરીકે ઓળખાતી લડાઈમાં ઊતરવાનો પડકાર ફેંકી શકે. વર્તુળાકારે અગ્નિ પ્રગટાવ્યા બાદ વચ્ચે બે જણ દ્વંદ્વયુદ્ધ માટે ઊતરે. રણમેદાન છોડવાની અહીં અનુમતિ નહોતી. લડનારામાંથી એક જણ મૃત્યુને વરે કે હથિયાર છોડીને હાર સ્વીકારી લે ત્યારે જ યુદ્ધ પૂરું થયું કહેવાય. કરચપા તો શું, આખા મેલુહામાં વર્ષોથી લોકોએ અગ્નિપરીક્ષા જોઈ નહોતી અને એમાંયે કોઈ સ્ત્રી આવો પડકાર ફેંકે એ તો કોઈએ ક્યારેય સાંભળ્યું હોવાનું પણ યાદ નહોતું.

વાતે લીધેલા વળાંકથી હચમચી ગયેલા ઝૂલેશ્વરે કહ્યું, 'તારક, આ પડકાર

તમે નહીં સ્વીકારો.' વાસ્તવિકતામાં રાજ્યપાલ સહિત બધાંને લગભગ ખાતરી હતી કે દ્વંદ્વયુદ્ધમાં સતી કોઈ કાળે તારકને હરાવી ન શકે અને સતીને કંઈ થઈ ગયું તો પછી દક્ષના કોપથી બચવું અશક્ય હતું.

'હું કાયર નથી.' તારક તુચ્છકારભેર હસ્યો.

'વીરતા પુરવાર કરવાનો એટલો જ શોખ હોય તો મારી સાથે લડી લે. સતીને અધિકાર છે કે એના વતી લડવા માટે એ ધારે તેની નિમણૂક કરી શકે.' પર્વતેશ્વરે ક્રોધિત અવાજે કહ્યું.

તારકને બદલે સતીએ પ્રતિભાવ આપ્યો, 'પિતૃતુલ્ય, મારા વતી બીજા કોઈને લડવાની અનુમતિ હું નહીં આપું.'

સતી કોઈનું નહીં સાંભળે, એવું માની લઈને હવે બૃહસ્પતિએ તારકને સમજાવવાની કોશિશ કરી પણ એમાં સફળતા મળે એ પહેલાં શિવે કહ્યું, 'યુદ્ધ કરવાની ના પાડનાર કાયર જ કહેવાય. તારક, તમને મૃત્યુનો ભય છે?' અને પછી સતી પર આંખ ઠેરવીને મોટે અવાજે એ બોલ્યો, 'કરચપાના નાગરિકો મેં રાજકુમારીને યુદ્ધ કરતાં જોયાં છે. રણમેદાનમાં ખુદ ભગવાન ઊતરી આવે તો એને પણ હરાવવાની શક્તિ સતીમાં છે.'

સતી શિવની સામે તાકી રહી. તારકે કહ્યું, 'મને અગ્નિપરીક્ષા મંજૂર છે.' વાત અહીં પૂરી થઈ.

શ્વેત ઘોડા પર સવાર થઈને સતી ત્યાંથી જવા માટે રવાના થઈ. જોકે જતાં જતાં એણે એક વાર પાછું ફરીને શિવ સામે જોયું ત્યારે સતીના ચહેરા પર સ્મિત હતું.

— ⸻ —

યજ્ઞમાં હવે કોઈને રસ નહોતો રહ્યો. બીજે દિવસે રાજકુમારી તારકના હાથે મરાશે એ વિચાર ઘનઘોર વાદળની જેમ બધાં લોકો પર તોળાઈ રહ્યો, પરંતુ દેવોનો કોપ ન ઊતરે એ ખાતર જેમતેમ ધીરજ રાખીને ઝૂલેશ્વરે યજ્ઞવિધિ પૂરી કરાવી.

ત્રીજા પ્રહરની શરૂઆતમાં શિવ અને બૃહસ્પતિ સ્થાનિક વ્યાયામશાળામાં આંટો મારવા ગયા. દ્વંદ્વની પૂર્વતૈયારી રૂપે તારક ત્યાં બીજા બે જણની સામે તલવારના દાવપેચ અજમાવવામાં વ્યસ્ત હતો. તારકના પ્રતિસ્પર્ધીઓની હાલત જોઈને બૃહસ્પતિના ચહેરા પરથી તેજ વિલાઈ ગયું. 'સતીને હું મરવા નહીં દઉં. આજે રાતે હું મારા હાથે તારકની હત્યા કરીશ.'

શિવને આંચકો લાગ્યો. 'તમે બ્રાહ્મણ થઈને આવી વાત કરો છો?'

'શિવ, તમારા અને સતી માટે હું મારા પ્રાણ, મારી પ્રતિષ્ઠા, બધુંયે હોડમાં મૂકવા તૈયાર છું.' બૃહસ્પતિ ભાવાવેશમાં આવીને બોલી ગયા. શિવે એમના ખભા પર હાથ મૂક્યો. 'મિત્ર, મારે ખાતર શું કામ તમારા આત્માને અપવિત્ર કરો છો ? હું આવા ત્યાગને લાયક નથી.' અને પછી કોમળ અવાજે ઉમેર્યું, 'જોકે તમારે આવું બલિદાન આપવાની જરૂર નહીં પડે. સૂર્ય સવારે પૂર્વ દિશામાં ઊગશે, એટલી જ ખાતરી મને છે કે અગ્નિપરીક્ષામાં સતીના હાથે તારકનો પરાભવ થશે.'

— ⋆ —

થોડા કલાક બાદ શિવ અતિથિગૃહમાં દાખલ થયો ત્યાં એણે પ્રાંગણમાં સતી અને પર્વતેશ્વરને વાતો કરતાં જોયાં. તલવાર સાથે એક તરફ ઊભેલા નંદી અને વીરભદ્રને જોઈને લાગતું હતું કે સતી એ લોકોની સાથે લડીને બીજા દિવસ માટેની તૈયારી કરી રહી હતી. કદાચ પર્વતેશ્વરે આવીને એમાં ખલેલ પાડેલી.

સેનાપતિના ચહેરા પર શિવે આજ પહેલાં આટલી વ્યથા ક્યારેય નહોતી જોઈ. માનવું મુશ્કેલ હતું, પરંતુ પર્વતેશ્વરની આંખો રડી રડીને સૂઝી ગઈ હોય એવું લાગતું હતું. શિવને જોકે વધુ ચિંતા એ વાતે ઉપજાવી કે સતી પર પણ આની અસર થઈ હોય એવું લાગતું હતું. શક્ય એટલા ઉત્સાહિત સૂરમાં શિવે પોતાના આગમનની જાહેરાત કરી, 'ક્ષમા કરજો. અમને આવતાં મોડું થઈ ગયું. બૃહસ્પૃતિ મને વરુણના મંદિરે લઈ ગયેલા. ત્યાં જઈને અમે ભગવાનને પ્રાર્થના કરી કે આવતીકાલના યુદ્ધમાં મર્યા પછી તારકના આત્માને શાંતિ મળે.'

સતી ખડખડાટ હસી પડી. વાતાવરણ થોડું હળવું થયું કે તરત શિવે મહત્ત્વની વાત માંડી. 'વીરભદ્ર, તું બહુ ઝડપથી હાથપગ ચલાવે છે. પૂર્વ તૈયારી માટે તારા જેવો હરીફ જરૂર નથી. નંદી, તમે સતીનો સામનો કરો.' અને પછી સતી સામે ફરીને શિવે બીજો મહત્ત્વનો મુદ્દો સમજાવ્યો. 'થોડી વાર પહેલાં અમે તારકને લડતાં જોયો. તલવારના ઘા એ બહુ બળપૂર્વક કરી શકે છે, પણ એવું કરવા જતાં એની શક્તિ જલદીથી ખર્ચાઈ જાય છે. દરેક પ્રહાર પછી એ થોડો ધીમો પડે છે. સતી, તમારે તારકની આ નબળાઈનો લાભ લેવાનો છે.'

શિવની સૂચના પ્રમાણે પછી થોડીવાર સતીએ નંદી સાથે દ્વંદ્વયુદ્ધની તાલીમ લીધી. માર્ગદર્શન આપતાં આપતાં શિવને અચાનક કંઈ વિચાર આવ્યો. 'અગ્નિપરીક્ષામાં તલવારથી લડવું ફરજિયાત છે ?'

'ના, પહેલો પડકાર મેં ફેંક્યો છે. એટલે શસ્ત્રની પસંદગી કરવાનો અધિકાર મારો છે.' સતીએ જવાબ આપ્યો.

'તો પછી તલવારને બદલે કટારથી લડવામાં વધુ શાણપણ છે. એનાથી તમને તારકના ઘા ચૂકવવામાં સરળતા રહેશે અને હલનચલન પણ જલદી કરી શકશો.' શિવનું આ સૂચન સાંભળીને તો પર્વતેશ્વર પણ ખુશ થઈ ગયો.

મેસોપોટેમિયાથી સ્થળાંતર કરીને કરચપામાં વસવા આવેલા લોકો ગીતસંગીતના ભારે શોખીન હતા. એમના માટે નગરની મુખ્ય રંગભૂમિની બાજુમાં બીજું, સહેજ નાનું તોયે વીસેક હજાર લોકો બેસી શકે એવડું મેદાન બનાવાયેલું. જ્યાં વારતહેવારે સંગીતના જાહેર કાર્યક્રમો યોજાતા હતા, પરંતુ આજે અહીં કોઈ સંગીતના સૂર નહીં, હથિયારોના ખણખણાટ સંભળાવાના હતા.

મુખ્ય મેદાનની વચ્ચે અગ્નિપરીક્ષા માટેનું વર્તુળ બનાવાયેલું. વચ્ચે ઊભેલા સતી અને તારકે પહેલાં એકબીજાને વંદન કરીને, આદર્શ યુદ્ધના બધાં નિયમોના પાલનની પ્રતિજ્ઞા લીધી અને પછી મેદાનના સહુથી ઊંચા હિસ્સા પર ઊભેલી, ભગવાન વરુણની પ્રતિમા સામે મસ્તક ઝુકાવીને જળદેવતાના આશીર્વાદ માંગ્યા. હજારોની સંખ્યામાં ત્યાં ભેગાં થયેલાં લોકોના હોઠ પર એક જ પ્રાર્થના હતી. 'ભગવાન, સતીની રક્ષા કરજો.'

વરુણની પ્રતિમાની નીચે હંમેશાં રાજ્યપાલ બેસતા હતા એ આસન પર આજે શિવ હતો. ઝૂલેશ્વર એની ડાબે અને પર્વતેશ્વર, બૃહસ્પતિ જમણે બેઠા હતા. રાજ્યપાલની બાજુમાં આયુર્વતી અને કૃતિકા હતાં. હંમેશની જેમ નંદી અને વીરભદ્ર શિવની પાછળ હતા. અગ્નિપરીક્ષાના સંદેશ સાથે આગલે દિવસે જ એક પંખી, કરચપાથી દેવગિરિ જવા રવાના થઈ ગયેલું, પરંતુ દક્ષ કે એમનો જવાબ મળે એ પહેલાં અગ્નિપરીક્ષા પૂરી થઈ જશે એમાં કોઈ શંકા નહોતી.

નિયત સમયે ઝૂલેશ્વરે ઊભા થઈને મુઠ્ઠી વાળેલો હાથ હૃદય પર મૂક્યો અને મોટે અવાજે બોલ્યા, 'સત્ય! ધર્મ! માન!'

સતી અને તારક સહિત ત્યાં હાજર દરેક જણે પડઘો પાડ્યો. 'સત્ય! ધર્મ ! માન!'

ઝૂલેશ્વરે શિવ સામે જોઈને નમ્ર અવાજે કહ્યું, 'પ્રભુ, અગ્નિપરીક્ષાના આરંભ માટે આદેશ આપો.'

શિવે સતી સામે જોઈને સ્મિત આપ્યું અને પછી મોટે અવાજે ઘોષણા કરી, 'પવિત્ર અગ્નિની સાક્ષીએ સત્યનો વિજય થાવ.'

સતી અને તારકની ફરતે વર્તુળાકારે અગ્નિની જ્વાળાઓ ભડભડી ઊઠી. બંને જણે હાથમાં કટાર લીધી. મોટાભાગના યોદ્ધાઓની જેમ તારકે એની કટારની અણી હરીફની દિશામાં રાખેલી. સામે સતીનો વ્યૂહ પહેલી નજરે કોઈને સમજાયો નહીં. પીઠ પાછળ હાથ રાખીને એ કટાર એકથી બીજા હાથમાં રમાડતી ઊભી હતી. કઈ તરફથી ઘા થશે એ બાબતમાં સતી કદાચ તારકને મૂંઝવવા માંગતી હતી, પણ પ્રથમ ચરણમાં જ આ પેંતરો નિષ્ફળ જતો લાગ્યો.

સતી ડાબી તરફ કૂદીને ધસી આવી, પણ તારક જાણતો હતો કે કટાર સતીના જમણા હાથમાં હતી. છેલ્લી ઘડીએ જમણી તરફથી સતી કટારનો ઘા મારે એ પહેલાં સતીના પેટ પર તારકની કટાર ઘસરકો કરી ગઈ. ઘા ઊંડો નહોતો, પણ જોનારના મોઢામાંથી હાયકારો નીકળી ગયો.

બીજી વાર સતીનો ઘા ચુકાવીને તારકે એના ડાબા ખભા પર ઊંડો જખમ કરી દીધો. જોનારામાંથી ઘણાંએ આંખો મીંચી દીધી. અનેક જણે પ્રાર્થના કરી લીધી કે સતીને મરતાં પહેલાં ઝાઝી પીડા સહેવી ન પડે.

'સતી લડવાનું સાવ ભૂલી ગઈ કે શું?' બૃહસ્પતિ બેબાકળા અવાજે પૂછી બેઠા, પણ શિવના ચહેરા પર આછું સ્મિત હતું અને થોડી વારમાં પર્વતેશ્વર પણ સમજી ગયો. તારકને ગાફેલ કરવા માટે સતીએ બરાબર જાળ બિછાવેલી. તારક અત્યાર સુધીમાં માની બેઠેલો કે સતી ક્યાંથી, કઈ રીતે આક્રમણ કરશે એની એને આગોતરી જાણ થઈ જ જશે, પણ હવે એને આશ્ચર્યનો આંચકો આપવાનો સમય આવી ગયેલો. 'બસ, આ વખતે તો સતી લોહીલુહાણ થઈને નીચે ઢળી પડશે.' એવી ખાતરી સાથે તારકે કટાર ઉગામી એ જ વખતે સતીએ આંખના પલકારામાં દાવ બદલ્યો અને શું થઈ ગયું એનો ખ્યાલ કોઈને આવે એ પહેલાં તો તારકના મોઢામાંથી લોહીનો જાણે ફુવારો છૂટ્યો. સતીની કટારે તારકની છાતી ચીરીને એનાં ફેફસાંને વીંધી નાખેલું.

તારક ઢગલો થઈ નીચે પડી ગયો, પણ સતીએ જાણે કાલીનું રૂપ ધારણ કર્યું. એના ચહેરા પર દયાનો નાનકડો અંશ પણ નહોતો. પંચ્યાસી વરસથી મનમાં દાબી રાખેલો રોષ આજે બધાં બંધન તોડીને બહાર ધસી આવેલો અને આ રોષની આગમાં બધું સ્વાહા થઈ જવાનું હતું. તારકની છાતીમાંથી એણે કટાર બહાર ખેંચી કાઢી ત્યારે જોનારાને લાગ્યું કે યુદ્ધ પૂરું થયું અને સતી હવે હથિયાર બાજુએ ફેંકી દેશે, પણ સતીએ કટાર બે હાથમાં પકડીને ઊંચી કરી. જમીન પર પડેલા તારકે આંખો મીંચીને ભગવાનને મળવાની તૈયારી કરી લીધી, પણ સતી છેલ્લો મરણતોલ ઘા કરવા જતી હતી ત્યાં અચાનક એના ચહેરા પરના ભાવ

સાવ બદલાઈ ગયા. રણમેદાનમાં જ નહીં સતીના હૃદયની અંદર પણ કોઈ દુષ્ટ તત્ત્વનો પરાભવ થયો હોય એમ અચાનક એની આંખોમાં અંગારા ઠરી ગયા. ચહેરા પર રૌદ્રતાની જગ્યા સૌમ્યતાએ લઈ લીધી. અસૂરોના વિનાશક શિવના ચહેરા પર આવી ગયેલું આછું સ્મિત સતીને દેખાયું. તારક સામે જોઈને એ બોલી, 'જા, મેં તને માફ કર્યો.'

જોનારામાં આનંદની હેલી ચઢી આવી. એમની રાજકુમારીએ સૂર્યવંશી પરંપરા જીવિત રાખેલી. સંકટ સમયે એણે વીરતા અને વિજયી થયા બાદ ઉદારતાનું દર્શન કરાવ્યું હતું.

'જય શ્રીરામ.' સતીએ જમણા હાથે કટાર ઊંચી કરીને ગર્જના કરી.

'જય શ્રીરામ.' સામે બમણા જોશથી પડઘો પડ્યો. 'જય શ્રીરામ.'

સતીએ શિવની નજરમાં નજર મિલાવીને ફરીથી કહ્યું, 'જય શ્રીરામ.'

'જય…' આટલું બોલતામાં શિવના ગળે ડૂમો ભરાઈ આવ્યો. ભીની આંખે એણે સતીની સામે જે સ્મિત આપ્યું. એમાં સેંકડો સૂર્યોનો ઝળહળાટ હતો. સતી એનાથી શક્ય બન્યું ત્યાં સુધી ઊભી ઊભી આ તેજમાં નાહતી રહી. એના તન-મનમાં પણ લાગણીઓનાં ઘોડાપૂર ઊમટી આવેલાં. હવે વધુ સહન નહીં થાય એવું લાગ્યું ત્યારે એણે આંખો મીંચી દીધી.

પ્રકરણ-૧૬

સૂર્ય અને પૃથ્વી

આખા નગરમાં ખુશાલી અને ઉજવણીનું વાતાવરણ હતું. ટંટાખોર તારકને સતીએ પાઠ ભણાવ્યો એ જોઈને મોટાભાગના લોકો રાજી થયેલા. કોઈ કોઈએ તો તારકનો જીવ બચી ગયો એ વાતે છાને ખૂણે અફસોસ પણ કરી લીધો. આવા લોકોનું કહેવું હતું કે તારકની સગી માતા પણ આ કચકચિયા, ઝઘડાળું દીકરાથી કંટાળી ગઈ હશે.

પરંતુ નિયમનું પાલન તો કરવું પડે. સતીએ જીવતદાન આપ્યું કે તરત ઘાયલ તારકને વૈદશાળામાં લઈ જવાયો. કુશળ વૈદોએ કલાકોની મહેનત કરીને તારકનો જીવ બચાવી લીધો. બીજી તરફ રાજ્યપાલના નિવાસસ્થાને લોકોના ટોળેટોળાં ભેગાં થઈ ગયાં.

સહુ ખાણીપીણી, નાચગાનમાં વ્યસ્ત હતા ત્યારે એમનાથી દૂર શિવ અને સતી એક શાંત ખૂણે વાતોએ વળગ્યાં. 'તમે ક્યારેય સૂરજ અને પૃથ્વીવાળી કવિતા સાંભળી છે?' સતીએ પૂછ્યું.

'ના, તમે સંભળાવો.' શિવે સસ્મિત વદને સહેજ નજીક સરકતાં કહ્યું.

સતીએ આકાશ તરફ જોયું. 'કવિ કહે છે : ઘણી વાર પૃથ્વીને સૂરજની નજીક જવાનું કે એને પાસે બોલાવવાનું મન થાય છે, પણ એ આવું કરી નથી શકતી. સૂર્ય એટલો તેજસ્વી છે કે એની નજીક જતાંની સાથે પૃથ્વી બળી જાય એટલું જ નહીં આખા બ્રહ્માંડનો વિનાશ થઈ જાય.'

શિવે માથું ધુણાવ્યું. 'હું માનું છું કે સૂરજ માત્ર પૃથ્વી માટે તપે છે. એ શું કામ એને બાળી નાખે ? પૃથ્વી વિના સૂર્યનું અસ્તિત્વ અર્થહીન છે.'

'સૂર્ય માત્ર પૃથ્વી નહીં, સૂર્યમાળાના બીજા અનેક ગ્રહ અને તારા માટે પ્રકાશે છે.'

'કોને પ્રકાશ આપવો એ આપનારની મરજી.'

'ના. સૂર્ય બન્યો એ જ ઘડીએ એણે પોતાના અંગત સ્વાર્થ અને ગમાઅણગમાનો ત્યાગ કરી દીધો. એનું જીવન હવે પોતાના માટે કે એકલ-દોકલ પૃથ્વી માટે નથી રહ્યું. આખીયે સૂર્યમાળાની જવાબદારી હવે સૂર્યના શિરે છે અને પૃથ્વીને ખુદની જવાબદારીનું જરા સરખુંયે ભાન હોય તો એણે સૂરજને પામવાની ઇચ્છા છોડી દેવી જોઈએ.'

શિવને હવે સમજાયું કે કવિતાના બહાને સતી શું કહેવા માંગતી હતી. 'તો શું સૂરજે હંમેશ માટે પૃથ્વીને દૂરથી જોઈને બળ્યા કરવાનું?' એણે દુભાયેલા સ્વરે પૂછ્યું.

'એકમેકથી દૂર ભલે રહ્યા, પણ પૃથ્વી અને સૂર્ય વચ્ચે મૈત્રીનો સંબંધ તો ટકી રહે ને ! આટલું પૂરતું છે. એનાથી આગળ જવામાં કોઈનું ભલું નથી.'

સતીનો જવાબ સાંભળીને શિવે ચહેરો ફેરવી લીધો. અગ્નિપરીક્ષા ભલે પૂરી થઈ ગઈ, પણ એના હૃદયમાં લાગેલી આગે હજી ઠરવાનું નામ નહોતું લીધું. માનસરોવરની દિશામાંથી આવતો પવન એણે શ્વાસમાં ભર્યો, પણ શાતા ન વળી. જે દેવોમાં શ્રદ્ધા નહોતી એમને યાદ કરીને આકાશ તરફ જોયું. વિષાદ એને ઘેરી વળ્યો. દીવાલ પર એણે એટલા જોરથી હાથ પછાડ્યો કે બે-ચાર ઈંટ ખરી પડી. પગ પછાડતો શિવ ત્યાંથી નીકળી ગયો.

— ⁂ —

શહેરની બહાર જંગલ વિસ્તારમાં સૈનિક જેવા લાગતા થોડા લોકો કોઈની વાટ જોતા હોય એમ બેઠા હતા. એમનાથી થોડે દૂર એક મોટા પથ્થર પર બેઠાબેઠા કાળાં કપડાં અને મુખવટામાં ઢંકાયેલા બે જણ ધીમે સાદે વાતચીતમાં મગ્ન હતા.

એમની બાજુમાં ટટ્ટાર મુદ્રામાં ઊભેલા વિશ્વદ્યુમ્નને હજીયે એની આંખો કે ભાગ્ય પર ભરોસો નહોતો બેસતો. નાગરાણીની સન્મુખ થવાની દુર્લભ તક એને સાંપડી હતી, પરંતુ જેની રાહ જોવાઈ રહી હતી એ ક્યાં હતો?

'વિશ્વદ્યુમ્ન, કલાકથીયે વધુ સમય નીકળી ગયો. તને ખાતરી છે કે આપણે

એ માણસને અહીં જ મળવાનું છે ?' રાણીની બાજુમાં બેઠેલા નાગે પૂછ્યું.

'હા, દેવ!' વિશ્વદ્યુમ્નએ ગભરાઈને કહ્યું.

'નાગ પ્રજાની રાણીએ કોઈ માટે આટલી વાટ જોવી પડે ? ક્યાંક એવું ન થાય કે આવી ઉજ્જડ જગ્યાએ આવવાની મારી બધી મહેનત માથે પડે.' સ્ત્રીનો અવાજ ધીમો પણ પ્રભાવશાળી હતો.

'મહારાણી, મારા પર ભરોસો રાખો. સૂર્યવંશીઓને માત કરવાની કૂંચી આ માણસના હાથમાં છે.' નાગે રાણીને શાંત પાડવાનો પ્રયાસ કર્યો.

વિશ્વદ્યુમ્નને અચાનક પોતાના જ્ઞાનનું પ્રદર્શન કરવાનો મોહ જાગ્યો.' મેં સાંભળ્યું કે કરચપામાં ગઈકાલે એક અગ્નિપરીક્ષા થઈ એમાં રાજકુમારીએ કોઈને હરાવી દીધો. ક્યાંક એ આપણો માણસ તો નહોતો ને ?'

નાગરાણીએ ઝાટકા સાથે નાગ તરફ જોયું અને ગરદન ફેરવીને વિશ્વદ્યુમ્નને આદેશ આપ્યો. 'ત્યાં બીજા સૈનિકોની સાથે જઈને ઊભા રહો.' વિશ્વદ્યુમ્ન ઓછપાઈ ગયો. તાલીમ દરમિયાન વારંવાર કહેવાયેલું કે સૈનિકે મોઢું બંધ રાખવું જોઈએ. આ શિખામણ આજે એ વિસારે પાડી બેઠો અને મુખવટા પાછળ તગતગી રહેલી નાગની આંખો કહેતી હતી કે વિશ્વદ્યુમ્નએ ન બોલવાનું બોલી નાખેલું. નતમસ્તકે ઉતાવળે પગલે એ દૂર જઈને ઊભો રહી ગયો.

'અચ્છા, તો સતી કરચપામાં છે ?' રાણીના અવાજમાં માંડમાંડ દાબી રાખેલો રોષ હતો. બાજુમાં બેઠેલા નાગે માત્ર માથું હલાવીને હા પાડી.

'તને કેટલી વાર કહ્યું છે કે આ ગાંડપણ છોડી દે. એને ખાતર તેં મંદાર પર્વતના રસ્તા પર ધસી જવાની મૂર્ખાઈ પણ કરી લીધી. કમસે કમ એટલું તો વિચારવું હતું કે આમ કરવાથી પેલા લોકોને શંકા પડશે, કદાચ ગંધ આવી જશે કે એમની વચ્ચે આપણો માણસ છે. જે બધી માહિતી બહાર પહોંચાડે છે.'

પુરુષે સંકોચના ભાવે રાણી સામે જોયું.

'તું અહીં પણ એ સ્ત્રી માટે જ આવ્યો છે?' રાણીએ ચીઢાઈને પૂછ્યું.

'ના ના, અહીં તો પેલા માણસને મળવાનું નક્કી થયું છે.' નાગે પોતાનો બચાવ કર્યો.

'બેટા, તારી નજર લક્ષ્ય પરથી હટાવતો નહીં. આ વખતે આપણો વ્યૂહ સફળ થયો તો સૂર્યવંશીઓની કમર ભાંગી જશે.' રાણીએ નાગનો ખભો થપથપાવતાં કહ્યું.

'જી.' નાગ ગણગણ્યો.

રાણીએ પોતાનો હાથ પાછો કાળાં કપડાંની અંદર ખેંચી લીધો. એના

અવાજમાં ગંભીરતા આવી ગઈ. 'બધું જાણે છે તોયે એના મોહમાં તણાઈને તું ન કરવાના કામ કરી બેસે છે. આમાં તારું જ નહીં, બધાનું નુકસાન છે. પેલાએ આપણને ચોખ્ખા શબ્દોમાં સંદેશ મોકલ્યો છે કે સતીને ઉની આંચ પણ આવવી ન જોઈએ. વચનભંગ થયો તો આખી યોજના ધૂળમાં મળી જવાની.'

નાગે આશ્ચર્યથી રાણી સામે જોયું. 'તમને કોણે કહ્યું?'

'બાળક, હું નાગપ્રજાની મહારાણી છું. મારા માણસો ઠેરઠેર છે.' રાણી બોલી અને પછી એના અવાજમાં સહેજ કોમળતા આવી. 'નાગઇતિહાસમાં સોનેરી અક્ષરે તારું નામ અંકિત કરવાની તક મળી છે એ વેડફી નહીં નાખતો.'

'જી, મહારાણી.'

રાણીનો ગુસ્સો ઊતરી ગયો. 'આપણે એકલા હોઈએ ત્યારે મને મહારાણીનું સંબોધન કરવાની જરૂર નથી. તું મારી સગીબહેનનો દીકરો છે.'

'જી, માસી.' નાગના અવાજમાં રાહત પાછી ફરી.

— ⁂ —

અગ્નિપરીક્ષા થયાને બે સપ્તાહ વીતી ગયેલા. સતીના શરીર પર થયેલા જખમ હવે લગભગ રૂઝાવા આવેલા. 'આવતે અઠવાડિયે આપણે કરચપાથી નીકળવાની તૈયારી કરી લઈએ.' પર્વતેશ્વરે જાહેર કર્યું. શિવે સહમતી દર્શાવી.

'પણ હું હવે અહીંથી જ પાછો ફરીશ.' બૃહસ્પતિ બોલ્યા.

'કેમ?' પર્વતેશ્વરે પૂછ્યું.

'મેં વિદેશથી મંગાવેલા રસાયણો કરચપાના બંદરે આવી ગયાં છે. એ લઈને મારે બને એટલા જલદી મંદાર પર્વત પર પહોંચી જવું છે. નવા પ્રયોગમાં આપણને સફળતા મળી તો પછી સરસ્વતીનાં પાણી પરનો આધાર ઓછો થઈ જશે.' બૃહસ્પતિએ ઉત્સાહભેર કહ્યું.

'મિત્ર, પ્રવાસમાં તમારી ખોટ સાલશે.' શિવ બોલ્યો.

'યાદ તો તમે પણ મને બહુ આવશો, પરંતુ આપણો સાથ કાયમ માટે થોડો છૂટી જવાનો? આ પ્રવાસ પૂરો કર્યા બાદ તમે પાછા મંદાર આવજો. હજી ત્યાં ઘણું જોવાનું બાકી છે.'

'હા, પાછો આવું ત્યાં સુધીમાં તમે કદાચ મારા ગળાના આ ભૂરા રંગ પાછળનું વૈજ્ઞાનિક કારણ પણ શોધી કાઢ્યું હશે.' શિવની સાથેસાથે બૃહસ્પતિ પણ હસી પડ્યા.

પર્વતેશ્વરને આમાં કંઈ હસવા જેવું લાગ્યું નહીં. ગંભીર અવાજે એણે કહ્યું,

'બૃહસ્પતિ, તમે પાછા જાવ એનો વાંધો નથી, પણ આપણા કાફલામાંથી સૈનિક ઓછા કરીને તમારી સાથે મોકલવાનું શક્ય નહીં બને. જોકે હું રાજ્યપાલને કહી દઉં છું કે અહીંથી તમારી સાથે થોડા અંગરક્ષક મોકલે.'

'અરે, એની શું જરૂર છે? કોઈ આતંકવાદીને મારા પર હુમલો કરવામાં રસ નહીં પડે.' બૃહસ્પતિએ હાથ હલાવતાં કહ્યું.

પર્વતેશ્વરનો ચહેરો વધુ ગંભીર થયો. 'તમારી જાણ ખાતર કહું છું કે મોહન-જો-દરોથી થોડે જ દૂર આવેલા ગામ પર ગઈકાલે આતંકવાદીઓએ હુમલો કરીને મંદિર તોડી પાડ્યું. એટલું જ નહીં ગામના બધાં બ્રાહ્મણોને મારી નાખ્યા.'

શિવની આંખો પહોળી થઈ. 'આ એક મહિનાની અંદર ત્રીજું આક્રમણ છે.'

'હા, દુશ્મનોની હિંમત વધતી જાય છે.' પર્વતેશ્વરે કબૂલવું પડ્યું.

શિવના હાથની મુઠ્ઠીઓ ભીંસાઈ. રણમેદાનમાં ભલભલાના દાંત ખાટા કરી નાખવાની તાકાત એની તલવારમાં હતી, પણ ચોરીછૂપી ગમે ત્યાંથી ગમે તે સમયે હુમલા કરતા આતંકવાદીઓને કઈ રીતે રોકવા? આ સમસ્યાનો એક જ ઉકેલ સૂઝતો હતો કે સામેથી ચંદ્રવંશીઓના રાજ્ય, સ્વદ્વીપ પર આક્રમણ કરવું. એનાથી વધુ સારો કોઈ ઉપાય હતો? શિવને અનેક વિચારો આવી ગયા, પણ એ ચૂપ રહ્યા.

પર્વતેશ્વર ઊભો થયો. 'સાંજે ભોજન માટે મળશું અને હા, આજે હું વીરભદ્ર અને નંદીને પણ આપણી સાથે જમવાનું કહેણ મોકલું છું. તમને એ લોકો સાથે વધુ ફાવે છે ને!'

પર્વતેશ્વરની સમજદારી અને ઉદારતા શિવને સ્પર્શી ગઈ. નમ્રતાભેર એણે કહ્યું, 'આભાર, પણ નંદી અને વીરભદ્ર આજે કૃતિકા સાથે કોઈ બંસરીવાદનના કાર્યક્રમમાં જવાના છે. વીરભદ્ર હવે અહીંના લોકો જેવો થવા લાગ્યો છે. નંદીનું જોઈજોઈને એણે હવે અલંકારો પહેરવાનું પણ ઘેલું લાગ્યું છે, પણ આપણે સાંજે મળશું.'

ઓરડાના દરવાજે જઈને પર્વતેશ્વર અટક્યો. થોડું ખચકાઈને એણે કહ્યું, 'આ પહેલાં મેં તમને ક્યારેય નથી કહ્યું પણ સતીની રક્ષા મારે મન માત્ર એક સત્તાવાર જવાબદારી નથી. એ મારી સગી પુત્રી નથી, પરંતુ એથીયે વિશેષ છે. અગ્નિપરીક્ષા વખતે એની સહાય કરવા માટે તમારો આભાર.'

'ના, ના, અગ્નિપરીક્ષામાં વિજયનું બધું શ્રેય સતીની પોતાની પ્રતિભાને જાય છે.' શિવે નમ્રતા દેખાડી.

'પણ એ પ્રતિભાને બહાર લાવવામાં સહુથી મોટો ફાળો તમારો હતો.' પર્વતેશ્વર આટલું કહીને હાથ જોડીને બહાર નીકળ્યો.

પર્વતેશ્વરના માથા પર હજી નીલકંઠના નામની ધૂન સવાર નહોતી થઈ, પણ લાગતું હતું કે એના મનમાં હવે શિવ પ્રત્યે આદરની ભાવના જાગવા લાગી હતી.

'પહેલી નજરે કદાચ પર્વતેશ્વર થોડા અતડા ને તોછડા ભલે લાગે, પણ એના જેવો પ્રામાણિક અને પ્રતાપી સૂર્યવંશી મેં ભાગ્યે જ બીજે ક્યાંય જોયો છે. ભગવાન રામના આદર્શ એણે ખરેખર પોતાના જીવનમાં ઉતાર્યા છે. એ કોઈ વાર ગુસ્સામાં તમને કંઈ આડુંઅવળું બોલી નાખે તો ખરાબ નહીં લગાડતા.'

બૃહસ્પતિની આ વાત સાંભળીને શિવે માથું ધુણાવ્યું, 'ના રે, મને પણ પર્વતેશ્વર માટે એટલું જ માન છે. બલકે મારી તો એવી ઇચ્છા છે કે એક દિવસ એમની નજરમાં હું મારી લાયકાત પુરવાર કરી શકું.'

બૃહસ્પતિએ શિવની નમ્રતા જોઈને પ્રશંસાભાવે કહ્યું, 'તમે બહુ સારા માણસ છો.' અને પછી નિખાલસભાવે પોતાના મનની વાત કહી નાખી. 'શિવ, એક દિવસ તમે પૂછેલા પ્રશ્નનો જવાબ હું આજે આપું છું. નીલકંઠવાળી દંતકથામાં મને ક્યારેય વિશ્વાસ નહોતો અને આજે પણ નથી.'

શિવના ચહેરા પર સ્મિત આવી ગયું.

'પણ શિવ, તમે નીલકંઠ હો કે ન હો, મને તમારામાં વિશ્વાસ છે. મેલુહામાં અત્યારે જે હતાશા, નકારાત્મક લાગણીઓ ઘર કરવા લાગી છે, એમાંથી જો કોઈ વ્યક્તિ છૂટકારો અપાવી શકે તો એ તમે છો. એટલે જ ગમે તે સમયે તમારો પડ્યો બોલ ઝીલવા માટે હું તૈયાર છું.'

શિવ ઊભો થઈને બૃહસ્પતિને ભેટી પડ્યો. 'મારો કોઈ સગો ભાઈ નથી, પણ તમે આવીને એ ખોટ પૂરી કરી દીધી. તમારી હાજરી એ જ મારે મન સહુથી મોટી સહાય છે.'

બૃહસ્પતિને લાગ્યું કે શિવના સ્પર્શમાત્રથી એમના તનમનમાં કોઈ નવી શક્તિનો સંચાર થયો હતો. 'જમીન-આસમાન ભલે એક થઈ જાય, પણ હવે ક્યારેય આ મિત્રનો સાથ નહીં છોડું.' બૃહસ્પતિએ મનોમન એની પ્રતિજ્ઞા દોહરાવી.

અગ્નિપરીક્ષાના ત્રણ સપ્તાહ પછી શિવના કાફલાએ કરચપાની વિદાય

લીધી. આ વખતે શિવ અને સતીની સાથે પર્વતેશ્વર અને આયુર્વતી પણ એક જ વાહનમાં બેઠાં હતાં. પડદાથી ઢાંકેલા બીજાં છ વાહન ખાલી હતાં. પ્રવાસના આ તબક્કામાં કુદરતી સૌંદર્ય નિહાળવાના બહાને કૃતિકાએ સૈનિકોની સાથે ઘોડેસવારીની મંજૂરી માંગી લીધેલી.

કરચપાથી નીકળ્યાને હજી થોડા દિવસ થયા હતા ત્યાં એમને સામી દિશામાંથી આવી રહેલા એક વધુ મોટા કાફલાનો ભેટો થઈ ગયો. એના મોખરે વૃક નામનો સેનાધિકારી હતો.

'આટલા લોકોને લઈને ક્યાં ચાલ્યા?' વાહનમાંથી ઊતરીને પર્વતેશ્વરે પૃચ્છા કરી.

'સેનાપતિ, થોડે દૂર કુંજ નામના ગામ પર આતંકવાદીઓનું આક્રમણ થયું છે. એનાથી બચવા માટે આ ગામવાસીઓ નાઠા છે.'

વૃકનો જવાબ સાંભળીને પર્વતેશ્વરના ચહેરા પરની રેખાઓ તંગ થઈ. 'હુમલાખોરો હજી કુંજમાં છે?'

'એવું લાગે છે.' વૃકે કહ્યું.

પર્વતેશ્વરના જડબા ભીંસાયા. એની પાસે પંદરસો જેટલા કુશળ યોદ્ધા હતા. કુંજ પર ત્રાટકેલા આતંકવાદીઓને ચપટી વગાડતામાં મસળી નાખવા જેટલી તાકાત એમનામાં હતી, પણ સમ્રાટના આદેશે પર્વતેશ્વરના હાથ બાંધી દીધેલા. દક્ષે સ્પષ્ટ શબ્દોમાં કહ્યું હતું કે આ પ્રવાસ દરમિયાન શિવ અને સતીના રક્ષણ સિવાય પર્વતેશ્વરે બીજી કોઈ લડાઈ, માથાકૂટમાં પડવાનું નહોતું. એક તરફ રાજાનો હુકમ, બીજી તરફ ક્ષત્રિયધર્મ. આ બે વચ્ચે પર્વતેશ્વરે જાતને ભીંસાતી અનુભવી.

'શું થયું?' શિવે ત્યાં આવીને પૂછ્યું, પરંતુ પર્વતેશ્વર જવાબ આપે એ પહેલાં તો હવાને ચીરતો ભયંકર શંખનાદ એમના કાને પડ્યો. નાગ આતંકવાદીઓએ આક્રમણ શરૂ કરી દીધેલું.

પ્રકરણ-૧૭

કુંજની લડાઈ

'ક્યાં છે એ લોકો?' પર્વતેશ્વરે પૂછ્યું.

ગામના આગેવાન જેવા લાગતા માણસે ધ્રૂજતા સૂરે જવાબ આપ્યો, 'અહીંથી થોડે દૂર ગામમાં! પાંચસો જેટલા ચંદ્રવંશી સૈનિકો અને એમની સાથે પાંચ નાગ છે. એ લોકોએ આવીને અમને અડધા કલાકની અંદર ગામ છોડી જવાનો હુકમ કર્યો, પણ મંદિરની અંદર બ્રાહ્મણોને પકડી રાખ્યા.'

પર્વતેશ્વરના હાથની મુઠ્ઠીઓ વળી ગઈ. 'સેનાપતિજી, અમારા પંડિતજી બહુ ભલા માણસ છે.' આટલું કહેતાં ગામવાસી ગળગળો થઈ ગયો. એને શાંત પાડવા માટે વૃકે એના ખભે હાથ મૂક્યો, પણ સહાનુભૂતિભર્યો સ્પર્શ થતાંની સાથે પેલો સાવ ભાંગી પડ્યો. 'અમે તો કહ્યું કે ભાગવું નથી, પંડિતજીની સાથે ઊભા રહીને લડી લઈશું. એ તો બિચારા બ્રાહ્મણ છે, ભગવાનના માણસ! જનમ ધરીને એ લોકોએ કોઈ હથિયાર હાથમાં નથી લીધું. કેવી રીતે દુશ્મનોનો સામનો કરે ?'

વૃકનો ચહેરો ઘનઘોર થવા લાગ્યો. લાચાર ભાવે ગામવાસી બોલતો રહ્યો, 'પણ પંડિતજીએ અમને સ્ત્રી અને બાળકોની સાથે તરત ગામ છોડી દેવાનો આદેશ આપ્યો. કહ્યું કે ભગવાન બ્રહ્માએ એમના ભાગ્યમાં જે લખ્યું હશે એ થઈને રહેશે.'

મુઠ્ઠીઓ વાળીને ઊભેલા પર્વતેશ્વરની આંગળીઓના નખ હથેળીમાં ખૂંપી ગયા. કાયર ચંદ્રવંશીઓમાં ક્ષત્રિયો સામે લડવાની હિંમત નહોતી, એટલે એમણે

નિઃશસ્ત્ર, નિઃસહાય બ્રાહ્મણો પર નિશાન તાકેલું અને પોતે ક્ષત્રિય હોવા છતાં એ નિરાધારોની મદદ માટે નહોતો દોડી શકતો. હે ભગવાન! આ કેવી વિડંબના હતી?

એ જ વખતે વાતાવરણને ખળભળાવી નાખતી ગર્જના સંભળાઈ, 'આ કાયરોને હવે પાઠ ભણાવવો જ પડશે.' પર્વતેશ્વરે ચોંકીને શિવ સામે જોયું. બધાં ચૂપ થઈ ગયાં. આ ઘડીએ શિવનું રૌદ્ર સ્વરૂપ જોઈને કદાચ દેવો પણ થથરી જાત. શિવનો અવાજ મેઘની જેમ ગરજતો હતો. 'આપણે ભલા છીએ એનો અર્થ એવો નહીં કે દુશ્મનનું આક્રમણ થતાંની સાથે ડરીને મરઘાંબતકાંની જેમ ભાગવા માંડીએ. ભય તો એમને આપણો સૂર્યવંશીઓનો લાગવો જોઈએ.'

'પણ એમની સાથે નાગ આતંકવાદીઓ છે. એમને હરાવવાનું શક્ય નથી.' ભયભીત અવાજે એક ગામવાસી બોલ્યો.

'પણ આપણી પાસે પંદરસો સૈનિક છે અને વધારામાં તમે પાંચસો જેટલા છો. આટલા જણ મળીને થોડા દુશ્મનો સામે લડી ન શકે? અરે, આજે તો એમને એવો પાઠ ભણાવશું કે મરતાં સુધી ચંદ્રવંશીઓ નહીં ભૂલે.' શિવે હિંમત બંધાવવાનો પ્રયાસ કર્યો, પણ લોકોને ચંદ્રવંશી કરતાં નાગનો ભય વધુ હતો. નાગજાતિમાં કુદરતે કોઈ રાક્ષસી શક્તિ મૂકેલી અને એને હરાવવાનું અશક્ય હતું, આવી માન્યતા મેલુહામાં સર્વવ્યાપી હતી.

આવા સંજોગોમાં તર્કસંગત દલીલ કરવાનો અર્થ નહોતો અને એવો સમય પણ નહોતો. અંધશ્રદ્ધા સામે લડવું હોય તો લોકો સામે વધુ મોટી, મજબૂત માન્યતા રજૂ કરવી પડે. શિવે ત્વરિત ગતિએ નિર્ણય લીધો અને ગળે વીંટાળેલો ખેસ કાઢીને એક ઊંચા વાહન પર ચઢી ગયો. 'હું નીલકંઠ છું.' બે હાથ ઊંચા કરીને એણે ગર્જના કરી.

સૈનિકો આ વાત જાણતા હતા, પણ શિવને મોઢેથી એમણે ક્યારેય ખુદને દૈવી રૂપ ગણાવતી ઘોષણા સાંભળી નહોતી અને કુંજવાસીઓ માટે તો નીલકંઠના આ પ્રથમ દર્શન હતાં. વશીકરણ થયું હોય એમ સહુ ચૂપચાપ, એકીટશે શિવને તાકી રહ્યા.

'હું નીલકંઠ આજે આતંકવાદીઓ સામેનું યુદ્ધ જાહેર કરું છું. હું એમને બતાવી દઈશ કે આપણને હવે કોઈનો ભય નથી. એ લોકોએ આપણને જેટલી યાતના આપી છે એ હવે હું એમને આપીશ. હું એમને કહીશ કે મેલુહાના લોકો પર હવે એમની મરજી નહીં ચાલે!'

શિવનો શબ્દેશબ્દ, અમૃતની જેમ પી રહેલી મેદનીમાં જાણે વીજળીનો

સંચાર થયો. આપોઆપ સહુના ખભા ટટ્ટાર થઈ ગયા. 'કોણ આવશે મારી સાથે ?' શિવે પૂછ્યું અને પહેલો પ્રતિભાવ પર્વતેશ્વરે આપ્યો. બધાં બંધન તૂટી ગયા હોય એમ એણે હાથ ઊંચા કર્યા, 'હું આવીશ.'

'હું!' સતી, નંદી, વીરભદ્ર અને વૃકે કહ્યું અને આંખના પલકારામાં તો ત્યાં હાજર દરેક જણના હાથ ઊંચા થયા. 'નીલકંઠ, હું તમારી સાથે છું!'

ઘડી પહેલાં નાગના નામથી થરથરી રહેલું ટોળું, શૂરવીરોની મહાસેનામાં પલટાઈ ગયું. સૈનિકોએ તલવાર તાણી ગામવાળાએ હાથમાં આવ્યા એ હથિયાર લીધાં. 'ચાલો કુંજ તરફ.' શિવે કૂદીને એક ઊંચા અશ્વ પર સવાર થઈ જતાં કહ્યું અને બધાં જોશભેર એની પાછળ નીકળી પડ્યાં.

નાગના શંખનાદથીયે મોટો અવાજ કરતી સેના કુંજ ગામમાં પ્રવેશી ત્યારે જોકે આંખે પડેલું દશ્ય મહાભયાનક, હૃદયદ્રાવક હતું. ચંદ્રવંશીઓએ ઘર કે દુકાનોને હાથ નહોતો લગાડ્યો, પણ ગામનું હૃદય ગણાતા મંદિરને તોડીને આગ ચાંપી દીધેલી અને એ આગની અંદર ભૂંજાઈ રહ્યા હતા બ્રાહ્મણોના શરીર, પરંતુ આવો આતંક વરસાવ્યા બાદ હજી આતંકવાદી કુંજની બહાર નીકળ્યા નહોતા. સેનામાં આઘાતની જગ્યા રોષે લીધી અને હતું એટલું બળ એકઠું કરીને ચંદ્રવંશીઓ પર બધા તૂટી પડ્યાં.

અણધાર્યા આક્રમણ માટે ચંદ્રવંશી તૈયાર નહોતા. વળી એમની સંખ્યા પણ ઓછી હતી. ઝડપભેર લાશો પડવા માંડી અને બાકી રહ્યા તે જીવ બચાવવા માટે મેદાન છોડીને ભાગ્યા, પણ થોડી જ વારમાં નવી તાકાત સાથે એ પાછા ફર્યા અને એમને આવી હિંમત આપેલી, એમના મોખરે દેખાતા પાંચ નાગ યોદ્ધાઓએ!

ઘમસાણ યુદ્ધ જામી ગયું. જોકે પર્વતેશ્વર અને શિવ સમજી ગયેલા કે જીતવા માટે નાગને પાડવા જરૂરી હતા. એક નાગ એકસોને ભારે પડે એવો હતો અને એમને જોઈને ચંદ્રવંશીઓને ચાનક ચઢતી હતી. શિવ અને પર્વતેશ્વરે નાગ સાથે બાથ ભીડવાનું નક્કી કરી નાખ્યું.

તલવારબાજીમાં એક્કા નાગે એની સામે આવેલા પર્વતેશ્વરનો જમણો ખભો ખુલ્લો જોઈને ત્યાં પ્રહાર કરવા માટે હાથ ઉગામ્યો, પણ એ જાણતો નહોતો કે એને ફસાવવા માટે પર્વતેશ્વરે આ દાવ ખેલેલો. નાગને ભાન થાય એ પહેલાં તો પર્વતેશ્વરે પીઠ પાછળ બાંધેલો છરો કાઢીને ફેંક્યો જે નાગના ખભામાં ખૂંપી ગયો.

આવો ઘા ખાઈને સામાન્ય સૈનિક ભોંયભેગો થઈ જાય, પણ આ નાગ

હતો. શરીરમાંથી છરો બહાર કાઢવાની પરવા કર્યા વિના એણે લડવાનું ચાલુ રાખ્યું. પર્વતેશ્વર માટે તલવારના ઘા મારવાનું કે ચૂકાવવાનું સરળ નહોતું. છેવટે એણે નાગની એક નબળી ક્ષણનો લાભ લઈને સામેવાળાના ખભામાં ખૂંપેલા છરા પર પોતાની ઢાલ મારી. ધારદાર છરો સ્નાયુઓને ચીરતો હાડકા સુધી પહોંચી ગયો અને ઘવાયેલા રાની પશુની જેમ ચિત્કાર કરતો નાગ લથડિયું ખાઈ ગયું. પર્વતેશ્વરને આ જ જોઈતું હતું. બીજી જ પળે એની તલવાર નાગના હૃદયસોંસરવી ઊતરી ગઈ.

મેલુહાના દરેક નાગરિકની જેમ પર્વતેશ્વરને પણ નાગનો ચહેરો જોવાની ઉત્કંઠા હતી. નીચે ઝૂકીને એણે મૃતદેહનો મુખવટો ખેંચી કાઢ્યો. કાચોપોચો માણસ જોતાની સાથે હબક ખાઈ જાય એવો ચહેરો સામે આવ્યો. નાકનું હાડકું એટલું મોટું હતું કે કોઈ મોટા પક્ષીની ચાંચ હોય એવું લાગે. એટલા જ મોટા કાન પણ મોંફાટ સાવ નાની હતી. નાગનો ચહેરો માણસ કરતાં ગીધને વધુ મળતો આવતો હતો.

પરંતુ દેખાવ ભલે ગમે તેવો હોય, મરતાં સુધી એ બહાદુરીપૂર્વક લડેલો. પર્વતેશ્વરના હોઠ ફફડ્યા, 'હે વીર! પરલોક સુધીની તારી યાત્રા સુખરૂપ રહો !' મેદાનમાં એક નાગ ઓછો થયો. હવે ચાર રહ્યા એવું વિચારતા પર્વતેશ્વરે આસપાસ નજર ફેરવી અને પછી તરત ગણતરીમાં સુધારો કર્યો. ચાર નહીં, ત્રણ નાગ બચેલા. એકને તો શિવે ક્યારનો પૂરો કરી નાખેલો. પર્વતેશ્વરે હવે એની પાછળ પાંચ સૂર્યવંશીને એકલે હાથે હંફાવી રહેલા નાગ પર ધ્યાન કેન્દ્રિત કર્યું અને શિવ બીજી તરફ ધસી ગયો.

સાક્ષાત્ કાળ બનીને લડી રહેલા શિવનું બધું ધ્યાન એની સામેના નાગ પર હતું. દૂર ઊભેલો એક નાગ એની કે પર્વતેશ્વરની નજરે હજી નહોતો ચઢ્યો.

પોતાના સાથીદારોની દુર્દશા જોઈને એ નાગના મનમાં શરમ અને રોષની ભાવનાઓનું તોફાન જાગેલું. આ હુમલાની આગેવાની એણે લીધેલી અને પહેલી વાર નાગ યોદ્ધાઓએ પરાજ્યનો સ્વાદ ચાખવો પડ્યો હતો અને આ માટે જવાબદાર હતો પેલો શિવ નામનો વિદેશી! ઊગતા શત્રુને ડામી દેવામાં જ સલામતી હતી. હોઠ કરડીને નાગે હાથમાં ધનુષ્ય લીધું.

શિવે એની સામેના નાગને છેવટે પછાડ્યો, પરંતુ એના મનમાં પણ પર્વતેશ્વર જેવી જ લાગણી હતી. નાગ ભલે દુષ્ટ હોય, પણ રણમેદાન શોભાવે એવા શૂરવીર હતા. આવા જ બહાદુર ચોથા નાગને પણ પર્વતેશ્વરે પૂરો કર્યો. સૂર્યવંશીઓના સેનાપતિમાં આજે કોઈ અજબ બળ આવી ગયું હતું. બાકી બચેલા છેલ્લા નાગને શોધવા બંને જણે ચારેબાજુ નજર ફેરવી.

'શિ...વ.' દૂરથી સતીની ચીસ સંભળાઈ. પહેલાં તો લાગ્યું કે એ કોઈ સંકટમાં હતી, પણ પછી એ શિવ તરફ દોડતી દેખાઈ. એની પાછળ કોઈ નહોતું. કોઈને કંઈ સમજાય એ પહેલાં તો સતીએ કૂદકો માર્યો. શિવને પછી ભાન થયું કે જીવતીજાગતી ઢાલના રૂપમાં સતીએ શિવ તરફ છોડાયેલા બાણને પોતાની છાતીમાં ઝીલી લીધેલું.

અને આ કોઈ સામાન્ય બાણ નહોતું. દૂર ઊભેલા નાગે શિવને મારવા માટે અગ્નિબાણ તાકેલું. માત્ર નાગ બનાવી શકે એવા આ બાણની ટોચ પર એવું ઝેર લગાડાતું કે જેને વાગે એના અંગેઅંગમાં ભડભડતી આગ જેવી બળતરા ઊપડે. માણસ રિબાઈ રિબાઈને મરે. એવું કહેવાતું હતું કે અગ્નિબાણથી દાઝેલા આત્મા પર જનમોના જનમ સુધી નિશાની રહી જાય. શિવને મારવા આવેલું બાણ સતીને વીંધી ગયું.

નીચે પડેલા સતીના નિષ્પ્રાણ લાગતા શરીર સામે શિવે જોયું અને એના અણુએ અણુમાં રોષનો અગ્નિ ભભૂકી ઊઠ્યો. ગાંડા થયેલા જંગલી હાથીની જેમ ત્રાડો પાડતો એ દૂર દેખાતા નાગની દિશામાં દોડ્યો. શિવનું રૌદ્ર સ્વરૂપ જોઈને ક્ષણભર તો નાગ પણ ઠરી ગયો, પરંતુ પછી એણે તરત બીજું બાણ ધનુષ પર ચઢાવ્યું. જોકે હવે બ્રહ્માંડની કોઈ શક્તિ શિવને રોકી નહોતી શકવાની. પરાક્રમી નાગે એનામાં હતી એટલી બધી તાકાતથી સામનો કર્યો, પણ થોડી જ વારમાં શિવની તલવારે એનું માથું ધડથી અલગ કરી દીધું. એ પછી પણ શિવ પર સવાર થઈ ગયેલા ક્રોધે શાંત થવાનું નામ ન લીધું. ત્રાડો પાડતા પાડતા એ નાગના નિર્જીવ શરીર પર તલવારના ઘા વરસાવતો રહ્યો.

કોણ જાણે ક્યાં સુધી આવું ચાલત, પણ શિવને અચાનક લાગ્યું કે એને કોઈ સાદ પાડી રહ્યું હતું. રણભૂમિ પર થઈ રહેલા તીવ્ર ઘોંઘાટની વચ્ચે એક કોમળ અવાજ માત્ર શિવને સંભળાયો અને તલવાર વીંઝી રહેલા એના હાથ અટક્યા. એણે ઊંચું જોયું. દૂર જમીન પર પડેલી સતી દેખાઈ અને તલવાર ફેંકીને શિવ એની પાસે દોડ્યો.

છૂટાછવાયા, બચી ગયેલા ચંદ્રવંશીઓ ભાગવાની પેરવીમાં હતા. યુદ્ધ પૂરું થઈ ગયેલું, પણ વિજય માટે સૂર્યવંશીઓએ જે કિંમત ચૂકવવી પડેલી એ શિવની આંખોમાં પણ આંસુ લાવી દે એવી હતી. સતી ઝેરીલા અગ્નિબાણનો શિકાર બનેલી. આયુર્વતી એના બે મદદનીશ, મસ્ત્રાક અને ધ્રુવિણીની મદદથી સતીને ઉપાડીને ગામના એક ઘરમાં લઈ ગઈ અને ત્યાં પછી અગ્નિબાણથી ઘાયલ થયેલી સતીના પ્રાણ બચાવી લેવા માટેના મહાપ્રયાસ શરૂ થયા.

શિવનું ચાલત તો અડધી ક્ષણ માટે પણ એ સતીની બાજુમાંથી ખસ્યો ન હોત, પરંતુ પર્વતેશ્વર એને સમજાવીને પરાણે બહાર ઢસડી આવ્યો. જોકે સેનાપતિની ખુદની મનોદશા પણ સારી નહોતી. કરચપામાં અગ્નિપરીક્ષા વખતે અનુભવેલો, એનાથીયે મોટો ભય હવે એના કાળજાને ભરડો લઈને બેસી ગયેલો.

ઓચિંતાનો શિવને કોઈ વિચાર આવ્યો હોય એમ એણે મૃત નાગસૈનિકો પાસે જઈને દરેકના હાથ તપાસવાની પ્રવૃત્તિ આદરી. એણે હણેલા છેલ્લા નાગના શરીરના તો ટુકડે ટુકડે થઈ ગયેલા, પણ ધડથી છૂટા પડી ગયેલા એના હાથ ઊંચકીને પણ શિવે જોયું.

મૃત્યુ પામેલા પાંચમાંથી કોઈ નાગના કાંડે સર્પરેખામાંથી બનાવેલા ઓમનું નિશાન નહોતું. જે નાગને મળવાની અપેક્ષા હતી એ અહીં નહોતો. શિવ પાછો ફર્યો.

પર્વતેશ્વર જેમતેમ સ્વસ્થ થઈને જરૂરી સૂચનાઓ આપી રહ્યો હતો. 'વૃક, ઘાયલ ચંદ્રવંશીઓ માટે સારવારની વ્યવસ્થા કરો.'

'સેનાપતિ, જખમી થયેલા કે પકડાયેલા ચંદ્રવંશીઓએ ઝેર પી લીધું છે. તમે તો જાણો છો કે એ લોકો દુશ્મનના હાથમાં પડવાને બદલે મોતને ભેટવાનું પસંદ કરે છે.' વૃકે કહ્યું. વાત સાચી હતી, પણ સ્વીકારવાને બદલે પર્વતેશ્વર ચિડાઈ ગયા. 'કહ્યું છે તેમ કરો અને...'

અહીં એની જીભ થોડી થોથવાઈ. વૃકને આશ્ચર્ય થયું. પર્વતેશ્વરના અવાજમાં એણે આ પહેલાં ક્યારેય ખચકાટ કે અનિશ્ચિતતા નહોતી જોઈ, પણ સૈનિક તરીકેની શિસ્ત જાળવીને એ મૂંગા મોઢે આદેશ સાંભળવા ઊભો રહ્યો.

'મંદિરમાં હજીયે થોડા સંદેશવાહક કબૂતર બચ્યાં છે. એમાંથી એકની સાથે લાલ રંગના પત્ર પર દેવગિરિ સંદેશ મોકલો કે સતીને અગ્નિબાણ વાગ્યું છે અને સ્થિતિ બહુ ગંભીર છે.'

આટલું બોલીને પર્વતેશ્વર પાછા પેલા ઝૂંપડા તરફ વળ્યા, જેમાં સતી જીવનમરણનો જંગ ખેલી રહી હતી. એક તરફ કૃતિકા ડૂસકાં ભરતી ઊભેલી. વીરભદ્ર અને નંદી મૂંગામંતર થઈ ગયેલા. થોડી વારમાં શિવ ત્યાં આવીને, પર્વતેશ્વરની બાજુમાં બેસી ગયો. હવે માત્ર આયુર્વતી બહાર આવે એની જ રાહ જોવાની હતી.

આયુર્વતીએ સતીના શરીરમાંથી બહાર ખેંચી કાઢેલા બાણ તરફ શિવે

જોયું. હજીયે એની ભયાનકતા ઓછી નહોતી થઈ. લીમડાના પાનમાં વીંટી રાખેલા આ બાણને એક દિવસ પૂરતું એમ ને એમ રાખ્યા પછી સાવધાનીપૂર્વક દૂર લઈ જઈને જમીનમાં બહુ ઊંડે દાટી દેવાનું હતું. એના સંપર્કમાં આવેલા બીજા વૈદકીય ઓજારોનો પણ આ જ રીતે નિકાલ કરવાનો હતો, જેથી કરીને કોઈને પેલા ભયાનક વિષનો સ્પર્શ ન થાય.

જોકે વિષ પાયેલા બાણે સતીના દેહમાં કરવાનું હતું એટલું નુકસાન કરી લીધેલું. 'હું તમને ઠાલાં આશ્વાસન નહીં આપું. આજ પહેલાં અગ્નિબાણથી ઘાયલ થયેલી કોઈ વ્યક્તિ જીવિત નથી રહી.' ગમે તેવી ભયાનક સ્થિતિમાં એક વૈદ જ જાળવી શકે એવી સ્વસ્થતા સાથે આયુર્વતીએ પરિસ્થિતિનો સ્પષ્ટ ચિતાર આપ્યો. 'બાણ કાઢી લીધું છે, પણ એના ઝેરની અસર હવે શરૂ થઈ જશે. થોડી વારમાં સતીને તાવ ચઢશે. તાવની સાથે શરીર વધુ ને વધુ તપતું જશે અને એક પછી એક અંગ કામ કરતા બંધ થતા જશે.'

અંદર દાખલ થયો ત્યારથી બેભાન સતીને એકીટશે નિહાળી રહેલા શિવે ઊંચું જોયું. એની આંખોમાં રહેલા આજીજીના ભાવ આયુર્વતીએ વાંચી લીધા. પોતાનો અવાજ ઢીલો ન પડી જાય એની તકેદારી રાખતાં એ બોલી, 'ક્ષમા કરજો પ્રભુ, પણ સતીને બચાવવી અશક્ય છે. આપણે હવે દવા આપીને એને જલદી પીડામાંથી છૂટકારો અપાવી શકીએ.'

'ના, એટલી સહેલાઈથી આપણે હાર નહીં માનીએ.' શિવે આયુર્વતી સામે જોતાં કહ્યું. 'તાવને પરિણામે એના શરીરમાં એક પછી એક અંગ મરતા જશે એવું તમે કહો છો, પણ આ તાવને કાબૂમાં રાખવાનો કોઈ ઉપાય નથી?'

શિવને જાગેલી આશા તોડી પાડતાં આયુર્વતીનું દિલ દુભાતું હતું, પણ છૂટકો નહોતો. એણે વાસ્તવિકતા જણાવી દીધી. 'ઔષધિ આપીને થોડી વાર માટે તાવ ચઢતો રોકી શકાય, પણ પછી એ વધુ જલદ રૂપમાં પાછો ફરશે.'

'હું એવું નહીં થવા દઉં.' શિવના અવાજમાં બાળક જેવી જીદ હતી. આયુર્વતીએ વિચાર કર્યો. એ જાણતી હતી કે સતી હવે નહીં બચે. અહીં સમય બગાડવાને બદલે બીજા ઘાયલોની સારવાર કરવી વધુ જરૂરી હતી, પણ શિવ એને છોડવા તૈયાર નહોતો. છેવટે આયુર્વતીએ ઔષધિનું મિશ્રણ તૈયાર કરીને બેભાન પડેલી સતીના મોઢામાં રેડ્યું. 'હવે થોડા કલાક તાવ નહીં આવે.' એટલું કહીને એણે બારણાં પાસે ઊભેલા પર્વતેશ્વર સામે જોયું. અનુભવી સેનાપતિ જાણતા હતા કે તાવ દાબી રાખવાથી સતીના જીવનમાં કદાચ થોડા કલાક વધવાના હતા, પણ આ કલાકો ભારે પીડાદાયક હશે એનું ભાન શિવને હતું ?

જોકે શિવની જેમ એણે પણ હવે આશારૂપી તણખલાનો સહારો લીધો. આયુર્વતી એના ઘા પર પાટાપિંડી કરીને શિવ પાસે ગઈ.

'ના, મને કોઈ સારવારની જરૂર નથી.' શિવે હાથ હલાવ્યો, પણ આયુર્વતીએ હવે સમજાવટને બદલે કડક અવાજનો ઉપયોગ કર્યો. 'સતીને મદદ કરવી હોય તો પહેલાં તમારે સાજાસારા રહેવું પડશે.' શિવે પછી કોઈ આનાકાની ન કરી. એના જખમની સારવાર કરીને આયુર્વતી ઉતાવળે પગલે વિદાય થઈ. એણે હજી બીજા ઘણાં જીવ બચાવવાના હતા.

શિવે પ્રહરદીપ સામે જોયું. સતીના શરીરમાંથી આયુર્વતીએ બાણ કાઢ્યું. એને ત્રણ કલાક થઈ ગયેલા. એ હવે બીજાઓની સારવારમાં પડી ગયેલી. હવે કુંજમાં જ થોડા દિવસ રહી જવાનું હતું. એ લક્ષ્યમાં રાખીને પર્વતેશ્વર જાતજાતની તૈયારીઓ કરવામાં, સૂચનો આપવામાં વ્યસ્ત હતા. સતીની બાબતે પોતાનું દુઃખ ભુલાવવા માટે કદાચ પર્વતેશ્વરે બીજાં કામોમાં પોતાની જાતને ડુબાડી દીધેલી.

પરંતુ શિવની વાત જુદી હતી. વર્ષો પહેલાં એણે જાતને વચન આપેલું કે ગમે તેવું સંકટ આવી પડે, પણ એ ક્યારેય પીઠ નહીં ફેરવે. પછી જે થવાનું હોય તે થાય, પણ એ કદી પીછેહઠ નહીં કરે. સતીને સાજી કરવાનો સંકલ્પ લઈને એ પથારીની બાજુમાં બેસી પડ્યો. હવે એક ક્ષણ માટે પણ એ ત્યાંથી હટવાનો નહોતો.

'શિવ!' થોડી વાર બાદ સતીના હોઠ ફફડ્યા. અધખૂલી આંખે એણે શિવ તરફ જોયું.

'માફ કરી દો. મારા કારણે જ આ બધું થયું.' શિવનો અવાજ ગળગળો થઈ ગયો.

'ના, ના, કોઈકે તો આ કામ કરવાનું જ હતું. અમને રસ્તો બતાવવા તો તમે મેલુહા આવ્યા છો.' સતીએ તૂટક તૂટક અવાજે કહ્યું. એણે આંખ પૂરેપૂરી ખોલવાનો પ્રયાસ કર્યો. શરીરમાં હવે છેલ્લા શ્વાસ બચેલા. આંખો જ નહીં, મન પણ ભરાઈ જાય ત્યાં સુધી શિવનો ચહેરો નીરખ્યા કરવાની ઝંખના હતી.

એવું કહેવાય છે કે મૃત્યુથી આત્માની બધી ઇચ્છાઓ સમાપ્ત થઈ જાય છે, પણ બીજી તરફ આ મૃત્યુ નજીક આવી રહ્યું હોય ત્યારે વ્યક્તિના મન અને જીભ પર રાખેલા તમામ બંધન તોડી નાખવાની શક્તિ, હિંમત પણ આવે છે. મહિનાઓથી દાબી રાખેલી હૃદયની લાગણીને સતીએ ધીમા અવાજે વાચા

આપી. 'શિવ, મારા જવાનો સમય આવી ગયો, પણ જીવનમાં સહુથી વધુ સુખ મને આ છેલ્લા મહિનાઓમાં તમારી સાથે મળ્યું છે. કાશ, તમે થોડા વહેલા આવ્યા હોત!'

શિવના ગળે ડૂમો ભરાઈ આવ્યો. સહેજ અટકીને સતી બોલી, 'બહુ પહેલાં કહી દેવાની જરૂર હતી એ આજે કહું છું. પહેલી વાર ને કદાચ છેલ્લી વાર ! હું તમને બહુ પ્રેમ કરું છું.'

શિવે જેમતેમ રોકી રાખેલા આંસુનું પૂર હવે બહાર ઊમટી આવ્યું. 'છેલ્લી વાર નહીં, હજી બીજાં સો વરસ સુધી રોજેરોજ તમે મને આ કહેશો. હું તમને ક્યાંય નહીં જવા દઉં. તમારા માટે હું યમદેવતા સામે પણ લડી લઈશ.'

સતીના હોઠ પર આછું સ્મિત આવ્યું, પણ એમાં નર્યો વિષાદ હતો. એણે હળવેથી શિવના હાથે સ્પર્શ કર્યો. સતીની ત્વચા ધગધગતી હતી.

પ્રકરણ-૧૮

સતી અને અગ્નિબાણ

'હવે આપણે કંઈ નહીં કરી શકીએ.' આયુર્વતીએ ફરી એક વાર કહ્યું. પર્વતેશ્વરે પણ હૃદય પર પથ્થર રાખીને સ્વીકારી લીધેલું કે સતી હવે થોડા દિવસ કે કદાચ થોડા કલાકોની મહેમાન હતી, પણ એક શિવ હતો જે માનવાનું નામ નહોતો લેતો.

સતી પોતે જાણતી હતી કે અગ્નિબાણથી ઘવાયેલી વ્યક્તિ પછી ક્યારેય પંથારીમાંથી બેઠી ન થાય. ઔષધિ લેવાનો અર્થ એટલો જ કે યાતના લંબાવવી. તેમ છતાં મૃત્યુ અને એની વચ્ચે આડા હાથ દઈને શિવ ઊભો હતો, ત્યાં સુધી એ કઈ રીતે જીવવાની ના પાડી શકે?' આયુર્વતી, મને દવા આપો. મારો તાવ પાછો ફર્યો છે.' એણે નબળા અવાજે કહ્યું.

આયુર્વતીએ સતીના મોઢામાં ઔષધિ મૂકી. સતીની આંખોમાં એણે મૃત્યુનો ભય અને પીડાના અણસાર જોવાની અપેક્ષા રાખેલી, પણ ત્યાં માત્ર શાંતિ અને સંતોષ હતા.

એકાએક શિવ મોટે સાદે બોલ્યો, 'સતીને આપણે સોમરસ આપીએ.'

'એનાથી શું ફાયદો થવાનો? સોમરસથી વ્યક્તિની યુવાની ટકી રહે કે આવરદા વધે, પણ ગંભીર ઈજા થઈ હોય એને સોમરસ રૂઝાવી કે મટાડી નથી શકતો.' આયુર્વતીએ જવાબ આપ્યો.

'જો આયુર્વતી, સોમરસ કોના પર કેવી રીતે અસર કરે છે એ હજી સુધી કોઈ પૂરેપૂરું સમજી નથી શક્યું. તમારો અનુભવ જુદો હશે, પણ તમારે ત્યાં સોમરસ પીને મારા ખભાનું ખસી ગયેલું હાડકું પાછું મૂળ સ્થાને આવી ગયું. હિમડંખથી ખવાઈ ગયેલા મારા પગનાં આંગળા વર્ષોથી પીડા કરતાં હતાં, પણ સોમરસ પીતાંની સાથે એ દરદ નીકળી ગયું.'

'શું વાત કરો છો?' પર્વતેશ્વરે આશ્ચર્યથી પૂછ્યું. એના માટે આ નવી વાત હતી.

પરંતુ આયુર્વતી પાસે જવાબ હતો, 'તમે સામાન્ય માણસ નથી. નીલકંઠના શરીર પર સોમરસનો પ્રભાવ જુદો હશે.'

શિવ અકળાયો. 'આયુર્વતી, હું કંઈ સીધો આકાશમાંથી નથી ટપકી પડ્યો. કુદરતે મને તમારા જેવો, સતી જેવો માનવદેહ જ આપ્યો છે. આપણે એક પ્રયત્ન તો કરી જોઈએ.'

આયુર્વતી કંઈ વિચારીને પ્રતિભાવ આપે એ પહેલાં પર્વતેશ્વરે બહાર નીકળીને હાંક મારી, 'વૃક, મંદિરમાં તપાસ કરાવો. ભાગ્યમાં હશે તો ત્યાં સોમરસનું થોડુંઘણું સત્ત્વ બચી ગયું હશે.' ભાંગેલા મંદિરની દિશામાં વૃક પવનવેગે ઊપડ્યો.

સોમરસની અસર હેઠળ સતી હવે ઘેરી નિંદ્રામાં હતી. હવે એ જાગશે કે નહીં, જાગશે તો ક્યારે અને કેવી સ્થિતિમાં આ પ્રશ્નોના ઉત્તર કોઈ પાસે નહોતા. આયુર્વતીએ શિવને પણ થોડો આરામ કરી લેવાની સલાહ આપી, પરંતુ ધારણા મુજબ સામેથી નનૈયો સાંભળવા મળ્યો. સતીની પથારી પાસે યમદૂત ફરકી પણ ન શકે એવો પહેરો શિવે ભરી રાખેલો.

ખુલ્લા મેદાનમાં એક તરફ બેઠેલો પર્વતેશ્વર ભૂતકાળમાં સરી ગયેલો. એને એ દિવસ બરાબર યાદ હતો. જ્યારે જીવનમાં પહેલી વાર, નિઃસંતાન રહેવાની પ્રતિજ્ઞા લેવા બદલ એને પસ્તાવો થયેલો. સતી જેવું સંતાન મળતું હોય તો કયો મૂરખ પુરુષ પિતા બનવાની ના પાડી શકે? અને પછી એ જ દિવસે એણે સતીને પોતાની ધર્મપુત્રી બનાવવાનો નિર્ણય કરી લીધેલો.

એકસો વરસ પહેલાંની વાત હતી. મૈકના ગુરુકુળમાંથી પિતાને ઘેર પાછી આવેલી સતી ત્યારે માત્ર સોળ વરસની હતી. બાળપણની નિર્દોષતા, થનગનાટ

અને શ્રીરામમાં અતૂટ શ્રદ્ધા પર હજી કોઈ ડાઘ નહોતો પડ્યો. મેલુહામાં એ સમયે બ્રહ્મનાયકનું શાસન હતું. એમના પુત્ર દક્ષને ક્ષત્રિય રાજકુમાર તરીકેની પરંપરાગત તાલીમ લેવામાં કોઈ રસ નહોતો. રાજસિંહાસન ગ્રહણ કરવાની મહત્ત્વાકાંક્ષા નહોતી. એને બસ પત્ની વીરિણી અને પુત્રી સતી સાથે સીધીસાદી કૌટુંબિક જિંદગી વિતાવવી હતી.

એ દિવસે દક્ષ, એની પત્ની અને પુત્રીની સાથે સરસ્વતી નદીના કિનારે ફરવા ગયેલાં. રાજકુમારના મુખ્ય અંગરક્ષક તરીકેની જવાબદારી એ દિવસે પર્વતેશ્વરને શિરે હતી. રાજપરિવારથી સાવ નજીક નહીં ને બહુ દૂર પણ નહીં એટલા અંતરે રહીને પર્વતેશ્વરે એ પણ જોવાનું હતું કે નદીકિનારે પથરાયેલા જંગલમાંથી કોઈ પ્રાણી ત્યાં રમતી સતી પર હુમલો ન કરી બેસે.

પણ અચાનક એ સુંદર દિવસને ખળભળાવી નાખે એવી ચીસ સંભળાઈ. પર્વતેશ્વરે ચોંકીને જોયું તો થોડે દૂર નદી જ્યાં વળાંક લેતી હતી ત્યાં જંગલી શ્વાનનાં ટોળાં સાથે લડતી સતી નજરે પડી. એની બાજુમાં કોઈ બેભાન પડ્યું હતું.

તલવારો ખેંચીને દક્ષ અને પર્વતેશ્વર દોડ્યા. નજીક પહોંચતાની સાથે ખ્યાલ આવી ગયો કે ત્યાં ઘાયલ થઈને પડેલી સ્ત્રીને બચાવવા માટે સતી એકલપંડે જંગલી પ્રાણીઓની સામે કૂદી પડેલી. અર્ધબેભાન સ્ત્રી કયા કુળની હતી એ નક્કી કરવું મુશ્કેલ હતું, પણ દેખાવે વિદેશી લાગતી એ નારી કદાચ નહોતી જાણતી કે આ વિસ્તારમાં સ્વબચાવ માટે કોઈ હથિયાર રાખ્યા વિના એકલા ફરવું જોખમી હતું. ભૂખ્યા કૂતરાના ટોળાએ એના પર હુમલો કર્યો. ત્યાં સદ્નસીબે સતી પહોંચી ગઈ અને પર્વતેશ્વર કે દક્ષ આવે એ પહેલાં તો એણે બે-ત્રણ પ્રાણીને એની તલવારથી પાડી પણ દીધેલા. પિતા અને અંગરક્ષકને જોઈને સતીમાં નવું જોશ ઉમેરાયું.

દક્ષ પાસે તલવાર હતી, પણ આ હથિયાર ચલાવવા માટે એણે ઝાઝી તાલીમ નહોતી લીધી. પિતા હોવાને નાતે એણે પુત્રીને બચાવવા માટે આંખો મીંચીને ઝંપલાવી તો દીધું પણ થોડી જ વારમાં જંગલી જાનવરોને ખ્યાલ આવી ગયો કે સામેના મોરચામાં નબળી કડી કઈ હતી. અડધો ડઝન કૂતરા દક્ષ પર તૂટી પડ્યા, પરંતુ આ એમની ભૂલ હતી. દક્ષને બચાવવા માટે સતી અને પર્વતેશ્વરે એમની તમામ શક્તિ કામે લગાડી દીધી. દક્ષને લોહીલુહાણ પણ જીવતો છોડીને બાકી રહેલા કૂતરા જંગલમાં ભાગી ગયા.

ત્યાં સુધીમાં બીજા સૈનિકો અને સહાયકો પણ આવી પહોંચ્યા. સ્થળ પર

ઘાયલોની શક્ય એટલી પાટાપિંડી થઈ. પછી ત્યાંથી જવાની તૈયારી થઈ ત્યારે સતીએ દક્ષનો હાથ પકડીને ધીમેથી પૂછ્યું, 'પિતાજી, તમે ઠીક તો છો ને?'

સામેથી મળેલો પ્રતિભાવ અણધાર્યો હતો. 'આવી બહાદુરી બતાવવાનું કોણે તને કહેલું? કોઈ અજાણી સ્ત્રી માટે તારો જીવ જોખમમાં મૂકવાની શું જરૂર હતી? તને કંઈ થઈ ગયું હોત તો મારું શું થાત...?'

સતી હેબતાઈ ગઈ. એણે કદાચ પિતા પાસેથી પ્રશંસાના બે બોલ સાંભળવાની આશા રાખેલી. ભગવાન રામે તો કહેલું કે નબળાનું રક્ષણ કરવું એ વીર ક્ષત્રિયનો ધર્મ હતો. વધુ સારવાર માટે દક્ષને ઝોળીમાં નાખીને નગરમાં લઈ જવાયા.

સતીનું મોઢું ઊતરી ગયું, પણ આ જોઈ રહેલા પર્વતેશ્વરનો પ્રતિભાવ જુદો હતો. હંમેશાં ગંભીર, થોડા કઠોર લાગતા એ ક્ષત્રિયના ચહેરા પર એ દિવસે ભાગ્યે જ જોવા મળે એવું સ્મિત ફરકી ગયું. સતીના ખભે હળવેથી સ્પર્શ કરતાં એ બોલ્યો, 'બેટા, મને તારા પર ગર્વ છે. ભગવાન રામના આદર્શો તેં ખરેખર પચાવી જાણ્યા છે.' સતીએ ભીની આંખે સ્મિત આપ્યું અને એ જ ઘડીએ બંને જણ વચ્ચે સ્નેહની અતૂટ ગાંઠ બંધાઈ ગઈ. મોટી થયા બાદ આજ સુધી સતીએ પર્વતેશ્વર માટે 'પિતૃતુલ્ય'નું સંબોધન જાળવી રાખ્યું હતું.

પરંતુ પિતાની એ લાડકી પુત્રી આજે છેલ્લા શ્વાસ ગણી રહી હતી અને ભગવાનને પ્રાર્થના કરવા સિવાય પર્વતેશ્વર બીજું કંઈ કરવાની સ્થિતિમાં નહોતો.

.કેટલો સમય નીકળી ગયો એનું ભાન શિવને નહોતું રહ્યું. આ બધી ધમાલમાં પ્રહરદીપ પર ધ્યાન આપવાની કોઈએ પરવા નહોતી કરી, પરંતુ આકાશના બદલાયેલા રંગ, નજીક આવી ગયેલા પરોઢિયાની છડી પોકારતા હતા.

મૂર્છાવસ્થામાં પણ સતીએ શિવનો હાથ પકડી રાખેલો. યાચના કરતો હોય એવા અવાજે શિવ ગણગણ્યો, 'તું અહીં મારી સાથે રહેશે કે હું તારી સાથે ચાલી નીકળીશ. હવે શું કરવું એનો નિર્ણય તારા હાથમાં છે.'

કલાકોથી નિષ્પ્રાણ પડેલો સતીનો હાથ સહેજ સળવળ્યો. પથારી પરની ચાદર પ્રસ્વેદથી ભીની થતી લાગી. શિવે ધ્યાનથી જોયું. આ પરસેવો કોની હથેળીમાં વળી રહ્યો હતો? બીજો હાથ એણે સતીના કપાળે મૂક્યો. તાવ પહેલાથીયે વધુ હતો, પણ લમણા પાસે પરસેવાના આછા બિંદુ જામવા લાગેલા. શિવના તનમનમાં આનંદની લહેરખી ફરી વળી.

— ⅄⦶Ⅱ↑⊛ —

'ભગવાન બ્રહ્માના સોગન, આવો ચમત્કાર તો મેં આજે પહેલી વાર જોયો !' આયુર્વતી આશ્ચર્યચકિત અવાજે બોલી. બાજુમાં સતી હજી નિંદ્રાવશ હતી, પણ એનું આખું શરીર પરસેવાથી તરબતર હતું. પ્રસ્વેદની સાથે સતીનો તાવ પણ ઉતરી રહ્યો હતો.

'માનસરોવર સોમરસનું ભલું કરે!' શિવથી બોલાઈ ગયું. એના માટે ભગવાન ગણો તો કૈલાસમાં આવેલું એનું પ્રિય માનસરોવર જ હતું.

પર્વતેશ્વરે કયા ભગવાનને યાદ કર્યા, એ તો એ જ જાણે પણ ધર્મપુત્રીને જીવતદાન મળ્યું એનો એટલો મોટો આનંદ હતો કે સતીનો હાથ એ ઘડીએ શિવના હાથમાં હતો એ દશ્ય જોયા બાદ પણ કડક નિયમ-પાલનના આગ્રહી સેનાપતિ કંઈ બોલ્યા નહીં.

આંચકામાંથી બહાર આવેલી આયુર્વતીએ પછી તાબડતોબ પરિસ્થિતિનો દોર પોતાના હાથમાં લઈ લીધો. સતીના શરીરની સાથેસાથે એણે શિવના હાથ પણ ધોવાની સૂચના આપી અને આ વખતે શિવે સામી કોઈ દલીલ ન કરી.

— ⅄⦶Ⅱ↑⊛ —

'સતી, આ ખરેખર ચમત્કાર સર્જાઈ ગયો. બીજા બધાંની જેમ મેં પણ આશા મૂકી દીધેલી, પણ નીલકંઠની શ્રદ્ધા અડગ રહી. એમને કારણે જ તમે બચી ગયા.' આયુર્વતીના શબ્દો સાંભળીને શિવે થોડો સંકોચ અનુભવ્યો. 'ના, ના, મેં કંઈ નથી કર્યું. સતીએ પોતાની તાકાતથી મૃત્યુને મારી હટાવ્યું.'

નવાં વસ્ત્રો પહેરીને, સ્વચ્છ સુઘડ પથારી પર સૂતેલી સતીના ચહેરા પરનો રંગ હવે પાછો ફર્યો હતો. શિવ સામે જોઈને એણે કહ્યું, 'ના શિવ, તમે એક વાર નહીં અનેક વાર મારી રક્ષા કરી છે. કોણ જાણે આ ઉપકારનો બદલો હું ક્યારે વાળી શકીશ?'

'બસ, આવું બોલવાનું બંધ કરો એટલે બદલો વળી ગયાનું માની લઈશ.' શિવે કહ્યું. એનો હાથ હજી સતીના હાથમાં હતો. આયુર્વતી ખુશખુશાલ ચહેરે ત્યાંથી વિદાય થઈ.

લાગણીઓનું આ ખુલ્લેઆમ પ્રદર્શન હવે પર્વતેશ્વરને અકળાવી ગયું. થોડી વાર પછી એ બહાર નીકળ્યો ત્યારે થોડે દૂર આયુર્વતી એની જ રાહ જોતી ઊભેલી.

'તમારા મનમાં શું ચાલી રહ્યું છે એ હું જાણું છું.' આયુર્વતીએ પર્વતેશ્વરને સહેજ દૂર લઈ જઈને વાત માંડી.

'જાણો છો તોયે ચૂપચાપ ઊભા રહીને તમાશો જુઓ છો?' પર્વતેશ્વરે બળાપો ઠાલવ્યો. 'આજે નહીં તો કાલે મારે આ મુદ્દો ઉઠાવવો જ પડશે.'

'ના, એવું નહીં કરતા.'

આયુર્વતીના પ્રતિભાવથી પર્વતેશ્વરને નવાઈ લાગી. 'આયુર્વતી, તમારી પાસેથી આવું સાંભળવાની અપેક્ષા નહોતી રાખી. તમારા પૂર્વજોમાં એવો એકેય માણસ પાક્યો નથી જેણે કુળનું નામ લજાવ્યું હોય. આડે રસ્તે ચઢીને રાજ્ય સામે બળવા કરનારા બીજા બ્રાહ્મણોને એમણે સાથ નહોતો આપ્યો. પ્રાણના ભોગે એમણે મેલુહાના કાયદાનું પાલન કર્યું છે અને આજે તમે એ ભૂલી ગયા? માની લીધું કે શિવ બહુ સારો માણસ છે, પણ આપણે ત્યાં કોઈ વ્યક્તિ કાયદાથી ઉપર નથી.'

સામે આયુર્વતીએ દઢ અવાજે ટૂંકો જવાબ આપ્યો, 'હું તો બસ એક વાત જાણું છું કે નીલકંઠને યોગ્ય લાગે એ જ સાચું.' અને પછી કામનું બહાનું કાઢીને એણે ત્યાંથી ચાલતી પકડી.

— ⅄⊕⋃⍋⊛ —

પર્વતેશ્વરે આગળનો પ્રવાસ રદ થયાની ઘોષણા કરી દીધેલી. શિવ પણ હવે આ વિષયે સહમત હતો. યુદ્ધને પરિણામે સહેજ નબળા પડેલા સૈન્યને લઈને લોથલ જવાને બદલે દેવગિરિ પાછા ફરવું જ હિતાવહ હતું. જોકે આ વળતો પ્રવાસ પણ ટૂંકો કે સહેલો નહોતો. લાંબું અંતર કાપવા જેટલી શક્તિ, સતી અને બીજા સૈનિકોમાં પાછી ફરે ત્યાં સુધી કુંજમાં રહેવાનું નક્કી થઈ ગયેલું.

શિવ અને સતી પાસે વાતચીતમાં કલાકો પસાર થઈ જાય એટલા વિષયો હતા. જોકે સતી માટે હજી પથારીમાંથી ઊભા થવાનું થોડું કઠિન હતું.

હંમેશની જેમ આજે પણ એની બાજુમાં બેસીને શિવ વાતોમાં વ્યસ્ત હતો. 'મેલુહામાં રાજા પછી એના પહેલા પુત્રને જ સિંહાસન મળે એવો નિયમ નથી ?' શિવે ક્યાંક સાંભળેલી વાત પૂછી.

'લગભગ અઢીસો વર્ષ પહેલાં જ્યારે કાયદો રાજા-પ્રજા બધાં માટે સમાન હતો ત્યારે રાજવી પરિવાર પણ મૈકમાંથી જ સોળ વરસના બાળકને દત્તક લેતા હતા. રાણીની કૂખે જન્મેલું સંતાન ક્યાં ગયું એની જાણ માત્ર ગુરુકુળ સાથે સંકળાયેલા ગણ્યાગાંઠ્યા લોકોને રહેતી હતી, એ તો તમે હવે જાણો છો.

સતીની વાતમાં શિવે હકાર ભણ્યો. સતીએ આગળ ચલાવ્યું. 'અને એવુંયે નહોતું કે સમ્રાટે દત્તક લીધેલો પહેલો પુત્ર એમના પછી સત્તા સંભાળે.'

'કેમ?' શિવે પૂછ્યું. સતીના અવાજની સાથેસાથે બોલતી વખતે એના ગાલમાં પડતા ખંજન પણ શિવને એટલા જ મોહિત કરતા હતા.

'એ સમયમાં એક નહીં અનેક રાજપરિવાર હતા અને દરેકના પોતપોતાના નાનાંનાનાં રજવાડાં હતાં. એ બધાંની વચ્ચે સતત નાનીમોટી લડાઈઓ ચાલ્યા કરતી. એના માઠાં પરિણામ જોકે સામાન્ય પ્રજાએ ભોગવવા પડતા. ભગવાન રામે આ સમસ્યાના કાયમી ઉકેલ માટે રાજ્યસભાની રચના કરી. એમાં સભ્ય તરીકે ઉચ્ચ કક્ષાના બ્રાહ્મણ અને ક્ષત્રિય નાગરિક હતા. જ્યારે પણ તત્કાલીન સમ્રાટનું મૃત્યુ થાય કે એ સંન્યાસ લેવાનું નક્કી કરે ત્યારે રાજ્યસભાની બેઠક થાય અને પછી સૈન્યના ઉચ્ચાધિકારોમાંથી કયા ક્ષત્રિયની નિમણૂક નવા રાજા તરીકે કરવી એનો નિર્ણય બહુમતી દ્વારા લેવાય.' સતીએ રાજા રામના સમયથી મેલુહામાં ચાલી આવેલી પ્રથા સમજાવી.

'જય શ્રીરામ, પણ તો પછી સમ્રાટ બ્રહ્મનાયકે કેવી રીતે એમના સગા પુત્ર એટલે કે તમારા પિતા દક્ષને ગાદી સોંપી?' શિવે પૂછ્યું.

'એમની વરણી પણ રાજ્યસભા દ્વારા જ કરાયેલી. જોકે મેલુહાના ઇતિહાસમાં એવું પહેલી વાર બન્યું હતું કે રાજાનો પુત્ર રાજા બને.' સતીના અવાજમાં ગર્વની છાંટ આવી ગઈ.

'પણ એવું બને કે આમાં તમારા દાદાનો હાથ હોય?' શિવે હળવેકથી શંકા વ્યક્ત કરી.

'એ તો કોણ જાણે? દાદાને એ ચોક્કસ ગમ્યું હોત કે એમનો પુત્ર સિંહાસન પર બેસે, પરંતુ એ સિદ્ધાંતોના પાક્કા હતા. ખુલ્લેઆમ પોતાના દીકરાનો પક્ષ લેવા જેવું પગલું એ ક્યારેય નહોતા ભરવાના. હા, મહર્ષિ ભૃગુએ મારા પિતાને રાજા બનાવવામાં જરૂર સહાય કરેલી.' સતીએ કહ્યું. એના ચહેરા પર ફરી રહેલી શિવની આંગળીઓના સ્પર્શમાં એને સ્વર્ગીય સુખની અનુભૂતિ થઈ રહી હતી. શિવ માટે પણ આ પરમ આનંદની ક્ષણો હતી. થોડી વાર ચૂપ રહ્યા બાદ એ દક્ષ અને ભૃગુ વિશે કંઈ પૂછવા જતો હતો ત્યાં જ ઓરડાનો દરવાજો ખૂલ્યો અને સમ્રાટ દક્ષ અંદર દાખલ થયા. એમની પાછળ મહારાણી વીરિણી અને વડાપ્રધાન કનખલા હતા. શિવે ઝડપભેર સતીના હાથમાંથી પોતાનો હાથ સેરવી લીધો, પણ એ પહેલાં દક્ષે બધું જોઈ લીધેલું.

'પિતાજી!' સતીના અવાજમાં આનંદ અને આશ્ચર્યનું મિશ્રણ હતું. એની

પાસે બેસી પડેલી વીરિણીની આંખમાં આંસુ આવી ગયાં.

સતીને અગ્નિબાણ વાગેલું, એ સાંભળતાંની સાથે રાજારાણી અને વડાપ્રધાન એમની સાથે બે હજાર સૈનિકોને લઈને દેવગિરિથી કુંજ આવવા રવાના થઈ ગયેલા. સરસ્વતી નદી અને પછી અશ્વોની મદદ લઈને રાતદિવસ જોયા વિના દડમજલ કરતા એ આજે કુંજ પહોંચ્યા હતા.

'હવે હું સાજીસારી થઈ ગઈ છું. અઠવાડિયા પછી તો તમારી સામે નાચતી હોઈશ.' સતીએ ચિંતાતુર માતાપિતાને આશ્વાસન આપ્યું.

દક્ષ માટે આ બમણા આનંદનો અવસર હતો. અગ્નિબાણના ઝેરમાંથી સતી ઊગરી ગયેલી અને પહેલી વાર મેલુહામાં આટલી સફળતાપૂર્વક આતંકવાદીઓનો સામનો કરાયો હતો. ચારેબાજુ આ વાત ફેલાઈ ગયેલી અને લોકોમાં નવો ઉત્સાહ જાગી ઉઠેલો.

'પ્રભુ, હવે તો પુરવાર થઈ ગયું કે અમે સાચી વ્યક્તિમાં શ્રદ્ધા મૂકી છે.' દક્ષે શિવ તરફ જોઈને કહ્યું. સામે કંઈ બોલવાને બદલે શિવે માત્ર નમ્રતાપૂર્વક મસ્તક નમાવ્યું.

દક્ષે પછી આ યુદ્ધમાં સામેલ થવા બદલ અદના સૈનિકથી માંડીને પર્વતેશ્વર સુધી બધાંનો આભાર માન્યો. આયુર્વતીને તો એમણે મેલુહાની સર્વોત્તમ વૈદરાજના વિશેષણથી નવાજી દીધી.

શરમાઈ ગયેલી આયુર્વતીએ કાનની બૂટ પકડી. 'ના મહારાજ, મારાથી મોટા બીજા અનેક વૈદ આપણે ત્યાં છે અને સતીના પ્રાણ બચાવવાનું શ્રેય તો નીલકંઠને જ જાય છે. કોઈ ઔષધિ કારગત નહોતી નીવડી ત્યારે એમણે જ સોમરસનો પ્રયોગ કરવાનું કહ્યું અને સતી મોતના મુખમાંથી પાછાં આવ્યાં.'

'પ્રભુ, સતી મારા પ્રાણ જેવી છે. એને બચાવીને તમે મને ઉગારી લીધો. તમે ખરેખર નીલકંઠ છો. અરે, આજે તો મારે કહેવું છે કે તમે જ છો સાચા મહાદેવ!' દક્ષ ગદ્ગદ અવાજે બોલ્યા.

શિવને આંચકો લાગ્યો. પ્રાચીનકાળમાં થઈ ગયેલા દેવોના દેવ મહાદેવ વિશે એણે સાંભળ્યું હતું. મહારુદ્ર સાથેની પોતાની સરખામણી એને જચી નહીં. એ તો માનસરોવરથી આવેલો સીધોસાદો શિવ હતો, પરંતુ દક્ષની વાતમાં કનખલા અને આયુર્વતીએ પણ સૂર પુરાવ્યો. માત્ર પર્વતેશ્વરે મૌન જાળવ્યું.

દક્ષે પછી સતી તરફ ફરીને થોડા હળવા સૂરે પૂછ્યું, 'પણ તને તો નીલકંઠની દંતકથામાં જરાય શ્રદ્ધા નહોતી તો પછી એમને બચાવવા માટે તેં શું કામ જીવ જોખમમાં નાખ્યો?'

સતી નીચું જોઈ ગઈ. શિવના ચહેરા પર પણ છૂપી વાત ઉઘાડી પડી ગઈ હોય એવા ભાવ આવી ગયા. વીરિણીએ પતિ તરફ ધ્યાનથી જોયું. એને ખ્યાલ આવી ગયો કે હવે કદાચ શું થવાનું હતું.

દક્ષે ઊભા થઈને શિવ સામે વંદનની મુદ્રામાં હાથ જોડ્યા. મૂંઝાઈ ગયેલા શિવે સામે હાથ જોડીને માથું નમાવ્યું.

દક્ષે બોલવાનું શરૂ કર્યું. 'જીવનમાં પહેલી વાર સતીની જીભ મારી સામે ઊપડી નથી શકી અને હું જાણું છું કે તમે સામે ચાલીને તમારા માટે ક્યારેક કોઈ માંગણી નહીં કરો. એટલે જે કહેવાનું છે એ આજે હું જ કહી દઉં છું.'

બધાંના કાન સરવા થયા. ઊંડો શ્વાસ ભરતાં દક્ષે કહ્યું, 'પ્રભુ, તમારી સામે ખોટું નહીં બોલું. કાયદાની નજરે મારી દીકરી વિકર્મા છે, કારણ કે વર્ષો પહેલાં એણે મૃત બાળકને જન્મ આપેલો. કદાચ એવુંયે હોય કે આની પાછળ બાળકના પિતાએ પૂર્વજન્મમાં કરેલી ભૂલ જવાબદાર હોય, પરંતુ મેલુહાનો કાયદો આવા સંજોગોમાં પતિ-પત્ની બંનેને વિકર્મ ઠરાવે છે.'

અહીં સુધીની વાત શિવ જાણતો હતો, પણ આગળ શું કહેશે એ સાંભળવાની ઉત્કંઠા હતી.

'વિકર્મને અપશુકનિયાળ કહેવાય છે. સતી હવે બીજાં લગ્ન કરે તો એના પતિ અને ભવિષ્યમાં થનારાં બાળકો પર પણ અશુભની છાયા પડે, પણ હું મારી પુત્રીને જાણું છું. એણે ક્યારેય કોઈનુંયે બૂરું નથી કર્યું. ઘણી વાર મને લાગે છે કે એના જેવી સ્ત્રીને વિકર્મ ઠરાવનારો કાયદો યોગ્ય નથી, પણ શું કરું. હું માત્ર એક રાજા છું. દેશના કાયદા બદલવાની સત્તા મારી પાસે નથી. સતીને સુખી નથી કરી શકતો, એનું દુઃખ મને અંદરથી કોતરી ખાય છે, પણ મારા હાથ બંધાયેલા છે એટલે તમારી સહાય માંગું છું.'

પર્વતેશ્વરના ચહેરા પર રોષ ઝલકી ગયો. રાજા ઊઠીને દેશના કાયદાનું અપમાન કરતા હતા? બધાં અધ્ધર શ્વાસે આગળની વાત સાંભળી રહ્યાં.

'હું લાચાર છું, પણ તમે નીલકંઠ છો, મહાદેવ છો. તમે ધારો તો આ કાયદો બદલી શકો કે તોડી શકો. તમે મારી પુત્રીનો હાથ પકડવા માંગતા હો તો સંસારની કોઈ તાકાત તમને રોકી નહીં શકે, પરંતુ પ્રશ્ન હવે એક જ છે. તમે ખરેખર એવું ઇચ્છો છો?' દક્ષે છેલ્લો પ્રશ્ન પૂછ્યો.

શિવે જે લાગણી અનુભવી એને વાચા આપવી અશક્ય હતી. સતીનો હાથ પકડીને એ એટલું જ બોલી શક્યો, 'સતીનો સાથ હું ક્યારેય નહીં છોડું, ક્યારેય નહીં.'

સતી અવાચક શિવને તાકી રહી. વિકર્મા હોવા છતાં એણે કોઈ પુરુષને પ્રેમ કરવાની હિંમત કરેલી, પરંતુ એથી વધીને કોઈ આશા નહોતી રાખી, પણ બધાંય સપનાં હવે સાકાર થવાનાં હતાં. શિવને એ પતિના રૂપમાં પામવાની હતી.

'પણ મારી એક શરત છે.' શિવના શબ્દોએ સહુના આનંદ પર લગામ તાણી.

'શું પ્રભુ?' દક્ષે પૂછ્યું.

'વિકર્મવાળો કાયદો...'

'પ્રભુ, એને બદલવાની જરૂર નથી. કાયદો હોય તોયે તમે એનાથી પર છો.'

'ભલે, પણ મારી ઇચ્છા છે કે આ કાયદાને હવે રદબાતલ કરવામાં આવે.' શિવે કહ્યું.

'જેવી તમારી ઇચ્છા.' કહીને દક્ષે ત્યાં ઊભેલી કનખલાને આદેશ આપ્યો, 'હમણાં ને હમણાં નીલકંઠના નામ સાથે જાહેર કરી દો કે આજ પછી રાજપરિવારની કોઈ પણ સ્ત્રી મૃત બાળકને જન્મ આપે તોયે વિકર્મ નહીં ગણાય.'

'મહારાજ, નવો નિયમ માત્ર રાજાને નહીં, આખી પ્રજાને લાગુ પડવો જોઈએ. કુદરતી આફત કોઈના પર પણ ત્રાટકી શકે. એ માટે વ્યક્તિના પૂર્વજન્મને દોષિત ઠરાવતો આ અન્યાયી કાયદો જડમૂળથી દૂર થવો જોઈએ.' શિવે દૃઢ અવાજે કહ્યું.

દક્ષ થોડી વાર ચૂપ થઈ ગયા. હકીકતમાં એમને માત્ર પુત્રીના સુખ આડે આવતું વિઘ્ન દૂર કરવામાં જ રસ હતો. બાકી વિકર્મપ્રથા સામે એમને કોઈ ખાસ વિરોધ નહોતો, પરંતુ સતીનાં લગ્ન કરવા હોય તો નીલકંઠની શરત માન્ય રાખ્યા વિના છૂટકો નહોતો. અંતે બધી અવઢવ બાજુએ મૂકીને એણે કનખલાને કહ્યું, 'ઘોષણા કરી દો કે વિકર્મને લગતો કાયદો હવે રાજ્યભરમાંથી દૂર કરવામાં આવે છે. નીલકંઠના હસ્તાક્ષર થતાંની સાથે નવો કાયદો અમલમાં આવી જશે.'

શિવને જોઈતું હતું એ મળી ગયું. સતીના આનંદનો પાર નહોતો. 'આજ સુધી કોઈએ જોઈ નહીં હોય એવી ધામધૂમ સાથે શિવ અને સતીનાં લગ્ન થશે.' દક્ષે જાહેર કરી દીધું.

પ્રકરણ-૧૯

પ્રેમનો વિજય

દક્ષે કહ્યું એમ જ થયું. સાદગીના સિદ્ધાંત પર જીવતા મેલુહાવાસીઓએ આવી ઝાકઝમાળ ક્યારેય દીઠી નહોતી. આખુંયે દેવગિરિ સતીનાં લગ્ન માટે નવવધૂની જેમ સજ્જ થયું. દરેક માર્ગ પર નવા ભૂરા પથ્થર જડાઈ ગયા. મકાનો પર રાજ્યના ખર્ચે રંગરોગાન થયા. જ્યાં જુઓ ત્યાં રંગબેરંગી પતાકાઓ ફરફરતી હતી. શિવ-સતીના વિવાહનો જલસો પૂરા સાત દિવસ ચાલવાનો હતો.

આજ પહેલાં કોઈએ ન કર્યું હોય એવું કરવાના ઉત્સાહમાં દક્ષે નિષ્ણાતોને બોલાવીને સરસ્વતી નદીમાંથી પાણીને શહેરની અંદર વાળ્યું હતું. આ પાણીને વહેવા માટે સ્વસ્તિક આકારની નહેર રચના થયેલી અને કમાલ તો એ વાતની હતી કે નહેરમાં દાખલ થતાંની સાથે પાણી લાલ રંગનું થઈ જતું હતું, પણ ફરીને પાછા નદીને મળતી વખતે એનો રંગ મૂળ હતો એવો ને એવો થઈ જતો હતો. મેલુહાની યંત્રવિદ્યાનું આ ઉત્કૃષ્ઠ ઉદાહરણ હતું. જોનારાની નજર આ ભવ્ય, વિશાળ સ્વસ્તિક પરથી હટવાનું નામ નહોતી લેતી.

લગ્નમાં હાજર રહેવા માટે ગામેગામ મોટા, પ્રતિષ્ઠિત પરિવારોને આમંત્રણ મોકલાયાં હતાં. મીસર (ઇજિપ્ત) અને મેસોપોટેમિયા જેવા દેશોના રાજદૂતોને પહેલી વાર આ નિમિત્તે મેલુહાની રાજધાનીમાં પગ મૂકવાની તક મળી હતી. જંગલ અને પર્વતમાં રહીને તપસ્યા કરતા સંન્યાસીઓ પણ નવયુગલને આશીર્વાદ આપવા માટે દેવગિરિ પધાર્યા હતા.

બૃહસ્પતિ એમના વૈજ્ઞાનિકો અને સહાયકોની સાથે મંદાર પર્વત પરથી ઉતરી આવેલા. મેલુહાના ઇતિહાસમાં એવું પહેલી વાર બનવાનું હતું કે મંદાર પરની પ્રયોગશાળાઓ એક આખા સપ્તાહ સુધી બંધ રહે.

એ સમયે ભારતમાં બે મુખ્ય દેવતા તરીકે પૂજાતા ઇન્દ્ર અને અગ્નિની પૂજા સાથે વિધિ શરૂ થઈ. જોકે અહીં એ બંને દેવની સ્થાપના યોદ્ધાના રૂપમાં થયેલી. દક્ષના કહેવા પ્રમાણે મેલુહાના લોકો માટે આ પ્રસંગ માત્ર શિવ અને સતીના વિવાહનો નહોતો. એ લોકો કુંજના યુદ્ધ પછી સ્વદ્રીપ સુધી ચંદ્રવંશીઓના કાને સંદેશો પહોંચાડવા માંગતા હતા કે સૂર્યવંશી હવે એમનો સામનો કરવા માટે સજ્જ હતા. પૂજા પછી વિવાહવિધિ સંપન્ન થઈ. એ પછીયે એક પછી એક કાર્યક્રમો તો ચાલતા જ રહ્યા, પણ શિવની ધીરજ ખૂટી ગઈ. 'આ બધું હજી છ દિવસ ચાલવાનું છે?' મહેલના એક ખંડમાં સતીને ખેંચી જઈને એણે પૂછ્યું.

સતી હસી, 'શું ફેર પડે છે? તમને તો ઇચ્છા થાય ત્યારે ઊભા થઈને ચાલવા માંડવાની છૂટ છે.'

નીલકંઠે માથા પર બાંધેલી પાઘડી ઉતારીને એક તરફ ફેંકી. 'હા, એ તો હું ભૂલી જ ગયો કે હું નીલકંઠ છું. મારી ઇચ્છા મુજબ વર્તી શકું છું.' અને નવોઢાના રૂપમાં ઊભેલી સતીને જોઈને આ ઘડીએ શિવના મનમાં એક જ ઇચ્છા હતી.

— ⸻ —

'નંદી અને વીરભદ્ર તમને મળવા આવ્યાં છે. સાથે કૃતિકા પણ છે.' ઘસઘસાટ સૂતેલા શિવને સતીએ ધીમેથી ઢંઢોળતાં કહ્યું. આંખો ચોળતાં શિવ બેઠો થયો. આવા સમયે શિવને જગાડવા પડે એવી કઈ આફત આવી પડી?

પરંતુ પછી થોડી જ વારમાં બધીયે શંકા-કુશંકાનાં વાદળ વિખેરાઈ ગયાં. બહાર ઊભેલા ત્રણ જણ કોઈ આફત નહીં પણ મોટા આનંદની વાત લઈને આવ્યા હતા. વીરભદ્રને કૃતિકા બહુ ગમી ગયેલી. શિવને પરણતા જોઈને એનું મન પણ કૂદાકૂદ કરવા લાગેલું, પરંતુ ગુણોમાં નિયમ હતો કે સમાજના આગેવાનની રજા લીધા પછી જ કોઈ લગ્ન કરી શકે. વીરભદ્રમાં હવે વધુ રાહ જોવાની ધીરજ નહોતી રહી. મિત્ર બની ગયેલા નંદીની સાથે હિંમત ભેગી કરીને એ શિવ પાસે આવી પહોંચ્યો.

શિવે પહેલાં તો વીરભદ્રને ખૂબ ચીઢવ્યો, ટટળાવ્યો, પણ પછી આનંદભેર એને ભેટી પડ્યો. બાળપણથી એનો મિત્ર રહેલો વીરભદ્ર બીજી બધી વાતે

હોશિયાર હતો, પણ સ્ત્રીઓના મામલે સાવ નાદાન ગણાય એવો હતો. શિવને ઘણી વાર ચિંતા થતી કે ભદ્રને કોણ જાણે કેવી કન્યા મળશે અને પછી એનું શું થશે! પણ હવે એ બોજ મન પરથી ઊતરી ગયો. કૃતિકા જેવી પત્ની એના મિત્રને મળે એથી વધુ રૂડી વાત શું હોઈ શકે?

— ⊗ —

હવેની વિધિમાં માત્ર શિવ અને દક્ષની હાજરીની જરૂર હતી. સતી ઊભી થઈને વીરિણી સાથે અંદરના ખંડમાં ગઈ. મંડપમાં બેઠેલા લોકોમાં મસ્તીમજાકનો દોર ચાલું હતો. નવાઈ તો એ વાતની હતી કે બૃહસ્પતિ પણ એમની મહાનતા અને ગંભીરતાનો અંચળો દૂર કરીને આયુર્વતી અને કનખલા જેવા લોકો સાથે મજાકમાં જોડાયેલા. આખાયે વાતાવરણમાં જો કોઈ એક વ્યક્તિના ચહેરા પર ગંભીરતા કે આછી ચીઢ દેખાતી હોય તો એ હતા સેનાપતિ પર્વતેશ્વર!

પંડિતો દ્વારા બોલાઈ રહેલા શ્લોકોની સાથે શિવ અને દક્ષ અગ્નિકુંડમાં ઘીની આહુતિ આપી રહ્યા હતા. બંને વચ્ચે વાતચીત થતી ત્યારે વિષય એક જ હતો, 'સતી!' બેઉમાંથી સતીને કોણ વધુ પ્રેમ કરતું હતું એ જોનારા માટે નક્કી કરવાનું સરળ નહોતું.

'સ્વાહા.' બોલીને યજ્ઞમાં ઘી હોમવા જતા દક્ષના હાથ પર થોડાં ટીપાં પડી ગયાં. સહજભાવે બાજુમાં પડેલા રૂમાલ લઈને શિવ એ લૂછવા ગયો અને અચાનક એની નજર પહેલી વાર દક્ષના બાવડા તરફ ગઈ. ત્યાં બાંધેલા બાજુબંધ પર બકરી ચિહ્ન હતું. ક્ષત્રિયોમાં સહુથી નીચી કક્ષામાં આવતા લોકોને આ ચિહ્ન અપાતું. કહો કે એમણે પરાણે સ્વીકારવું પડતું હતું. પ્રાણીઓમાં બકરીનું સ્થાન એટલું તુચ્છ હતું કે ઘણાં લોકો તો આ ચિહ્ન ધારણ કરનારને સંપૂર્ણ ક્ષત્રિય માનવા માટે પણ તૈયાર નહોતા થતા, પણ શિવે આજે જોયું કે મેલુહાના શૂરવીર ક્ષત્રિયો પર શાસન કરતા સમ્રાટના બાવડે બકરીનું પ્રતીક હતું.

મનમાં રમી ગયેલા ભાવ ચહેરા પર કળાઈ ન જાય એ માટે શિવે જલદીથી ગરદન ફેરવી લીધી, પણ દક્ષની ચકોર નજરે એને પકડી પાડ્યો. 'આ પ્રતીક મેં નહીં, મારા પિતાએ મારા માટે પસંદ કરેલું.' દક્ષ બોલ્યા. એમના અવાજમાં જોકે કોઈ ગ્લાનિ કે સંકોચ નહોતા. ઊલટું એના સ્મિતમાં કોઈ માટે તુચ્છકારના અંશ હતા.

'ક્ષમા કરજો... જોવાનો મારો કોઈ ઇરાદો નહોતો!' શિવે ઓછપાઈને કહ્યું.

'અરે, તમે શું કામ માફી માંગો છો? આ કોઈ છુપાવવા જેવી વસ્તુ નથી. બધાં જોઈ શકે એટલે તો બાવડા પર બાંધ્યું છે.' દક્ષ બોલ્યા.

'મહારાજ, તમે આ બધાં ચિહ્નોથી પર છો. તમારી મહાનતા આ બાજુબંધ પરથી માપવા જેવી વસ્તુ નથી.' શિવે નમ્રભાવે કહ્યું.

દક્ષનો ચહેરો ખીલી ઊઠ્યો. 'હા, મેં મારા પિતાને બતાવી દીધું. ખરું ને ? નીલકંઠનું આગમન એમના નહીં, મારા શાસનકાળ દરમિયાન થયું. આતંકવાદીઓની હાર મારા સમયમાં થઈ, એમના નહીં. અને ચંદ્રવંશીઓને સુધારવાનું જે કામ મારા પિતા ન કરી શક્યા એ હું કરી બતાવીશ.'

શિવે સભ્યતાને ખાતર સ્મિત આપીને માથું ભલે હલાવી લીધું પણ દક્ષના શબ્દોમાં કંઈક તો એવું હતું જે શિવને અંદરખાને પજવી ગયું.

— ⅄◎Ʊ↑⊗ —

એ રાતે બહુ ધ્યાન રાખીને શિવે સતીને પૂછ્યું, 'મહારાજા બ્રહ્મનાયક સાથે તમારા પિતાના સંબંધ કેવા હતા?'

શિવના વાંકડિયા વાળ સાથે રમી રહેલા સતીના હાથ થંભી ગયા. જવાબ આપવામાં થોડી વાર લાગી ગઈ, પણ એ બોલી ત્યારે એમાં કંઈ છુપાવવાની ભાવના નહોતી. 'પિતા અને પુત્રના સ્વભાવ એકમેકથી સાવ જુદા હતા. ઘણી વાર એમની વચ્ચે ઘર્ષણ થઈ જતું, પણ ભૃગુદેવ...'

સતીનું વાક્ય પૂરું થાય એ પહેલાં ખંડના બારણે ટકોરા પડ્યા. તમન નામના દ્વારપાળે થોડા સંકોચ સાથે કહ્યું, 'બૃહસ્પતિજીએ તમને હમણાં ને હમણાં મળવાની અનુમતિ માંગી છે.'

ના પાડવાનો સવાલ જ નહોતો. શિવ અને સતી બંને જણના મનમાં બૃહસ્પતિ માટે ઊંડો આદર અને સ્નેહ હતો. થોડી વારમાં બૃહસ્પતિની પધરામણી થઈ. કસમયે આમ ટપકી પડવા માટેની એમની માફી શિવે અવગણી કાઢી. 'તમારે ક્યારેય મારી માફી માંગવાની જરૂર નથી.' કહીને એણે બૃહસ્પતિને માનભેર આસન આપ્યું. સતીએ એમના ચરણસ્પર્શ કર્યા. બૃહસ્પતિએ 'અખંડ સૌભાગ્યવતી ભવ'ના આશીર્વાદ આપ્યા.

ઔપચારિકતા પતી જવાની સાથે બૃહસ્પતિએ જલદીથી એમના આગમન પાછળનો હેતુ જણાવી દીધો. 'કાલે વહેલી સવારે હું મંદાર જવા માટે નીકળી જઈશ.'

'પણ છ દિવસ તમે આ બધી ધાંધલ-ધમાલ સહન કરી લીધી તો હવે છેલ્લો એક દિવસ નહીં સહન થાય?' શિવે હળવા સૂરે પૂછ્યું.

'મને તો છેક સુધી અહીં રહેવાનું ગમત પણ મંદાર પર અમે એક મોટો

પ્રયોગ કરવાના છીએ. મહિનાઓથી એની તૈયારી ચાલતી હતી. આવતીકાલે મારું ત્યાં પહોંચવું અત્યંત જરૂરી છે. મેસોપોટેમિયાથી આવેલા રસાયણોનું મિશ્રમ તૈયાર થઈ ગયું છે. ઓછા પાણીએ સોમરસ બનાવવામાં આ નવા ઘટક કેટલી હદે ઉપયોગી થઈ શકે એ અમારે જોવું છે. તમને છોડીને જવાનું મન નથી થતું, પણ જવું પડશે.'

બૃહસ્પતિના અવાજમાં થોડો અફસોસ ભળી ગયો, પણ શિવે હસીને એમનું મન હળવું કરી નાખ્યું. 'એટલી સહેલાઈથી હું તમારો પીછો નહીં છોડું. જીવન હજી ઘણું લાંબું છે અને દેવગિરિથી મંદારનો રસ્તો છે સાવ ટૂંકો! આપણે બહુ જલદી પાછા મળશું.'

બૃહસ્પતિ ઊભા થઈને શિવને ભેટી પડ્યા. શિવને થોડું આશ્ચર્ય થયું. બૃહસ્પતિ ભાગ્યે જ એમની લાગણીનું આવું જાહેર દર્શન કરતા. 'શિવ, મારા બંધુ!' બૃહસ્પતિએ ગણગણાટ કર્યો. શિવે એટલા જ પ્રેમથી પ્રતિભાવ આપ્યો.

'શિવ, યાદ રાખજો. તમારા માટે હું પાતાળલોકમાં જવા પણ તૈયાર રહીશ.' છૂટા પડતાં બૃહસ્પતિ બોલ્યા.

શિવ હસ્યો, 'મિત્ર, ત્યાં તો મારે પણ નથી જવું. રાક્ષસોની દુનિયામાં આપણું શું કામ છે?'

'સતી, તમને સુખી જોઈને મને કેટલો સંતોષ મળ્યો એ તો હું જ જાણું છું.' બૃહસ્પતિના શબ્દો સાંભળીને સતીએ આભારભાવે માથું નમાવ્યું.

પ્રકરણ-૨૦

મંદાર પર આક્રમણ

'મિત્ર, બધું કુશળમંગલ છે ?'

'હું અહીં શું કરી રહ્યો છું?' ચોંકી ગયેલા શિવથી પુછાઈ ગયું. મહિનાઓ પહેલાં શિવ પહેલી વાર મેરુ ગયેલો ત્યારે ત્યાં મળેલા પંડિતજી અત્યારે એની સામે બેઠા હતા. 'તેં જ તો મને અહીં બોલાવ્યો છે.' સસ્મિત વદને એ બોલ્યા.

'પણ હું અહીં ક્યારે આવ્યો... કેવી રીતે આવ્યો ?' શિવના આશ્ચર્યનો પાર નહોતો. એણે આજુબાજુ જોયું. એ કોઈ અજાણ્યા લાગતા મંદિરમાં બેઠો હતો.

'આ સ્વપ્ન છે.' પંડિતનો ઉત્તર સાંભળીને શિવના મોઢામાંથી નવાઈના માર્યા અપશબ્દ સરી પડ્યો.

'તું આટલી ગાળો શું કામ બોલે છે?' પંડિતનો સવાલ સાંભળીને શિવ હસ્યો. 'જરૂર પડે ત્યારે જ બોલું છું અને એમાં ખોટું શું છે ?'

'મારી નજરે આ અસભ્યતાની નિશાની છે. કદાચ ચારિત્ર્યઘડતરમાં ખામી ગણી શકાય.'

'ઊલટું, શુદ્ધ ચારિત્ર્યવાન નિર્ભય વ્યક્તિ જ આટલી હિંમતથી પોતાના મનમાં હોય એ જીભ પર લાવી શકે.'

શિવની દલીલ સાંભળીને પંડિતના ચહેરા પર રમૂજના ભાવ આવી ગયા.

'હવે તમે અહીં આવી જ ગયા છો તો તમારા લોકો વિશે કહી દો. છેલ્લે મળ્યા ત્યારે તમે વચન આપેલું કે બીજી મુલાકાતમાં માંડીને વાત કરશો.' શિવે યાદ દેવડાવ્યું.

'પણ આ મુલાકાત ક્યાં વાસ્તવિકતામાં થઈ છે? આ તો સપનું છે. આજે તો હું એ જ કહીશ જે તું પહેલેથી જાણે છે કે પછી એવી વાત જે તારું મન તો વર્ષોથી કહેતું આવ્યું છે, પણ તને સાંભળવાની ફુરસદ નથી.' પંડિતનો રહસ્યમય ઉત્તર સાંભળીને શિવના ચહેરા પર મૂંઝવણ તરી આવી.

'પેલા પાંદડાનો રંગ જોયો?' મંદિરના નકશીદાર સ્થંભોની બીજી તરફ દેખાતાં વૃક્ષો ભણી આંગળી ચીંધીને પંડિતે પૂછ્યું.

'હવે અહીં પાંદડાના રંગની વાત લઈને શું કામ બેસી ગયા?' શિવે મોઢું કટાણું કર્યું.

'ઘણી વાર આવી વાતો કરતાં કરતાં જ જ્ઞાન મેળવવામાં વધુ મજા હોય છે અને કોઈ પણ વસ્તુને સમજવા માટે એની આગળપાછળની વાત જાણવી પણ એટલી જ જરૂરી હોય છે. બીજા શબ્દોમાં કહું તો પૂર્વાપર સંબંધ જાણ્યા વિના જ્ઞાનની પ્રાપ્તિ શક્ય નથી.' પંડિતે કહ્યું.

'એટલે જ્ઞાનપ્રાપ્તિની શરૂઆત આ પાંદડાના રંગથી કરવાની છે?' શિવે કટાક્ષભેર પૂછ્યું.

'હા. જોઈને કહે કે એ પાંદડાનો રંગ કેવો છે?' પંડિતના ચહેરા પર મર્માળું સ્મિત હતું.

'લીલો.' શિવે ઝટ થઈને કહ્યું.

'ખરેખર?'

'હાસ્તો.'

'તને કેમ એ પાંદડું લીલું લાગ્યું?'

'કારણ કે એ લીલું છે.'

'ના, મારા પૂછવાનો અર્થ જુદો છે. આપણે કોઈ પણ વસ્તુને કઈ રીતે જોઈ શકીએ છીએ, એ વિશે બૃહસ્પતિના એક સહાયક વૈજ્ઞાનિક સાથે તારી ચર્ચા થયેલી એ યાદ છે?'

'અરે, હા.' શિવે કપાળ પર હથેળી પછાડી. 'એણે કહેલું કે વસ્તુ પર પડેલો પ્રકાશ પરાવર્તિત થઈને આપણી આંખ પર પડે ત્યારે આપણે એને જોઈ શકીએ છીએ.'

'બરાબર અને ત્યાં બીજા એક વૈજ્ઞાનિક સાથે શ્વેત લાગતા સૂર્યપ્રકાશ વિશે પણ વાત થયેલી, યાદ આવ્યું?'

'હા. આપણી નજરે જે પ્રકાશ સફેદ કે રંગહીન લાગે છે એ વાસ્તવિકતામાં સાત રંગનું સંયોજન હોય છે એટલે જ પાણીના ટીપાં પરથી સૂર્યપ્રકાશ પરાવર્તિત થાય ત્યારે સપ્તરંગી મેઘધનુષ દેખાય છે.'

'સાવ સાચું કહ્યું. હવે આ બે વાતને સાથે મૂકીને જવાબ આપ કે પેલું પાંદડું તને કેમ લીલું લાગ્યું?'

શિવે સહેજ વિચારીને જવાબ આપ્યો, 'શ્વેત સૂર્યપ્રકાશ વૃક્ષના પાંદડા પર પડે છે. વનસ્પતિનો કુદરતી ગુણધર્મ એવો છે કે એ જાંબુડી, વાદળી, ભૂરો, પીળો, કેસરી અને લાલ રંગ શોષી લે, પણ સાતમો લીલો રંગ શોષવાની શક્તિ એનામાં નથી એટલે એ પાછો ફેંકે છે. જે આપણી નજરને પહોંચે છે, પરિણામે પાંદડું મને લીલું લાગે છે.'

'હં, હવે તમે તમારી જાતને પાંદડાની જગ્યાએ મૂકીને વિચાર કરો. એ પોતાને છ રંગનું બનેલું માનતું હશે કે જેને એ પચાવી નથી શક્યું એ લીલો રંગ એને ખુદમાં દેખાતો હશે?'

શિવ ચૂપ થઈ ગયો. પંડિતે કેટલી સરળ ભાષામાં એને વિજ્ઞાનનો નિયમ સમજાવી દીધેલો! જોકે એમનું બોલવાનું પૂરું નહોતું થયું. 'વાસ્તવિકતાના પણ અનેક રૂપ હોય છે. એક જણને જે નરી આંખે દેખાય એ કદાચ બીજી તરફથી જોનારને સત્ય ન લાગે. કોણ, કઈ તરફથી, કયા વિચાર સાથે જોઈ રહ્યું છે એના આધારે, વાસ્તવિકતા કે સત્યનો નિર્ણય લેવાય છે.' પંડિતજીની વાત સાંભળીને શિવે ફરી બહાર નજર નાખી. પાંદડું સૂર્યપ્રકાશમાં લીલુંછમ લાગતું હતું. આ ઘડીએ એની નજરે આ જ વાસ્તવિકતા હતી.

'તારી આંખોમાં બીજી વાસ્તવિકતા જોવાની શક્તિ છે?' પંડિતે પૂછ્યું.

શિવ હવે એકીટશે પાંદડા તરફ તાકી રહ્યો. થોડી જ વારમાં લીલો રંગ ઓગળવા માંડ્યો. ધીમે ધીમે બધો રંગ ગુમાવી બેઠેલું પાન પારદર્શક થઈ ગયું અને અંતમાં પાંદડાની જગ્યાએ માત્ર કાળા અને સફેદ તરંગ જ અંદર બહાર વહેતા દેખાયા. પાંદડાનું અસ્તિત્વ નહોતું રહ્યું. એ તો માત્ર આ તરંગોની અનંતયાત્રામાં આવી ગયેલું એક નાનકડું વિશ્રામસ્થાન હતું.

શિવની આંખોની સામે હવે દરેક વસ્તુ એનો રંગ ગુમાવીને શ્વેત અને કાળા તરંગોના રૂપમાં પલટાવા લાગી. વૃક્ષના પાંદડા, થડ, એના પર ફરી રહેલી ખિસકોલી, મંદિરના થાંભલા...!

આ શું થઈ રહ્યું હતું એ પૂછવા માટે શિવે પંડિત તરફ ચહેરો ફેરવ્યો તો એમના દેહનો પણ માત્ર આકાર દેખાયો. જોકે ત્યાંથી માત્ર આંખ આંજી

નાખે એવા શુભ્રતરંગ નીકળતા નજરે પડ્યા. કાળા રંગનો અંશ સુધ્ધાં ત્યાં નહોતો. 'હવે તારી જાતનું નિરીક્ષણ કર.' શિવના કાને અવાજ પડ્યો.

શિવે નીચું જોયું. વસ્ત્રો, ત્વચા, સ્નાયુ, હાડકાં કંઈ નહોતું, માત્ર આસપાસના વાતાવરણમાંથી તેજ ગતિએ એનામાં કાળા તરંગ પ્રવેશી રહ્યા હતા, માત્ર કાળા ! 'આ શું છે?' શિવ માંડમાંડ પૂછી શક્યો.

'શુભ્ર તરંગ હકારાત્મક અને કાળા તરંગ નકારાત્મક શક્તિનું રૂપ છે. સૃષ્ટિમાં સંતુલન જાળવી રાખવા માટે બંનેની સરખી જરૂર છે. આ સંતુલન ખોરવાય તો વિનાશક ઊથલપાથલ સર્જાઈ જાય.'

શિવે ફરી પોતાના શરીર તરફ જોયું. 'પણ મારી આસપાસ કોઈ હકારાત્મક ઊર્જા કેમ નથી દેખાતી? અને તમારામાં નકારાત્મકતાનું નામોનિશાન નથી.'

'કારણ કે આપણે સાથે મળીને સંતુલન જાળવીએ છીએ. વિષ્ણુનું કામ છે વિશ્વને હકારાત્મક ઊર્જા આપવાનું અને સામે મહાદેવ સંસારની તમામ નકારાત્મકતાને શોષી લે છે. તારે આ જ કામ કરવાનું છે. તું મહાદેવ છે. સૃષ્ટિમાં જ્યાં નકારાત્મક્તા દેખાય એ તારે તારી અંદર ખેંચી લેવાની છે.'

'પણ હું મહાદેવ નથી. આ નામને લાયક ગણાઉં એવું એકેય કામ મેં હજી નથી કર્યું.' શિવ બોલ્યો.

'મિત્ર, વિચારવાની તારી રીત જ ખોટી છે. કંઈ કર્યા પછી તું આ પદને લાયક ઠરીશ એવું કોણે કહ્યું? તારે તો માની જ લેવાનું છે કે તું મહાદેવ છે અને ખુદમાં આવી શ્રદ્ધા પૂરેપૂરી જાગૃત થયા પછી જ તું મહાદેવ તરીકેનાં કાર્ય કરી શકીશ. બીજા શું માને છે એ મહત્ત્વનું નથી. ખુદમાં વિશ્વાસ રાખ. તું જ મહાદેવ છે!'

પંડિતના શબ્દો ધીમે ધીમે શિવના કાન વાટે હૃદયમાં ઊતરી રહ્યા હતા. 'વિશ્વાસ રાખ તું મહાદેવ છે!' ત્યાં જ વાતાવરણને ધણધણાવી નાખતો કોઈ અવાજ સંભળાયો.

'ક્યાંક વિસ્ફોટ થયો હોય એવું લાગે છે.' પંડિતે કહ્યું. અને એની પાછળ જ શિવે સતીનો અવાજ સાંભળ્યો. 'શિ...વ...'

'સતીને તારી જરૂર છે. શિવ જાગી જા!' પંડિતના આદેશની સાથેસાથે ફરી એક વાર સતીનો સાદ સંભળાયો. ઝબકીને શિવ જાગૃત અવસ્થામાં પાછો ફર્યો. સતી એને ઢંઢોળી રહી હતી.

'શું થયું?' શિવે નિદ્રા અને સ્વપ્નની અસર ખંખેરવાનો પ્રવાસ કરતા પૂછ્યું. બહારથી ફરી એક પ્રચંડ વિસ્ફોટનો અવાજ આવ્યો.

'કોઈ દૈવી અસ્ત્રનો ઉપયોગ કરી રહ્યું છે.' સતીએ ચિંતિત અવાજે કહ્યું અને પછી આ પોતાને જ માનવામાં ન આવતું હોય એમ એણે માથું ધુણાવતા ઉમેર્યું. 'પણ ભગવાન રુદ્રએ તો બધાં દૈવી અસ્ત્રોનો વિનાશ કરી નાખેલો.'

શિવને દૈવી અસ્ત્રવાળી વાત સમજાઈ નહીં, પણ યોદ્ધા તરીકેની એની આંતરિક શક્તિ જાગૃત થઈ ગઈ. 'સતી, જલદીથી તમારું કવચ પહેરી લો અને હથિયાર ઉપાડીને તૈયાર થઈ જાવ.' એણે ઝડપથી ઊભા થઈ જતાં સૂચન આપ્યું અને થોડી જ ક્ષણોમાં પોતે પણ સજ્જ થઈને ખંડનો દરવાજો ખોલી નાખ્યો. તમને અને બીજા આઠ સુરક્ષાકર્મી ત્યાં ખુલ્લી તલવારે સુરક્ષાની દીવાલ રચીને ઊભા હતા.

'પ્રભુ, તમે અંદર જ રહો. તમારા સુધી અમે કોઈને પહોંચવા નહીં દઈએ.' તમન બોલ્યો. જોકે પછી શિવના ચહેરા પર આવી ગયેલા ભાવ જોઈને એને પોતાની ભૂલનું ભાન થયું. 'ક્ષમા કરજો, અમે તમારી પાછળ રહીશું.' બે ડગલાં પાછળ હટી જતાં એ બોલ્યો.

એટલામાં ત્યાં વીરભદ્ર અને નંદી દોડતા આવી પહોંચ્યા. 'પ્રભુ, તમને કંઈ નથી થયું ને?' નંદીએ પૂછ્યું.

જવાબ સતીએ આપ્યો. 'ના, પણ કૃતિકા ક્યાં છે?'

'એ એના ખંડમાં છે. બારણાંની બહાર પાંચ સૈનિક એની ચોકી કરતા ઊભા છે.' વીરભદ્રનો ઉત્તર સાંભળીને સતી શિવ તરફ ફરી. 'હવે?'

'પહેલા તો મહારાજા ક્ષેમકુશળ છે એ જોઈ લઈએ. સતી, તમે મારી સાથે આવો અને બાકીના બધાં બબ્બેની હાર બનાવીને પાછળ આવો. મશાલ સળગાવવાની જરૂર નથી. મહેલના રસ્તા આપણે જોયા છે.' શિવે સ્વસ્થતાભેર ઝડપથી પાંચ સૂચન આપ્યાં. એના મનમાં જોકે ચિંતા સળવળતી હતી. એક પછી એક થયેલા વિસ્ફોટ એણે સાંભળેલા, પણ રાજમહેલમાં કેમ કોઈની ચીસો દોડાદોડી કે હથિયારના અવાજ નહોતા આવતા? આતંકવાદીઓ હજી અહીં પહોંચ્યા નહોતા કે પછી કામ પતાવીને જતા રહેલા? શિવે પગની ઝડપ વધારી. સતીએ કહ્યું એમ સામેવાળા પાસે દૈવી અસ્ત્રો હોય તો કદાચ દૂર બેઠા બેઠા જ એમણે અહીં વિનાશ વેરી નાખ્યો હશે!

પરંતુ દક્ષના નિવાસસ્થાનમાં બધું સહી-સલામત હતું. પ્રવેશદ્વાર પર ઊભેલા સેનાધિકારીએ કહ્યું, 'સમ્રાટ અંદર છે.' જોકે એને પણ નહોતું સમજાતું કે હુમલાખોરો ક્યાં હતા.

ઓરડાની અંદર દાખલ થયેલાં શિવ અને સતીને જોઈને દક્ષના ચહેરા

પર રાહત આવી. રાણી પણ હવે સ્વસ્થ થઈ ગયાં. 'મહારાજ, તમે અહીં જ રહેજો. તમને કંઈ થવું ન જોઈએ. હું બહાર જઈને જોઉં છું. પર્વતેશ્વરને અત્યારે બને એટલી બધી મદદની જરૂર હશે.' શિવે કહ્યું.

દક્ષએ હાથ હલાવ્યો. 'પ્રભુ, એવી જરૂર નથી. આ દેવગિરિ છે. આતંકવાદીઓએ જો અહીં હુમલો કરવાની મૂર્ખાઈ કરી હોય તો આપણા સૈનિકો એમાંથી એકેયને જીવતો નહીં છોડે.'

શિવ કોઈ પ્રતિભાવ આપે ત્યાં પર્વતેશ્વરનું આગમન થયું. દક્ષની ભ્રૂકુટિઓ તણાઈ અને એ વરસી પડ્યા, 'સેનાપતિ, દુશ્મનોની આટલી હિંમત કે દેવગિરિ પર ત્રાટકે? તમે શું કરતા હતા?'

'મહારાજ!' શિવ વચ્ચે પડ્યો. બધાંની હાજરીમાં ખાસ કરીને સતીની નજર સમક્ષ પર્વતેશ્વરનું અપમાન એનાથી સંખાયું નહીં.' પહેલાં જોઈ તો લેવા દો કે શું થયું છે?' એણે દક્ષને કહ્યું.

'આક્રમણ દેવગિરિ પર નથી થયું.' પર્વતેશ્વરે માંડમાંડ ધૈર્ય જાળવતો હોય એવા અવાજે કહ્યું. 'મહારાજ, મારા માણસોએ મંદાર પર્વતની દિશામાં ધુમાડા નીકળતા જોયા. મને લાગે છે કે મંદાર પર હુમલો થયો છે. આપણી સેના તૈયાર છે. તમે અનુમતિ આપો કે અમે તરત ત્યાં જવા નીકળી પડશું.'

'મંદાર પર્વત પર થયેલા ધડાકા છેક અહીં સુધી સંભળાયા?' સતીના અવાજમાં ભય હતો. દક્ષ સ્તબ્ધ થઈને ઊભા રહ્યા. પર્વતેશ્વરે અધીરાઈભેર પૂછ્યું, 'મહારાજ, સેનાને કૂચ કરવાની પરવાનગી છે?'

દક્ષ હકારમાં માત્ર માથું હલાવી શક્યા. 'બૃહસ્પતિ ગઈકાલે જ અહીંથી મંદાર જવા નીકળેલા.' શિવે હવે એની ચિંતાને વાચા આપી.

લગ્નમાં આવેલા લોકોની ભીડભાડમાં બૃહસ્પતિની ગેરહાજરી પર્વતેશ્વરની નજરે નહોતી ચઢી. એણે હળવો આંચકો અનુભવ્યો, પણ પછી તરત સ્વસ્થ થઈ જઈને આશ્વાસન આપ્યું, 'મને ખાતરી છે કે એમને કંઈ નથી થયું. હું એમને સુરક્ષિત લઈ આવીશ.'

'હું તમારી સાથે આવું છું.' શિવે કહ્યું.

'હું પણ!' સતી બોલી.

'અરે, પણ તમારે શું કામ જવું જોઈએ?'

દક્ષ બેબાકળા થઈ ગયા.

'મહારાજ, ક્ષમા કરજો પણ બૃહસ્પતિને મારી જરૂર છે. મારે જવું જ પડશે.' શિવે એનો નિર્ણય સુણાવી દીધો. સતીએ કંઈ બોલ્યા વિના પિતાના

ચરણસ્પર્શ કર્યાં. દક્ષ આશીર્વચન ઉચ્ચારવાની મનોસ્થિતિમાં નહોતા, પણ પગે પડેલી પુત્રીના માથા પર હાથ મૂકીને વીરિણી બોલી, 'આયુષ્યમાન ભવ.'

તત્કાલીન સંજોગોમાં આવા આશીર્વાદ સાંભળીને સતીને થોડું વિચિત્ર લાગ્યું. દુશ્મન સામે લડવા માટે જઈ રહેલી પુત્રીને માતાએ વિજયી ભવ કહેવાને બદલે માત્ર લાંબા જીવનના આશિષ શું કામ આપ્યા?'

જોકે અત્યારે આ બધું વિચારવાનો વખત નહોતો. શિવની પાછળ ઉતાવળે પગલે સતીએ ત્યાંથી વિદાય લીધી.

પ્રકરણ-૨૧

યુદ્ધની તૈયારી

શિવ અને પર્વતેશ્વરની આગેવાની હેઠળ પંદરસો સૈનિક દેવગિરિથી મંદાર જવા માટે નીકળી પડ્યા. સામાન્ય સંજોગોમાં જે અંતર કાપતાં આખો દિવસ નીકળી જાય એ આજે આઠ કલાકની અંદર વટાવી દેવાની નેમ હતી. સતીના વિવાહપ્રસંગે બૃહસ્પતિની સાથે દેવગિરિ આવેલા વૈજ્ઞાનિકો પણ સાથે હતા.

જંગલોમાંથી પસાર થતો રસ્તો છેવટે ખુલ્લા મેદાનમાં પહોંચ્યો. મંદાર પર્વતના પ્રથમ દર્શન થયાં અને સહુની આંખો ફાટી રહી. મોઢામાંથી અરેરાટી નીકળી ગઈ. મેલુહાના હૃદયસમો મંદાર પર્વત આજે એની બધી ભવ્યતા ગુમાવીને ભગ્ન દશામાં ઊભો હતો. પર્વતની વચ્ચોવચ્ચ મોટો ખાડો પડી ગયેલો. જાણે કોઈ રાક્ષસે એનો કદાવર પંજો મારીને પર્વતની છાતીમાંથી કાળજું ખેંચી લીધેલું. મંદાર પર વિજ્ઞાનને સમર્પિત મકાનો ધરાશાયી થઈ ગયેલાં. પર્વતની તળેટીમાં પાણી અને રસાયણોને વલોવતું યંત્ર હજી ચાલુ હતું, પણ હવે એનો અવાજ વાતાવરણની ભયાનકતામાં વધારો કરતો હતો.

'બૃહસ્પતિ...!' શિવે ચીસ પાડી અને ઘોડા પર આગળ ધસી ગયો. અહીં મકાનો પડી ગયેલાં પણ પહોંચવાનો રસ્તો હજી અડીખમ ઊભેલો.

'શિવ, આગળ કદાચ દુશ્મનોએ જાળ બિછાવી હશે!' પર્વતેશ્વરે ચેતવણી આપી, પણ શિવે સાંભળવાની પરવા ન કરી. નીલકંઠની આગેવાનીમાં ભરોસો મૂકીને સતી અને આખી સેના પણ પાછળ ચાલી.

આગળનું દશ્ય વધુ બિહામણું હતું. ઠેરઠેર લાશો પડી હતી અને એમાંથી ભાગ્યે જ કોઈ આખી હતી. ક્યાંક કોઈનું ધડ હતું તો ક્યાંક માથું! પ્રચંડ ધડાકાએ છિન્નભિન્ન કરી નાખેલા મૃતદેહોને ઓળખવાનું પણ મુશ્કેલ હતું.

અશ્વ પરથી ઉતરેલા શિવના ચહેરા પર હવે રહીસહી આશા પણ નષ્ટ પામેલી. આવી દશામાં કોઈ બચી ન શકે. બૃહસ્પતિ પણ નહીં.

'આતંકવાદીઓના હાથમાં દૈવી અસ્ત્ર ક્યાંથી આવ્યાં ?' પર્વતેશ્વરના અવાજમાં વ્યાકુળતા હતી.

ચારેબાજુ પથરાયેલા માનવદેહના અંગઉપાંગો ભેગાં કરીને શક્ય હતા એટલાની ઓળખ થઈ ગયેલી અને હવે ઠેરઠેર ચિતાઓ સળગી રહી હતી. આવી વિષમ પરિસ્થિતિમાં નાનકડું આશ્વાસન ગણો તો એ હતું કે મંદાર પર રહેતા, કામ કરતા મોટા ભાગના લોકો સતીના વિવાહમાં હાજર રહેવા માટે દેવગિરિ ગયેલા. પાછળ બંધ પડેલી પ્રયોગશાળાઓના ચોકીપહેરા માટે બહુ થોડા અરિષ્ટનેમી સેનાનીઓ રહ્યા હતા. જોકે એમની સાથે મેલુહાએ એની એક અતિ કિંમતી જણસ ગુમાવી હતી.

મૃતજનોની યાદીમાં પહેલું નામ લખાયું – બૃહસ્પતિ, મેલુહાના મુખ્ય વિજ્ઞાનશાસ્ત્રી, સૂર્યપારી બ્રાહ્મણ, કુળ-હંસ.

શિવને કોઈએ માહિતી આપી કે મૃત્યુ પામેલા લોકોનાં નામોની યાદી કાશ્મીરમાં વસતા મોટા સંન્યાસીઓને મોકલવાની વ્યવસ્થા થઈ હતી. મહાન આધ્યાત્મિક શક્તિ ધરાવતા આ સંન્યાસીઓ જો મૃતાત્માઓ માટે પ્રાર્થના કરવા તૈયાર થાય તો બીજા જન્મમાં એમણે આ કમોતની યાતના ભોગવવી ન પડે.

'આ દુર્ઘટના કદાચ સોમરસને કારણે પણ થઈ હોય.' બૃહસ્પતિના મુખ્ય મદદનીશ પાણિનિએ આસપાસની પરિસ્થિતિ તપાસ્યા બાદ છેવટે પોતાનો અભિપ્રાય આપ્યો.

સોમરસ? શિવ સહિત બધાંને નવાઈ લાગી.

'હા. સોમરસના ઘટક બહુ જલદ હોય છે. એને બનાવવામાં વધુ સાવધાની વર્તવી પડે. ક્યાંક ભડકો ન થઈ જાય એટલે અહીં સરસ્વતી નદીમાંથી લાવેલું પુષ્કળ પાણી વપરાય છે, પણ હમણાં બૃહસ્પતિએ ઓછા પાણીથી સોમરસ બનાવી શકાય કે નહીં એ જાણવા માટે નવો પ્રયોગ હાથ ધરેલો. એમના જીવનનું આ સહુથી મોટું સપનું હતું.'

શિવને યાદ આવ્યું કે બૃહસ્પતિએ એને પણ આ નવા પ્રયોગ વિશે થોડું કહ્યું હતું. પર્વતેશ્વરની આંખો ઝીણી થઈ. 'તમે કહો છો કે આ અકસ્માત હોઈ શકે?'

'શક્યતા છે અને એમાં જોખમ હતું એટલે જ કદાચ બૃહસ્પતિએ અમને દૂર રાખીને એકલે હાથે કામ શરૂ કરી દીધું.' પાણિનિએ ઉદાસ અવાજે કહ્યું.

વાતાવરણમાં મૌન પથરાઈ ગયું. મંદાર પર થયેલો વિનાશ શું માત્ર એક વૈજ્ઞાનિક દુર્ઘટના હતી?

દેવગિરિની સેનાએ હવે મંદાર પર વધુ રોકાવાનો કોઈ અર્થ નહોતો. મૃત સૈનિકોની અંતિમવિધિ પૂરી કરીને બીજે દિવસે વહેલી સવારે નીકળી જવાનો નિર્ણય લેવાયો. એ પહેલાં જોકે અહીંનો અહેવાલ સમ્રાટને આપવા માટે પર્વતેશ્વરે તાબડતોબ બે સંદેશવાહક રવાના કરી દીધા.

શિવના જીવને જોકે ચેન નહોતું. સતી અને પર્વતેશ્વરને વાતો કરતાં મૂકીને એ ભાંગ્યાતૂટ્યાં મકાનો તરફ ગયો. એની આંખો બૃહસ્પતિની કોઈ નિશાનીને શોધવા માટે ચારેતરફ ઘૂમી રહી હતી. બૃહસ્પતિનું મૃત્યુ થયેલું એ વાતમાં કોઈ શંકા નહોતી. ભયાનક વિસ્ફોટને પરિણામે ઘણાં મૃતદેહો એટલી વિકૃત દશામાં હતા કે છેક સુધી એમની ઓળખ નહોતી થઈ શકી. એમાં એક શરીર બૃહસ્પતિનું હતું એ બધાંએ સ્વીકારી લીધેલું. ટૂંકા ગાળામાં ગાઢ મિત્ર બની ગયેલા બૃહસ્પતિની એક નાનકડી યાદગીરી પણ પોતાની પાસે નહોતી બચી આ વાત શિવને સંતાપી રહી હતી. રહીરહીને પણ કદાચ કંઈ મળી આવે એવી આશાએ શિવ આમતેમ ભટકી રહ્યો હતો.

અચાનક એની નજર જમીન પર એક જગ્યાએ સ્થિર થઈ. હાથમાં લેતાં પહેલાં જ શિવ એ ચીજને ઓળખી ગયો. ધડાકાથી લાગી ગયેલી આગમાં હાથની પોંચી જેવો ચામડાનો એ પટ્ટો બળી ગયેલો, પણ એની વચ્ચોવચ્ચ કોતરાવેલું ઓમનું ચિહ્ન હજી અખંડ હતું. સૂરજ ડૂબી રહ્યો હતો. સંધ્યાટાણે પથરાઈ ગયેલી રતાશમાં ઓમની સર્પાકાર રેખાઓ જાણે શિવના હાથમાં ઝગમગી રહી હતી. સુન્ન થઈ ગયેલા મગજે શિવ એને જોઈ રહ્યો. એણે આ પટ્ટો નાગના કાંડા પર જોયો હતો. એ જ નાગે બૃહસ્પતિનો જીવ લીધેલો. શિવનું હૃદય માત્ર ખુદને અને કદાચ બૃહસ્પતિના આત્માને જ સંભળાય એવી ચીસો પાડી રહ્યું હતું. આગમાં પડેલા કોલસાની જેમ હજીયે ધખી રહેલા પટ્ટાને એણે

મુઠ્ઠીમાં ભીંસી દીધો અને મિત્રના કમોતનો બદલો વાળવાની પ્રતિજ્ઞા ત્યાં ને ત્યાં ઊભા ઊભા લઈ લીધી. બૃહસ્પતિને મારનાર નાગને એવું ભયનાક મૃત્યુ મળશે કે સાત જનમ સુધી એનો આત્મા તરફડિયાં મારશે. નાગ અને એની આખી સેનાના ટુકડેટુકડા કરી નાખ્યા પછી જ શિવને હવે શાંતિ વળવાની હતી.

'આ અકસ્માત નહોતો.' શિવે ત્યાં આવીને ઊભેલા પર્વતેશ્વરની સામે હાથની મુઠ્ઠી ખોલતાં કહ્યું, 'નાગના કાંડા પર હતો એ જુઓ આ પટ્ટો.'

'નાગ?' પર્વતેશ્વર અને સતી હેબતાઈ ગયાં.

'હા, આ જ નાગે મેરુમાં સતી પર હુમલો કરેલો અને મંદાર પરથી પાછા ફરતી વેળાએ અમારા કાફલા પર પણ એ જ ત્રાટકેલો.' શિવની આંખો રાતી થઈ ગઈ.

'એણે હવે ભારે કિંમત ચૂકવવી પડશે.' વીરભદ્ર દાંત ભીંસીને બોલ્યો.

'આપણે આજે રાતે જ દેવગિરિ જવા માટે રવાના થઈ જશું. માની લો કે આપણા તરફથી યુદ્ધની ઘોષણા થઈ ગઈ.' શિવે આગઝરતા અવાજે ત્રાડ પાડી.

મંદારના રક્ષણ માટે પ્રાણની આહુતિ આપનારા લોકોને અંજલિ આપીને એમના આત્માની શાંતિ માટે થોડી વાર મૌન પાળ્યા બાદ મેલુહાની યુદ્ધ સમિતિએ એમના કાર્યનો આરંભ કર્યો.

દક્ષની જમણી તરફ પર્વતેશ્વર એની સેનાના પચીસ ઉચ્ચાધિકારીઓ સાથે બેઠો હતો. ડાબી તરફ પ્રધાનમંત્રી કનખલા, રાજ્યનું પ્રશાસન સંભાળતા બ્રાહ્મણો, મેલુહાના પંદર પ્રાંતના રાજ્યપાલો અને નીલકંઠ હતા.

'યુદ્ધ નક્કી છે, હવે માત્ર એ નક્કી કરવાનું છે કે આક્રમણ ક્યારે કરવું.' દક્ષે ચર્ચા આરંભી.

'મહારાજ, વધુમાં વધુ એક મહિનાની અંદર આપણું સૈન્ય કૂચ કરવા માટે તૈયાર થઈ જશે, પણ તમે જાણો છો કે મેલુહાથી સ્વદ્વીપ જવા માટે કોઈ સરળ રસ્તો નથી. ગાઢાં જંગલોને વટાવીને ત્યાં પહોંચતાં બીજા બે મહિના નીકળી જશે. એટલે હવે એકએક પળ આપણા માટે કિંમતી છે.'

પર્વતેશ્વરની વાત સાંભળીને તરત દક્ષે કહ્યું, 'અબઘડી તૈયારી શરૂ કરી દો.'

ક્ષત્રિયલોહી ઊકળી રહ્યું હતું, પણ વડાપ્રધાન કનખલા આખરે શાંતિપ્રિય

બ્રાહ્મણ હતી. બહુ વિચાર્યા પછી જ પગલું ભરવાનું એના લોહીમાં હતું. નમ્ર અવાજે એણે કહ્યું, 'એક બીજો ઉપાય સૂઝવવાની મંજૂરી મને મળશે?'

'યુદ્ધનો પર્યાય ?' દક્ષનાં ભવાં ઊંચકાયાં.

'કૃપા કરીને ગેરસમજ નહીં કરતા. મેલુહામાં ઘેરઘેર અત્યારે રોષનો ચરુ ઊકળી રહ્યો છે એ હું જાણું છું, પણ આપણે અપરાધીને સજા કરવી છે એના આખા દેશને નહીં. શૂળીનો ઘા સોયથી સરે એવું કંઈક કરીએ તો?'

કનખલાની વાત સાંભળીને પર્વતેશ્વરે તુચ્છભાવે કહ્યું, 'તમે કાયર જેવી વાત કરો છો.'

'ના સેનાપતિ, મારે તો એટલું જ કહેવું છે કે આપણા સૈનિકો અને બીજા નિર્દોષોનું બલિદાન આપ્યા વિનાયે બદલો વાળવાનું શક્ય હોય તો વિચારી જોઈએ.'

'મારા સૈનિકો મેલુહાને ખાતર પોતાનું લોહી વહેડાવવા માટે તૈયાર છે.' પર્વતેશ્વરે હુંકાર ભર્યો, પણ દક્ષે હાથ ઊંચો કરીને કનખલાને આગળ બોલવાનો સંકેત આપ્યો.

'તમારી વીરતામાં શંકાને કોઈ સ્થાન નથી, પણ યુદ્ધ શરૂ કરતાં પહેલાં આપણે સ્વદ્વીપના રાજા દિલીપ પાસે એક દૂત મોકલીએ તો? એ ત્યાં જઈને વિનંતી કરે કે મંદાર પર આક્રમણ કરનારા આતંકવાદીઓને તત્કાળ આપણા કબજામાં સોંપી દેવાય અને આવું નહીં થયું તો પછી સૂર્યવંશીઓ પૂરી તાકાત સાથે સ્વદ્વીપ પર તૂટી પડશે.'

'વિનંતી આપણે કરીએ?' પર્વતેશ્વરની આંખમાં તણખા ઝર્યા. 'અને એ લોકો જાણે માની લેવાના? અરે, આપણામાં લડવાની હિંમત નથી એવું ધારીને તો વર્ષોથી ચંદ્રવંશીઓ આપણને હેરાન કરતા આવ્યા છે. મંદાર પર આક્રમણ થયા પછીયે આપણે શૂળીનો ઘા સોયથી જવા જેવી ડાહીડાહી વાતો કરતા બેસી રહીશું તો એમને ખાતરી થઈ જશે કે સૂર્યવંશીઓ ક્યારેય સામે ઘા નહીં કરે.'

'હું આ વાત સાથે સહમત નથી. એ લોકો આપણા પર ચોરીછૂપીથી આતંકવાદી હુમલો કરે છે, કારણ કે આપણી સામે ખુલ્લેઆમ યુદ્ધના મેદાનમાં ઊતરતાં ડરે છે. આપણા યુદ્ધનાં શસ્ત્રો, યંત્રો અને વિદ્યા એમનાથી અનેકગણાં ચઢિયાતાં છે. શિવ પણ આવું માને છે. એ લોકોને એક તક તો આપવી જોઈએ.'

કનખલાની વાત સાંભળીને પર્વતેશ્વરે શિવ સામે જોઈને કહ્યું, 'શિવે પણ હવે એ રીતે વિચારવાનું માંડી વાળ્યું છે. એમને પણ બદલો જોઈએ છે.'

શિવ ચૂપ રહ્યો, પણ એની આંખોમાં રોષના અંગારા તગતગતા હતા.

કનખલાએ હાથ જોડ્યા, 'પ્રભુ, તમે તો સમજવાનો પ્રયાસ કરો. આજે અહીં બૃહસ્પતિ હાજર હોત તો એ પણ શક્ય હોય ત્યાં સુધી હિંસા ટાળવાનું કહેત.'

બૃહસ્પતિનું નામ સાંભળીને જાણે શિવના મનમાં ભભૂકી રહેલી આગ પર શીતળ વર્ષા થઈ. થોડી વાર ચૂપચાપ વિચાર કરીને એણે છેવટે પોતાનો મત જાહેર કર્યો. 'મહારાજ, કનખલાની વાતમાં તથ્ય છે. ચંદ્રવંશીઓને એમની ભૂલ સુધારવા માટે એક તક આપવી જોઈએ, પણ શાંતિસુલેહ માટેની આપણી દરખાસ્તને એ લોકો કદાચ નકારી કાઢે એવું વિચારીને આપણે અહીં યુદ્ધ માટેની તૈયારી તો શરૂ કરી જ દઈએ.'

'મહાદેવે એમનો નિર્ણય આપી દીધો છે. બધાંને માન્ય છે?' દક્ષે પૂછ્યું અને જવાબમાં ત્યાં હાજર બધાએ હાથ ઉઠાવીને સહમતી દર્શાવી.

સભા બરખાસ્ત થઈ. શિવ એના આવાસમાં પાછો ફર્યો. એનો નિર્ણય બધાંએ માન્ય રાખેલો, પણ શિવનું મન આકુળવ્યાકુળ હતું. 'વીરભદ્ર, હું ફરી એક વાર હારી ગયો. કોઈનું રક્ષણ કરવાની શક્તિ મારામાં નથી.' એણે મિત્રની સામે બળાપો ઠાલવ્યો. બૃહસ્પતિને ગુમાવવાનું દુઃખ એનાથી વિસરાતું નહોતું. શિવને ધીરજ બંધાવવા માટે વીરભદ્રની સાથેસાથે સતીએ પણ બહુ પ્રયાસ કર્યા. પરંતુ નિષ્ફળતા મળી. બૃહસ્પતિના અપમૃત્યુનો બદલો લીધા વિના શિવને શાંતિ નહોતી જ મળવાની.

— ⁂ —

પર્વતેશ્વર એના સેનાધિકારીઓ સાથે બેસીને યુદ્ધ માટેના વ્યૂહ ઘડી રહ્યો હતો ત્યાં શિવનું આગમન થયું. 'હું અહીં બેસું?' એણે નમ્રતાભેર પૂછ્યું.

'જરૂર.' પર્વતેશ્વરે આટલું કહીને શિવના આવતા પહેલાં જે ચર્ચાઓ થઈ ગયેલી એનો ટૂંકમાં સાર આપ્યો. 'સહુથી મોટી સમસ્યા ત્યાં સુધી પહોંચવાની છે. સોએક વર્ષ પહેલાં આપણી સાથે થયેલા યુદ્ધમાં ચંદ્રવંશીઓએ પીછેહઠ કરવી પડેલી, પણ જતાંજતાં એ લોકો મેલુહા અને સ્વદ્વીપને જોડતી તમામ કડીઓ તોડતા ગયા. રસ્તા અને પુલોનો નાશ કર્યો, સીમાડે વસતાં શહેરો ખાલી કરી નખાવ્યાં. એની જગ્યાએ આજે ગાઢ જંગલો ઊગી નીકળ્યાં છે. આપણા માણસો તો કદાચ મહામહેનતે ત્યાં પહોંચી જાય, પણ યુદ્ધમાં વાપરવાના આપણાં મોટાં ભારેખમ યંત્રો અને સાધનોને ત્યાં સુધી લઈ જવાનું અશક્ય છે.'

'અને આ સાધનો વિના એમની સામે લડવાનું પણ મુશ્કેલ છે.' શિવે કહ્યું.

'હા. આપણી શક્તિ આપણાં યંત્રો અને તંત્રવિદ્યામાં છે. એમની તાકાત

એમના માનવબળમાં છે. મેલુહાના એક લાખના સૈન્યની સામે સ્વદ્વીપમાં દસ લાખ સૈનિકો છે.'

'દસ લાખ?' શિવની આંખો ફાટી ગઈ.

'હા.' હવે વૃકે જવાબ આપ્યો. 'ચોક્કસ સંખ્યાની જાણ નથી, પણ ધારણા સાવ ખોટી નથી. હા, એટલું કહી શકાય કે ચંદ્રવંશી સેનામાં જે કાયમી કુશળ યોદ્ધા કહેવાય એવા કદાચ એકાદ લાખ જ હશે, પણ લડાઈના સમયે ત્યાં કારીગરો, ખેડૂતો, વેપારીઓ આ બધાંયને રણમેદાનમાં ઉતારી દેવાની પ્રથા છે.'

'આ તે કેવા ક્ષત્રિય કહેવાય? એમણે જે કામ કરવું જોઈએ એના માટે શૂદ્રો અને વૈશ્યોનો આધાર લે છે!' પર્વતેશ્વરે ઘૃણાભેર કહ્યું.

શિવને અત્યારે ચંદ્રવંશીઓની નીતિમતાની ચર્ચાને બદલે સૂર્યવંશીઓની સમસ્યા ઉકેલવામાં રસ હતો. 'આપણે અહીંથી યંત્રોના નાનાનાના ભાગ લઈ જઈને ત્યાં જોડી ન શકીએ?' એણે પૂછ્યું.

'નાના યંત્રો માટે થાય, પણ દૂર સુધી ગોળા ફેંકી શકે એવા મોટા યંત્ર આવી રીતે તોડવા-જોડવાનું શક્ય નથી અને સહુથી વધુ મહત્ત્વ એનું જ છે. એક જમાનામાં સૈનિકો પોતાની પહેલાં હાથીઓને સામેવાળા પર છોડી મૂકતા. હાથીઓના આક્રમણથી વેરણછેરણ થઈ જતી સેના પર પછી તૂટી પડવાનું સહેલું થઈ જાય. હવે આપણે હાથીની જગ્યાએ આ મોટા ગોળા દૂરથી ફેંકીએ છીએ અને એ વધુ અસરકારક છે.' પર્વતેશ્વરે કહ્યું.

'હાથી જ ફરીથી ન વાપરી શકાય?' શિવની પૃચ્છા સાંભળીને પર્વતેશ્વરે નકારમાં માથું ધુણાવ્યું. 'એમાં જોખમ છે. હાથી ગમે તેટલા શક્તિશાળી હોય પણ એમના પર ભરોસો ન મૂકી શકાય. યુદ્ધના મેદાન પર એમનું ફટકે તો ગાંડા થઈને દોડાદોડીમાં પોતાના જ સૈન્યને કચડી નાખે. છેલ્લા યુદ્ધમાં ચંદ્રવંશીઓને આવો જ પરચો મળેલો.'

આ સમસ્યા પર થોડી વાર વિચાર કરીને શિવ બોલ્યો, 'તો આપણે ધનુષ-બાણ વાપરીએ?'

'ધનુષ-બાણ?' પર્વતેશ્વરે ખાસ ઉત્સાહ વિના પૂછ્યું. એક સમય એવો હતો કે મોટા ભાગની લડાઈઓમાં તીરકામઠાં વપરાતાં. એટલું જ નહીં એક સાથે અનેકને મારી શકે એવા દૈવી અસ્ત્ર બનાવવામાં બાણનો જ ઉપયોગ થતો, પરંતુ પળભરમાં લાખોનો સંહાર કરી શકે એવાં દૈવી અસ્ત્રોને શોધી શોધીને હજારો વર્ષ પહેલાં રુદ્રદેવે એનો નિકાલ કરી નાખ્યો હતો અને ભવિષ્યમાં આવા દૈવી અસ્ત્રો બનાવવા પર કડક પ્રતિબંધ આવી ગયેલો. પરિણામે હવે ધનુર્વિદ્યા માત્ર

ગણ્યાગાંઠ્યા ક્ષત્રિયોના શોખ કે રમતનું સાધન બનીને રહી ગયેલી.

વૃકે નમ્રતાભેર પરિસ્થિતિ સમજાવી. 'પ્રભુ, ગમે તેવો કુશળ બાણાવળી હોય તોયે કમાન પર તીર ચઢાવીને સામેવાળાનો વધ કરવામાં પાંચેક ક્ષણ નીકળી જાય અને આવું કરી શકે એવા યોદ્ધાઓની સંખ્યા આપણે ત્યાં માંડ સોએકની છે. બીજાઓ અટ્ટેગટ્ટે તીર ફેંકી શકે, પણ સામેવાળાને વાગશે એની ખાતરી ન રાખી શકાય. ઓછા સમયમાં આપણે વધુમાં વધુ કેટલા ચંદ્રવંશીને મારી શકીએ?'

'હું એકની સામે એકની લડાઈવાળી વાત નથી કરતો.' શિવે કહ્યું. 'તીરકામઠાનો ઉપયોગ આપણે સામેવાળામાં અંધાધૂંધી ફેલાવવા માટે કરવાનો છે.'

પર્વતેશ્વર અને બીજાઓના ચહેરા પર આવી ગયેલી મૂંઝવણની પરવા કર્યા વિના શિવે આગળ ચલાવ્યું. 'કુશળ ધનુર્ધારીઓને બાજુએ રાખીને એવા પાંચેક હજાર લોકોને તૈયાર કરો જેમનું નિશાન ભલે અચૂક ન હોય, પણ એ દૂર સુધી તીર ફેંકી શકે અને લક્ષ્ય સાધવાની પરવા ન હોય તો એ લોકો પાંચ ક્ષણમાં એક નહીં બે-ત્રણ બાણ પણ ફેંકી દેશે. આ લોકોને આપણે બધાંથી આગળ રાખીશું. દુશ્મન નજીક આવે એ પહેલાં તો આ સૈનિકો દૂરથી એમના પર બાણોનો એવો વરસાદ કરી દેશે કે સામેવાળાની આગલી હરોળ છિન્નભિન્ન થઈ જાય. મને ખાતરી છે કે ચંદ્રવંશીઓની સેનામાં સહુથી આગળ એમના વૈશ્ય, શૂદ્ર જેવા બિનઅનુભવી સૈનિકો જ હશે. એમનામાં અંધાધૂંધી ફેલાતાં વાર નહીં લાગે.

હવે પર્વતેશ્વર બોલ્યા, 'અને હા, આપણા સૈનિકોને સૂતા સૂતા પગના અંગૂઠામાં ધનુષ ભેરવીને, કમાનને ગરદન સુધી ખેંચીને બાણ ચલાવતાં શીખવાડી શકાય. જેથી વધુ મોટા બાણ, વધુ લાંબે સુધી ફેંકવાનું શક્ય બને. એમણે ક્યાં નિશાન સાધવાનું છે, બસ યોગ્ય દિશામાં પગ રહે એટલું જ ધ્યાન રાખે તો બસ ! અને બાણ પણ આપણે નાના ભાલા જેવા બનાવીશું.' ખંડના વાતાવરણમાં ઉત્સાહ વ્યાપી ગયો.

આ ઘટનાના બીજે અઠવાડિયે શિવ યુદ્ધનાં અસ્ત્રો-શસ્ત્રો બનાવતી કાર્યશાળામાં પહોંચી ગયો. 'ચંદ્રવંશીઓ એમના નબળા લોકોને આગળ મોકલીને કુશળ અને અનુભવી યોદ્ધાઓને વચ્ચેની હરોળમાં રાખશે. બરાબર ને?' એણે પૂછ્યું.

'હા અને આ સૈનિકો આપણી બાણવર્ષાથી ગભરાઈને આમતેમ દોડાદોડી કરી મૂકે એવા નહીં હોય.' પર્વતેશ્વરે કહ્યું.

'એટલે આપણે એમની હરોળને તોડવા માટે એવો ધસારો કરવો જોઈએ જેમ કિલ્લાના બંધ દ્વારને તોડવા માટે મજબૂત માણસો મોટું વજનદાર લાકડું લઈને ધસી જાય.' શિવે કહ્યું.

'હા. એવું સાધન અહીં આપણી પાસે છે, પણ એટલું વજનદાર છે કે સ્વદ્વીપ સુધી પહોંચાડવાનું શક્ય નથી.' પર્વતેશ્વર બોલ્યો.

'વાંધો નહીં. અહીં આપણે જીવતાજાગતા માણસોનો એ લાકડા તરીકે ઉપયોગ કરશું.' આવું કહેતાં શિવે વ્યૂહ સમજાવ્યો. 'વીસ ઊભા ને વીસ આડા સૈનિકોનું ચતુષ્કોણ બનાવવાનું. દરેક જણે ઢાલ એવી પકડવાની કે જેનાથી એનું ડાબું અને બાજુવાળાનું જમણું અંગ અડધું અડધું ઢંકાય. એની વચ્ચેથી જમણા હાથે ભાલો પકડીને મારી શકાય એટલી જગ્યા રહેશે. આનાથી કાચબાની ઢાલ જેવી દીવાલની રચના થશે. એ લોકો પૂરજોશમાં આગળ ધસી જઈને સામેવાળાની આગલી હરોળ તોડીને અંદર વચ્ચોવચ પહોંચી જશે. પછીનું કામ આપણા વધુ અનુભવી સૈનિકો સંભાળી લેશે.'

'સામેવાળા આ કાચબાની ઢાલ સહેલાઈથી તોડી નહીં શકે, પણ કાચબા જૂથના ભાલા એમને બરાબર વાગશે.' પર્વતેશ્વરને આગળની વાત સમજાઈ ગઈ.

'હા અને એ લોકો ભાલાની જગ્યાએ આનો ઉપયોગ કરે તો કેવું રહેશે ?' શિવે એક તરફ રાખેલું સાધન ઉપાડીને આગળ ધર્યું. યુદ્ધ શાળાના કારીગરોએ શિવના માર્ગદર્શન હેઠળ તૈયાર કરેલી આ નવતર ચીજને સહુ જોઈ રહ્યા. પરંપરાગત ભાલા જેવો લાંબો હાથો હતો, પણ એના મથાળે એકને બદલે ત્રણ અણી હતી.

'આને શું કહેવાય?' પર્વતેશ્વરે પૂછ્યું.

'ત્રિશૂળ.' શિવે જવાબ આપ્યો.

'પ્રસન્નજીત, આ ત્રિશૂળનો ઉપયોગ કરી શકે એવી ઓછામાં ઓછી પાંચ કાચબા-ટુકડી તૈયાર કરવાનું કામ તમને સોંપું છું. એ માટે તમારા હાથ નીચે બે હજાર લોકો કામ કરશે.' પર્વતેશ્વરે તત્કાળ આદેશ આપ્યો. શિવ પ્રત્યે એનો આદરભાવ વધી રહ્યો હતો.

કદાચ લોકોએ આ માણસમાં વિશ્વાસ મૂકીને ભૂલ નહોતી કરી... કદાચ ભગવાન રામે અધૂરું મૂકેલું કાર્ય એ પૂરું કરશે... આવા વિચારો પર્વતેશ્વરના મનમાં આવી ગયા.

'દેવ, અમને એક તક આપો. વિકર્મવાળો કાયદો બદલાઈ ગયો છે તો પછી હવે અમને યુદ્ધમાં જોડાવાની મંજૂરી શું કામ નથી અપાતી?'

દ્રપકુએ બે હાથ જોડીને આજીજીના સૂરે કહ્યું. સામે શિવ, દક્ષ અને પર્વતેશ્વર બેઠા હતા. મહાન અરિષ્ટનેમી યોદ્ધા ગણાતા વિદ્યુન્મલી અને મયાશ્રેણિક થોડે દૂર બેઠા બેઠા આ વાત સાંભળી રહ્યા હતા.

દ્રપકુએ એ જ માણસ હતો. જેના અંધ પિતાએ કોટદ્વારમાં શિવને આશીર્વાદ આપેલા. દ્રપકુ પોતે એક સમયે મેલુહાના સૈન્યમાં ઊંચો હોદ્દો ધરાવતો હતો, પણ કમભાગ્યે એને ત્યાં મૃત બાળકનો જન્મ થયો. જન્મ આપનારી પોતે તો તરત પછી મરી ગઈ અને પાછળ દ્રપકુને વિકર્મ તરીકે જીવવા માટે છોડતી ગઈ. જૂના નિયમાનુસાર વિકર્મને લશ્કરમાંથી હાંકી કઢાયો. એક સમયનો શૂરવીર યોદ્ધો હવે દયામણા ભાવે ફરી એક વાર શસ્ત્ર ઉપાડવા માટેની ભીખ માંગવા આવ્યો હતો.

'તમારા પિતા કેમ છે?' શિવે પૂછ્યું.

'એ સાજાસારા છે, પણ આ ધર્મયુદ્ધમાં હું નહીં જોડાઉં તો એ મારો ત્યાગ કરશે.'

દ્રપકુના શબ્દો શિવને સ્પર્શી ગયા. એને મન પણ આ ધર્મયુદ્ધ હતું. 'તમને કંઈ થઈ ગયું તો તમારા પિતાનું ધ્યાન કોણ રાખશે?' એણે પૂછ્યું.

'મેલુહા એમને સાચવી લેશે, પણ યુદ્ધના સમયે દીકરો ઘરમાં બેસી રહ્યો એ જોઈને મારા પિતા જીવતે જીવત મરી જશે. પિતાના અને દેશના સન્માનની રક્ષા માટે લડી ન શકે એને પુત્ર તરીકે ઓળખાવાનો હક નથી.'

એક શૂરવીર દેશપ્રેમીને છાજે એવા આ શબ્દો હતા, પણ તોયે શિવ જલદી પ્રતિભાવ ન આપી શક્યો. ખંડમાં હાજર બીજા લોકોના મનમાં ચાલી રહેલા વિચારોથી એ વાકેફ હતો. દક્ષે ભલે વિકર્મવાળો કાયદો રદ થવાની જાહેરાત કરી દીધી હોય, પણ જનમાનસ હજી સાવ બદલાયું નહોતું. દ્રપકુ આવ્યો ત્યારે ખંડમાં બધાં એનો સ્પર્શ ન થઈ જાય એવી રીતે દૂર હટી ગયેલા.

દ્રપકુએ મરણિયા થઈને પોતાની દલીલો ચાલુ રાખી. 'મહારાજ, ચંદ્રવંશીઓની સામે આપણું સંખ્યાબળ આમેય ઓછું છે. સેનામાંથી લગભગ પાંચ હજાર જણને વિકર્મ ગણીને ફરજમાંથી મુક્ત કરી દેવાયા છે, પણ એ બધાં લડવા માટે, દેશ ખાતર મરવા માટે તૈયાર છે. બસ, તમારી મંજૂરી જોઈએ.'

શિવે નિર્ણય લઈ લીધો. 'દ્રપકુ, દેશ માટે તમારે મરવાની નહીં મારવાની જવાબદારી ઉપાડવાની છે. બધાંને તમે ભેગા કરો.' અને પછી દક્ષ તરફ જોઈને શિવે કહ્યું. 'આપણે એમને વિકર્મસેના કહીશું.'

— ⚹ —

વ્યાયામશાળામાં વિદ્યુન્મલી અને મયાશ્રેણિક તલવારના દાવપેચ લડાવી રહ્યા હતા, પણ વિદ્યુન્મલી નારાજ હતો. 'યુદ્ધમાં મૃત્યુ થયું તો ઉપર જઈને હું મારા પૂર્વજોને કેવી રીતે મોઢું દેખાડીશ? એ લોકો પૂછશે કે ક્ષત્રિય થઈને મેં કેવી રીતે વિકર્મનો સાથ લીધો? આપણે તો નબળાનું રક્ષણ કરવું જોઈએ.'

'વિદ્યુ, મને નથી લાગતું કે દ્રપકુ નબળો માણસ છે. ચંદ્રવંશીઓ સાથેના છેલ્લા યુદ્ધમાં એણે દેખાડેલી વીરતા તું ભૂલી ગયો?' મયાશ્રેણિકે મિત્રને વારતાં કહ્યું.

'હું તો એટલું જાણું કે એ વિકર્મ છે અને દરેક વિકર્મ નબળો જ ગણાય.'

'પણ નીલકંઠના આદેશ પ્રમાણે હવે આપણે ત્યાં કોઈ વિકર્મ નથી.' મયાશ્રેણિકે યાદ દેવડાવ્યું.

'નીલકંઠ નથી જાણતા કે શું ખોટું ને શું સાચું?'

વિદ્યુન્મલીનું આ વાક્ય સાંભળતાંની સાથે મયાશ્રેણિકનો ચહેરો તમતમી ઊઠ્યો. દઢ અવાજે એણે કહ્યું, 'નીલકંઠને જે સાચું લાગ્યું એ જ સાચું!'

પ્રકરણ-૨૨

દુષ્ટોનું સામ્રાજ્ય

પર્વતેશ્વરે યુદ્ધ માટે એની સેનાને ધનુષ્ય આકારે ઊભી રાખવાનું આયોજન કર્યું હતું. સેનાપતિના અંગત કાર્યાલયમાં એ વૃકને આ રચના સમજાવી રહ્યો હતો. 'રણમેદાન પર આપણા સૈનિકોની પહેલી હરોળ મોટા અર્ધવર્તુળાકારે ઊભી રહેશે. એમની પાછળ કાચબા-ટુકડી ગોઠવીશું. ઝડપથી આગળ વધી શકે એવા સૈનિકો સહુથી પાછળ હશે અને આપણા સહુથી કુશળ યોદ્ધાઓ કમાનની બંને તરફ છેડેના સ્થાને ઊભા રહેશે, જેથી એ લોકો જરૂર પડે એ દિશા તરફ જઈ શકે.' નાનાં લશ્કર માટે ધનુષ્યરચના આદર્શ હતી.

'શિવ પણ આ વ્યૂહરચના સાથે સહમત છે.' પર્વતેશ્વરે શિવને નીલકંઠનું સંબોધન કરવાને બદલે નામથી બોલાવ્યા એ વાત વૃકને ખૂંચી, પણ સેનાપતિની સામે શું બોલી શકાય?

પર્વતેશ્વરે આગળ ચલાવ્યું, 'ડાબી તરફ હું અને જમણી બાજુ તમે મોખરે રહીશું.'

'હું?' વૃકને આશ્ચર્ય થયું. 'મેં તો ધારી લીધેલું કે તમારી સાથે સહુથી આગળ મહાદેવ રહેશે.'

'શિવ? ના રે, એ થોડા યુદ્ધભૂમિમાં ઊતરવાના!' પર્વતેશ્વરને સાંભળીને વૃક મૂંગો રહ્યો, પણ એના ચહેરાના હાવભાવ જોઈને પર્વતેશ્વરને આખી વાતનો

ખુલાસો આપવાની જરૂર જણાઈ. 'શિવની લાયકાત વિશે બેમત નથી, પણ અત્યારે એના હૃદયમાં મેલુહાના કલ્યાણની નહીં, પણ મિત્રના મોતનો બદલો વાળવાની ભાવના ધગધગી રહી છે. આપણે અપરાધી નાગને ગમે ત્યાંથી પકડી લાવીને શિવની સામે ધરી દઈશું. એમને જે સજા આપવી હોય એની છૂટ છે, પણ યુદ્ધભૂમિ પર શિવની હાજરી જરૂરી નથી. એક નાગને મારવા ખાતર શિવે પોતાનો જીવ શું કામ જોખમમાં નાખવો જોઈએ?'

હોઠ ભીડીને વૃક નીચું જોઈ ગયો. પર્વતેશ્વરે ન્યાય તોળતા હોય એમ કહ્યું, 'મને શિવ માટે બહુ આદર છે, પણ એમના ગળાનો નીલ રંગ જોઈને શિવને આપણા યુદ્ધમાં ધકેલી દેવા એ બરાબર નથી. એમણે શું કામ આપણા માટે લડવું જોઈએ?'

વૃકને સમજાયું નહીં કે શિવને યુદ્ધભૂમિથી દૂર રાખવા પાછળ સરસેનાપતિનો શું હેતુ હતો? બધાંને જે સ્પષ્ટ દેખાતું હતું એ સેનાપતિ જોઈ નહોતા શકતા ? ભગવાન રામ પ્રત્યેનો એમનો તીવ્ર ભક્તિભાવ કદાચ આ પાછળ જવાબદાર હતો. મેલુહાના તારણહાર તરીકે રામનું સ્થાન બીજો કોઈ લઈ જ ન શકે એવું પર્વતેશ્વર માનતા હતા, પરંતુ 'ખુદ ભગવાન રામે કહેલું કે એકની જગ્યાએ બીજા, બીજાની જગ્યાએ ત્રીજા, એમ રામ તો આવતા રહેશે. માત્ર ધર્મ અતુલ્ય, અચળ હતો.

પર્વતેશ્વરની વાત હજી પૂરી નહોતી થઈ. 'શિવ હવે પરિણીત છે. સતીને બીજી વાર વૈધવ્યનો આઘાત સહેવો પડે એવી શક્યતા એ કઈ રીતે અને શું કામ વિચારે? આપણે પણ એમની પાસે આવી અપેક્ષા રાખવાનું ઠીક નથી.'

'મહાદેવ આપણા બધા માટે લડશે, આપણી રક્ષા કરશે, કારણ કે મહાદેવોનો જન્મ જ આ કારણસર થાય છે.' આવું બોલવાની ઇચ્છા વૃકે માંડમાંડ દબાવી રાખી.

વૃકને વાસ્તવિકતાની જાણ નહોતી. પર્વતેશ્વર પોતે પણ એવું જ ઇચ્છતો હતો કે શિવ મહાદેવ બનીને ચંદ્રવંશીઓનો પરાજય કરે, પરંતુ ભૂતકાળના અનુભવ એનાથી ભુલાતા નહોતા. આ પહેલાં બીજા ઘણાં લોકોએ રામનું સ્થાન લેવાનો પ્રયાસ કરેલો. મોટી આશાઓ જગાડેલી, પણ અંતે એમણે મેલુહાને નિરાશ જ કરેલા. પાણી પહેલાં પાળ બાંધતા હોય એમ પર્વતેશ્વરે આ વખતે પણ આવી હતાશા માટે મનને તૈયાર રાખેલું. છેલ્લી ઘડીએ શિવ પાછી પાની કરે તો પણ એમની સેનાનું મનોબળ તૂટવું ન જોઈએ.

— ⚹ —

સુલેહનો સંદેશ લઈને મેલુહાથી સ્વદ્વીપ મોકલેલો દૂત પાછો ફર્યો હતો. એની સાથે ત્યાંના સમ્રાટ દિલીપે મોકલેલો પત્ર હતો. ભરીસભામાં એ વાંચતી વખતે દક્ષના ચહેરા પર જે હાવભાવ આવી ગયા એ જોઈને સહુને ખ્યાલ તો આવી જ ગયો કે અંદર શું હશે?' આ લ્યો અને વાંચીને સંભળાવો જેથી બધાંને ખબર પડે કે ચંદ્રવંશીઓ કેવા છે!' રોષથી ફાટફાટ અવાજે આવું કહીને દક્ષે કનખલાના હાથમાં પત્ર આપ્યો.

કનખલાએ ગળું સાફ કરીને મોટેથી વાંચવાની શરૂઆત કરી. 'સૂર્યવંશી સમ્રાટ દક્ષ, મેલુહાના નાથ, મંદાર પર થયેલા ભયાનક આક્રમણથી અમને ઊંડું દુ:ખ પહોંચ્યું છે. શાંતિપ્રિય બ્રાહ્મણો પર થયેલા આ કાયર હુમલાને અમે સખત શબ્દોમાં વખોડી કાઢીએ છીએ. ભારતમાં જન્મેલી કોઈ પણ વ્યક્તિ આવી અધમ કક્ષાએ જઈ શકે એવી કલ્પના કરવાનું પણ અમારા માટે કઠિન છે, એટલે જ તમારો પત્ર વાંચીને અમને મોટો આઘાત લાગ્યો છે. અમે તમને ખાતરી આપીએ છીએ કે હું કે મારે ત્યાંનો કોઈ નાગરિક આવા દુષ્કૃત્યમાં સામેલ ન થાય. પરિણામે અપરાધીને તમારા કબજામાં સોંપવાનો પ્રશ્ન જ ઉદ્ભવતો નથી. આશા રાખું છું કે તમે અમારા પર વિશ્વાસ રાખશો અને એવું કોઈ ઉતાવળિયું પગલું નહીં ભરો જેનાથી પછી તમારે જ પસ્તાવાનો વારો આવે. સાચા ગુનેગારને શોધી કાઢવામાં સ્વદ્વીપ તમારી બધી સહાય કરવા માટે તૈયાર છે. અમારે લાયક કામકાજ જરૂરથી જણાવશો...'

કનખલાએ બે-ત્રણ ઊંડા શ્વાસ લઈ લીધા. બેમોઢાળી વાત કરતા ચંદ્રવંશીઓની ચાલ એ સમજી ગઈ. આવા લોકો સાથે સમાધાન કરવાની વાત ઉચ્ચારવા બદલ એને હવે પસ્તાવો થવા લાગ્યો. 'સમ્રાટ દિલીપે ખુદના હસ્તાક્ષર સાથે આ પત્ર મોકલ્યો છે.' એણે સભાને જણાવ્યું.

'સમ્રાટ દિલીપ નહીં, દુષ્ટોના સામ્રાજ્ય પર શાસન કરતો આતંકવાદી દિલીપ.' દક્ષે ક્રોધથી ફૂંફાડો માર્યો.

'યુદ્ધ!' ત્યાં હાજર યુદ્ધસમિતિના સભ્યોએ એક અવાજે પોકાર પાડ્યો. દક્ષે શિવ સામે જોયું. એણે માત્ર માથું હલાવ્યું.

'યુદ્ધ થઈ જાય!' દક્ષે ગર્જના કરી. 'બે સપ્તાહમાં સ્વદ્વીપ તરફ કૂચ કરવા માટે તૈયાર થઈ જાવ.'

પટ્ટા પર કોતરાયેલો ઓમ મોટો થતો ગયો. એમાંના ત્રણેય સર્પના મોઢામાંથી અગ્નિજ્વાળાઓ લબકારા મારતી હતી. વચ્ચેનો સાપ શિવ તરફ ફૂંફાડો મારતાં બોલ્યો, 'આ મારી ડાબે બેઠેલાએ તારા ભાઈનું ભક્ષણ કરી લીધું, જમણો તારી પત્નીને ખાઈ જશે.'

'ખબરદાર એને હાથ પણ લગાડ્યો છે તો!' શિવે ત્રાડ પાડી.

પણ જાણે કંઈ સાંભળ્યું જ ન હોય એમ એ વિશાળકાય સર્પે અટ્ટહાસ્ય કરતાં કહ્યું, 'પણ તારું મૃત્યુ તો મારા હાથે જ લખાયું છે.'

શિવ ભરઊંઘમાંથી ઝબકી ગયો. એનું આખુંયે શરીર પરસેવાથી તરબોળ થઈ ગયેલું. ઘડીક તો એને બાજુની પથારી ખાલી હોવાનો ભ્રમ થયો, પણ પછી આછા અજવાળામાં ધીમે ધીમે સતીનો ચહેરો સ્પષ્ટ થયો. શિવે મુઠ્ઠીમાં ભીંસી રાખેલી પોંચી પાછી બટવાની અંદર સરકાવી દીધી. એનેય ખબર નહોતી કે આ કેવી રીતે એના હાથમાં આવી ગયેલી.

'શિવ!' પથારીની કોર પર બેઠેલી સતી ધીમેથી બોલી. 'મારે તમને કંઈ કહેવું છે!'

'શું?'

'હું આ યુદ્ધમાં ભાગ નહીં લઈ શકું!' સતીના શબ્દોએ શિવને એના દુસ્વપ્નથીયે વધુ મોટો આંચકો આપ્યો. સતીના શબ્દકોષમાં કાયરતા જેવા શબ્દનું અસ્તિત્વ નહોતું. મેલુહાથી લગભગ મહિના પહેલાં નીકળેલું સૈન્ય, દુર્ગમ જંગલોને વટાવતું દુશ્મન રાજ્યની હદ સુધી પહોંચી ગયેલું ત્યારે રહીરહીને સતીને આ શું થઈ ગયું?

સતીએ નીચું જોઈને કંઈ અસ્પષ્ટ ગણગણાટ કર્યો. 'શું...?' શિવ પૂછવા ગયો, પણ અચાનક એના નગજમાં અજવાળું થયું અને એ સફાળો પથારીમાં બેઠો થઈ ગયો. 'સાચે, હું પિતા બનવાનો છું?' એણે આનંદના આવેશથી ધ્રૂજતા અવાજે પૂછ્યું.

સતીએ શરમાઈને હા પાડી અને શિવને લાગ્યું કે યુગો પછી એના કાને કોઈ શુભ શબ્દ સાંભળ્યો હતો. 'આ બે મહિનામાં મને તારી સામે જોવાનીયે ફુરસદ નહોતી ત્યારે જેણે તારી સંભાળ રાખી એનું નામ આપણે આપણી દીકરીને આપશું, કૃતિકા!' એ ઊછળી પડતાં બોલ્યો.

'અને પુત્ર આવ્યો તો?' સતીએ હસીને પૂછ્યું.

'ના, પુત્રી જ આવશે અને હું એના પર એટલું વહાલ વરસાવીશ કે...' શિવના આનંદ અને ઉત્સાહને આજે કાબૂમાં રાખવાનું અશક્ય હતું.

શિવે તંબૂમાંથી નીકળીને આસપાસ નજર ફેરવી. અંદર સતીની સાથે આયુર્વતી અને કૃતિકા હતાં. એ ઉપરાંત સતીની સેવામાં પરિચારિકાઓનું એક આખું ઝૂંડ ખડેપગે રહેતું હતું. પત્ની અને બાળકની સુખાકારીની કાળજી રાખવા ઉપરાંત શિવે જોકે બીજી ઘણી જવાબદારીઓ નિભાવવાની હતી.

દેવગિરિથી નીકળેલી સેના અહીં ત્રણ મહિને પહોંચી હતી અને પ્રવાસ ધાર્યા કરતા અનેકગણો વધુ કઠિન પુરવાર થયેલો. દુર્ગમ જંગલોમાં ડગલે ને પગલે રાની પશુ અને બીમારીના જંતુ એમની રાહ જોતાં ઊભા રહેલાં. ચંદ્રવંશીની સામે શસ્ત્ર ઉગામ્યા વિના જ મેલુહાના બે હજાર સૈનિકો જંગલોની અંદર કાળનો કોળિયો થઈ ગયેલા. દિવસોની મહેનત બાદ જાસૂસો ખબર લાવ્યા હતા કે અહીંથી થોડે દૂર ધર્મખેત તરીકે ઓળખાતા વિશાળ ખુલ્લા પ્રદેશમાં ચંદ્રવંશી સેનાએ પડાવ નાખેલો.

ચંદ્રવંશીઓએ બહુ સમજી વિચારીને આ સ્થાન પર પસંદગી ઉતારેલી. દસ લાખની એમની સેના અહીં છૂટથી હરીફરી, લડી શકે એટલી મોકળાશ હતી. એ લોકો ધીરજ ગુમાવીને આગળ વધે એવી આશા રાખીને સૂર્યવંશીઓ દૂર બેઠા હતા, પણ દિવસો વીતતા જતા હતા અને ચંદ્રવંશીઓ ધર્મખેતમાંથી ચસકવાનું નામ નહોતા લેતા. સૂર્યવંશીઓએ હવે આગળ ગયા વિના છૂટકો નહોતો.

શિવે આકાશમાં જોયું. રાજાની છાવણીની ઉપર એક ગરુડ ચકરાવા મારી રહ્યું હતું. એની નીચે કોઈ ભય વિના પાંચ કબૂતર ઊડતાં દેખાયાં. દૃશ્ય થોડું વિચિત્ર કહેવાય એવું હતું. ગુણ શમન હોત તો કદાચ આને અપશુકન કહેત. ગરુડ ભલે શક્તિશાળી હોય, પણ કબૂતરો પાસે એવું કંઈક હતું જેનો એ પૂરેપૂરો ફાયદો ઉઠાવવાનાં હતાં. 'બસ કર, તું ક્યારથી આ બધામાં માનવા લાગ્યો?' શિવે જાતને ધમકાવી. વહેલી સવારની શીતળ હવાને એણે શ્વાસમાં ભરી અને બધાંય નકારાત્મક વિચાર બાજુએ હડસેલીને દક્ષના તંબૂ તરફ પગ ઉપાડ્યો. 'હું તમને જ બોલાવવા જતો હતો.' વચ્ચે મળી ગયેલા નંદીના ચહેરા પર ચિંતાનાં વાદળ હતાં.

'ભારે થઈ ગઈ!' શિવને જોતાંની સાથે દક્ષ બોલ્યા. પર્વતેશ્વર, વૃક અને મયાશ્રેણિક તંબૂની અંદર પહેલેથી હાજર હતા. દ્રપકુ બધાંથી દૂર ખૂણામાં ઊભેલો.

આગળની વાતનો દોર પર્વતેશ્વરે લીધો, 'આપણાં જાસૂસો હમણાં માહિતી લાવ્યા કે ચંદ્રવંશીઓ એમની જગ્યાએથી ખસતા નથી એની પાછળ કારણ છે. એમના એક લાખ સૈનિકો અર્ધવર્તુળાકારે આપણને ઘેરી લેવા માટે નીકળી ગયા છે. કાલે સવારે એ લોકો આ ખીણમાં પ્રવેશ કરશે. સામે મુખ્ય લશ્કર અને પાછળ આજુબાજુ આ સૈનિકોની વચ્ચે આપણે ભીંસાઈ જઈશું.'

શિવે જાસૂસી વ્યવસ્થા રાંભાળતા વિરભદ્રને બોલાવ્યો, 'ચંદ્રવંશીઓ કયા રસ્તે આવી રહ્યા છે?'

'આપણે બે મોરચે કઈ રીતે લડશું?' દક્ષના અવાજમાં ગભરાટ હતો.

જવાબમાં વીરભદ્રએ નકશો ખોલીને બધાં જોઈ શકે એમ પાથર્યો અને જ્યાંથી દુશ્મન ત્રાટકવાની સહુથી વધુ શક્યતા હતી એ જગ્યા બતાવી.

શિવ અને પર્વતેશ્વરને લગભગ સરખો વિચાર આવ્યો. 'કેટલા સૈનિકોની જરૂર પડશે?' શિવે પૂછ્યું.

'ચોક્કસ ન કહી શકું, પણ ઉત્તરઘાટ પર એમને રોકવા માટે ઓછામાં ઓછા ત્રીસ હજારની જરૂર પડશે, પણ એટલા માણસો ત્યાં રોકાઈ રહે તો દક્ષિણ તરફનો આપણો મોરચો નબળો પડી જાય. મને ખાતરી છે કે ચંદ્રવંશીઓ આવતીકાલે સવારે દક્ષિણમાં મુખ્ય લડાઈ શરૂ કરશે.'

પર્વતેશ્વરે આપેલા માઠા સમાચાર સાંભળીને સહુ થોડી વાર માટે ચૂપ થઈ ગયા. એટલામાં દ્રપકુનો અવાજ આવ્યો, 'પાંચ હજાર સૈનિકો પૂરતા છે.'

નકશા પર ઝૂકીને જોઈ રહેલા દ્રપકુએ એક સ્થાન પર આંગળી મૂકી. 'ઉત્તરઘાટ પર અહીં રસ્તો સાવ સાંકડો થઈ જાય છે અને બંને તરફ સપાટ ઊંચા પહાડ છે. ભલે ગમે તેટલી મોટી સેના હોય, પણ અહીંથી એકસાથે એકસમયે ચારસો-પાંચસોથી વધુ જણ પસાર થઈ શકે એમ નથી.'

'પણ દ્રપકુ, એમની પાસે એક લાખ જણ છે. એક પછી એક પૂરની જેમ માણસો આ તરફ વહેતા જ રહેશે. આપણે પહેલા જૂથને મારીએ ત્યાં તો બીજા આવી પડશે. બંને તરફના ઊંચા સપાટ પહાડ આપણને પણ નડશે. જીતવું અશક્ય છે.' મયાશ્રેણિક બોલ્યો.

'અહીં જીતવા માટે નથી લડવાનું. આ સ્થાન પર આપણા સૈનિકોએ બને ત્યાં સુધી દુશ્મનને રોકી રાખવાના છે. એકાદ દિવસ પણ એમને અટકાવી શકીએ તો બાકીનું સૈન્ય મુખ્ય મોરચે લડી શકે.'

દ્રપકુની વાત સાંભળતાની સાથે પર્વતેશ્વરે કહ્યું, 'હું એમને રોકી રાખીશ.'

'ના સેનાપતિ, તમારી જરૂર તો આપણને મુખ્ય મોરચા પર પડવાની.' વૃકે કહ્યું.

'હું પણ ત્યાં નહીં રહી શકું.' શિવના શબ્દ સાંભળીને પર્વતેશ્વરે થોડી નિરાશા અનુભવી. આવી શક્યતા માટે માનસિક તૈયારી રાખેલી તોયે મનમાં ડંખ વાગ્યો. દૂર ઊભા રહીને સમ્રાટ યુદ્ધનું નિરીક્ષણ કરી શકે એ માટે એક મંચ ઊભો થઈ રહ્યો હતો. શિવ પણ કદાચ ત્યાં જ ઊભો ઊભો બીજાને લડતા, મરતા જોયા કરશે.

'મહારાજ, આ કામ અમને સોંપી દો.' દ્રપકુ બોલ્યો. માત્ર પાંચ હજાર સૈનિકની મદદ સાથે પહાડોના રસ્તા પર એક લાખ જેટલા દુશ્મનને રોકવાનો પ્રયાસ કરવો એટલે સામે ચાલીને પ્રાણની આહુતિ આપવી, પણ દ્રપકુ આ માટે તૈયાર હતો.

'દ્રપકુ...' શિવ સહેજ ખચકાયો, પણ દ્રપકુનો ચહેરો હવે ઝગારા મારતો હતો. 'પ્રભુ, મારા ભાગ્યમાં આ દિવસ લખાયો છે. હું ચોક્કસ સામાવાળાને એક દિવસ રોકી રાખીશ. ઇન્દ્રદેવની કૃપા હશે તો અમે એમને એક નહીં, બે દિવસ ખાળી રાખીશું. ત્યાં સુધીમાં બીજી તરફ તમારી જીત થઈ ગઈ હશે.'

'દ્રપકુ, તમે હમણાં જ નીકળવા માટે તૈયાર થઈ જાવ.' દક્ષ બોલ્યા. કોઈને વિચાર બદલવાની તક આપ્યા વિના દ્રપકુ સડસડાટ તંબૂની બહાર નીકળી ગયો.

— ⚹ —

કલાકની અંદર તો પાંચ હજાર વિકર્મ એમના જીવનના સહુથી મોટા અને કદાચ છેલ્લા સાહસ માટે તૈયાર ઊભા થઈ ગયા. એમને અને જોનાર સહુને પણ ખાતરી હતી કે આમાંથી કોઈ જીવતો પાછો નહોતો ફરવાનો, પરંતુ નબળા ગણાતા વિકર્મમાં કોઈના ચહેરા પર ભયની એક રેખા સુધ્ધાં નહોતી.

વિકર્મસેનાના મોખરે ઊભેલા દ્રપકુના ચહેરા પર યુદ્ધ સમયે લગાડાતા રંગ હતા. શરીરે કવચની ઉપર એણે ભગવું અંગવસ્ત્રમ્ વીંટ્યું હતું. ભગવો રંગ પરમાત્માનો હતો. એમને મળવા માટેની આ અંતિમ યાત્રા હતી.

અચાનક વિદ્યુન્મલી દોડતો આવીને દ્રપકુની સામે ઊભો રહી ગયો. કોઈને કંઈ સમજાય એ પહેલાં તો એણે કેડે બાંધેલી કટાર બહાર ખેંચી કાઢી. દ્રપકુએ સ્વરક્ષણ માટે પોતાની તલવાર પર હાથ મૂક્યો, પરંતુ એ નીકળે એની પહેલાં તો વિદ્યુન્મલીએ કટારથી પોતાના જ બીજા હાથના અંગૂઠા પર ઘસરકો મૂક્યો અને દ્રપકુના કપાળે લોહીનું તિલક કરતાં બોલ્યો, 'તું અમારા સૌથી બહાદુર નીકળ્યો.'

દ્રપકુ સ્તબ્ધ થઈ ગયો. હાથ ઊંચો કરીને વિદ્યુન્મલીએ ગર્જના કરી. 'વિકર્મ વીરો, દુશ્મનોને ધૂળ ચાટતા કરી દો!' ચારેતરફ એના પડઘા પડ્યા.

— ⅄⦶⩌↑⊛ —

સૂર્ય આજે વધુ ઉગ્ર સ્વરૂપે તપી રહ્યો હતો. આગલી રાતે ઉત્તરઘાટ પર વિકર્મ સેનાએ ચંદ્રવંશીઓના માર્ગમાં અણધાર્યું વિઘ્ન નાખેલું. સામેવાળા આ માટે તૈયાર નહોતા. આખી રાત ધમસાણ યુદ્ધ ચાલેલું અને હજીયે ચાલુ હતું એવા ખબર આવી ગયેલા. મોટા યુદ્ધનો સમય આવી પહોંચ્યો હતો.

સાતે શણગારમાં સજ્જ સતીએ શિવની આરતી ઉતારી. એના કપાળે લાલ તિલક કરીને કહ્યું, 'વિજયી થઈને જ પાછા આવજો. નહીં તો નહીં.'

સૂર્યવંશીઓમાં યોદ્ધાને વિદાય આપતી વખતે આવું બોલવાની પરંપરા હતી. જોકે સતીની આંખો પછી ભીંજાઈ ગઈ. 'સહીસલામત પાછા આવજો.' એનાથી ધીમા અવાજે બોલાઈ ગયું.

'હું જરૂર પાછો ફરીશ.'નું વચન આપીને વધુ લાગણીનું પ્રદર્શન થઈ જાય એ પહેલાં શિવ તંબૂની બહાર નીકળી ગયો. આજે આકાશમાં કોઈ શુકન-અપશુકન દેખાયા નહીં. શિવે રાહત અનુભવી. દૂરથી નગારાના નાદ સાથે સંસ્કૃતમાં મંત્રો ભણી રહેલા બ્રાહ્મણોનો અવાજ એના કાને પડ્યો. યુદ્ધના પ્રારંભમાં ઇન્દ્ર અને અગ્નિને બોલાવવા માટે પૂજા થઈ રહી હતી. સૂર્યવંશીઓના આ રીતિરિવાજો શિવને સમજાતા નહોતા, પણ દરેક પૂજા, વિધિ પાછળ કોઈ કારણ હશે એવું માનીને એણે પરંપરાઓને સ્વીકારી લીધેલી. યુદ્ધનો સમય નજીક આવતો જાય તેમ તેમ નગારાનો નાદ વધુ ને વધુ મોટો થતો જવાનો હતો. કદાચ આનાથી લડનારનો ઉત્સાહ વધતો હશે એવું વિચારીને શિવે દક્ષની છાવણી તરફ પગ ઉપાડ્યો.

રાજવી તંબૂમાં પર્વતેશ્વર, સમ્રાટને યુદ્ધનો વ્યૂહ સમજાવી રહ્યો હતો. 'દ્રપકુ તરફથી કોઈ ખબર આવ્યા?' શિવે અંદર પ્રવેશતાં પૂછ્યું.

'હા, લડાઈ ચાલુ છે. એને કારણે આપણને જે સમય મળી ગયો એ બહુ કિંમતી છે. ભગવાન રામ એમનું કલ્યાણ કરે.' પર્વતેશ્વરે કહ્યું.

'શુભારંભ થયો છે. પ્રભુ, આજનો આખો દિવસ પણ સારો જ જશે ને !' દક્ષ બોલ્યા.

'એવી આશા રાખીએ, પણ અંતિમ જવાબ તો ચોથા પ્રહરે જ મળશે.' શિવે કહ્યું.

'મારા મનમાં કોઈ શંકા નથી. ચોથા પ્રહરે તો દિલીપરાજા આપણી સામે બંદી અવસ્થામાં ઊભા હશે. નીલકંઠ સાથે હોય એનો વિજય નિશ્ચિત છે.' દક્ષના આશાવાદ સામે દલીલ અર્થહીન હતી.

'મહારાજ, મને જવાની અનુમતિ આપો.' પર્વતેશ્વર બોલ્યો. એને વિજયીભવની શુભેચ્છા આપીને દક્ષે શિવ તરફ જોયું. 'પ્રભુ, પાછળના ડુંગર પર આપણા માટે નિરીક્ષણ મંચ બનાવ્યો છે.'

'નિરીક્ષણ મંચ?' શિવ ગૂંચવાયો.

'હા, ત્યાં ઊભા રહીને રણમેદાન પર ચાલતી બધી ગતિવિધિઓનાં દર્શન સરળતાથી થશે અને જરૂર પડે તો ત્યાંથી જ તમે સૈનિકોને સૂચના પણ આપી શકશો.' દક્ષે સમજાવ્યું.

શિવનાં ભવાં ઊંચકાયાં. 'મહારાજ, મારું સ્થાન યુદ્ધના મેદાન પર યોદ્ધાઓની વચ્ચે છે.'

બહાર નીકળી રહેલા પર્વતેશ્વરના પગ અટક્યા, પણ દક્ષનું બધું ધ્યાન હવે શિવ પર હતું. 'પ્રભુ, તમે શું કામ ચંદ્રવંશીઓના લોહીથી તમારાં હાથ અપવિત્ર કરો છો? પર્વતેશ્વર ગમે ત્યાંથી પેલા નાગને પકડીને તમારા ચરણોમાં ધરી દેશે. આખું નાગકુળ યુગો સુધી ભૂલી ન શકે એવી સજા તમે એને આપજો.'

'મહારાજ, હું કોઈ અંગત બાબતનું વેર વાળવા નથી નીકળ્યો. આ યુદ્ધ મેલુહા પર થયેલા અત્યાચારનો જવાબ આપવા માટે છે. શુભ અને અશુભ વચ્ચે છેડાયેલું આ ધર્મયુદ્ધ છે જેમાં દરેક વ્યક્તિએ નિર્ણય લેવો પડે કે એણે કયા પક્ષે રહેવું છે. ધર્મયુદ્ધ થઈ રહ્યું હોય ત્યારે એમાં એક તરફ ઊભા રહીને જોયા કરનારને સ્થાન નથી.'

પર્વતેશ્વરે શિવની સામે જોયું. હજારો વર્ષ પહેલાં ભગવાન રામે પણ આ જ શબ્દો ઉચ્ચારેલા. ધર્મયુદ્ધ એક તરફ ઊભા રહીને નિહાળવા જેવી ઘટના નથી.

પરંતુ દક્ષે જીદ પકડી રાખી. 'પ્રભુ, તમારો જીવ અમૂલ્ય છે. એને હોડમાં મૂક્યા વિનાવે આપણે આ લડાઈ જીતી જઈશું. અમારા માટે તો તમારી હાજરી જ પૂરતી છે. તમારા એક ઇશારે આપણા સૈનિકો એમનું લોહી વહાવી દેવા તૈયાર છે.'

'સામે મારે પણ એમના માટે મારું લોહી વહાવવાની તૈયારી રાખવી જોઈએ.' શિવના શબ્દેશબ્દે પર્વતેશ્વરને શેર શેર લોહી ચઢી રહ્યું હતું. આખરે એવો માણસ મળી ગયો જેનું નામ રામની સાથે લઈ શકાય. જેના પગલે પગલે ચાલવામાં ધન્યતા લાગે.

મરણિયા થયેલા દક્ષે છેલ્લો પાસો ફેંક્યો. 'પ્રભુ, મેં મારી પુત્રીનો હાથ તમારા હાથમાં સોંપ્યો છે. તમને કંઈ થઈ ગયું તો એનું દુઃખ મારાથી જોયું નહીં જાય.'

'મહારાજ, ધર્મયુદ્ધના મેદાન પર મને પૂંઠ ફેરવતો જોઈને સતી જીવતેજીવત મૃત્યુને ભેટશે. મારી કાયરતા એનાથી નહીં સહેવાય. અત્યારે ગર્ભવતી ન હોત તો સતી પણ મારી સાથે ખભેખભા મિલાવીને યુદ્ધમેદાનમાં ઊતરવા તૈયાર હોત.'

'પણ કંઈ અશુભ ઘટી ગયું તો?' દક્ષનો અવાજ ભાંગી પડવાની અણી પર હતો.

'મને કંઈ થવાનું નથી અને થયું તોયે એ લોકોના ભલા માટે હશે. સતી દુ:ખી થવાને બદલે મારા માટે ગર્વ અનુભવશે. ક્ષમા કરજો, પણ મારે જવું જ પડશે.' આટલું કહીને શિવે પગ ઉપાડ્યો.

'પ્રભુ!' પાછળ પર્વતેશ્વરનો અવાજ આવ્યો. શિવને લાગ્યું કે સેનાપતિ, મહારાજાને સંબોધતા હશે એટલે એ અટક્યો નહીં, પણ પર્વતેશ્વર એની સામે આવીને ઊભો રહ્યો. એના ચહેરા પર આજ પહેલાં શિવે ક્યારેય નહોતા જોયા એવા ભાવ હતા. જમણો હાથ હૃદય પર રાખીને પર્વતેશ્વર નીચે ઝૂક્યો. રોજ સવારે પૂજા દરમિયાન ભગવાન રામની મૂર્તિને થતા નમન સિવાય પર્વતેશ્વર ક્યારેય કોઈ જીવિત વ્યક્તિ સામે આટલું નીચે નહોતો નમ્યો. 'મારા દેવ, યુદ્ધમાં તમારી સાથે લોહી વહેવડાવીને હું મારી જાતને ધન્ય ગણીશ.'

શિવ થોડા આશ્ચર્ય, થોડા સંકોચ સાથે પર્વતેશ્વરને જોઈ રહ્યો. પર્વતેશ્વર પાસેથી એણે આવા ભક્તિભાવની અપેક્ષા નહોતી રાખી. ક્ષણિક ખચકાટ બાદ પર્વતેશ્વરના હાથને સ્પર્શતાં એ બોલ્યો, 'આપણો વ્યૂહ સફળ થયો, તો ઝાઝું લોહી ઉડાડવાની જરૂર જ નહીં પડે.'

પ્રકરણ-૨૩

ધર્મયુદ્ધ

સૂર્યવંશી સૈન્ય અગાઉ નક્કી થયા પ્રમાણે ધનુષ્યાકારે ઊભું રહ્યું. સહુથી પાછળ જમીન પર પોતપોતાના આરામદાયક આસન ગોઠવીને સૂતેલા તીરકામઠાધારીઓ સામેવાળાને દેખાતા નહોતા. એ લોકો પર તો અચાનક, અણધારી બાણવર્ષા થવાની હતી.

ચંદ્રવંશી સેનાએ હંમેશની જેમ એમના વિશાળ સંખ્યાબળને અનુરૂપ વ્યૂહ ગોઠવ્યો હતો. પાંચ-પાંચ હજાર સૈનિકો ધરાવતી પચાસ ટુકડી એક સીધી કતારમાં ઊભેલી. એની પાછળ આવી બીજી ત્રણ હરોળ હતી. સૂર્યવંશી સૈન્યરચના જોઈને ચંદ્રવંશી સેનાપતિએ પાછળ ઊભેલા એના હોશિયાર સૈનિકોને આગળ લાવીને બંને તરફ ગોઠવ્યા. એ સિવાય એને ઝાઝો ફેરફાર કરવાની જરૂર નહોતી વર્તાઈ. પરંપરાગત યુદ્ધનાં નિયમો અને વ્યૂહરચના એને કડકડાટ મોઢે હતાં.

સામે એના જેવા જ યુદ્ધના નિયમો પાળનારું લશ્કર હોત તો કદાચ ચંદ્રવંશી એને આસાનીથી હરાવી દેત, પણ આજે એમણે તિબેટથી આવેલા એક આદિવાસી અને એના નવા વ્યૂહ સામે લડવાનું હતું.

શિવે એનો ઘોડો, રણભૂમિની એક તરફ આવેલા સહેજ ઊંચાણવાળા ભાગ તરફ વાળ્યો. બ્રાહ્મણોના મંત્રોચ્ચાર અને નગારાના નાદ વાતાવરણને

ગજવી રહ્યા હતા. ચંદ્રવંશીઓની દરિયા જેવી સેના સામે ટચૂકડું લાગતું સૂર્યવંશી લશ્કર એના તમામ ભયને દબાવી દઈને ટટ્ટાર ઊભું હતું. જુદી જુદી ટુકડીઓ પોતપોતાના ઇષ્ટદેવને યાદ કરીને પોકારો પાડી રહી હતી. ઇન્દ્ર દેવનો જય હો... અગ્નિદેવનો જય હો... જય શક્તિદેવી... વરુણ દેવનો જય હો... જય પવનદેવતા...

પરંતુ ટેકરીના મથાળે ઊંચા શ્વેત અશ્વ પર સવાર શિવનાં દર્શન થતાંની સાથે બીજાં બધાં જયજયકાર ભુલાઈ ગયા અને સહુના મોઢેથી એવો ગગનભેદી નાદ નીકળ્યો કે ત્રણ લોક ધ્રૂજી જાય, વાદળોમાં વસતા દેવતા પણ પડદા હટાવીને નીચે ડોકિયું કરી લે. નીલકંઠે હાથ ઊંચો કરીને બધાંનું અભિવાદન કર્યું.

'પ્રભુ, જમણા મોરચાની આગેવાની લેશે. તમને વાંધો નથી ને?' પર્વતેશ્વરે વૃકને પૂછ્યું.

'નીલકંઠના નેતૃત્વ નીચે લડીને હું તો ધન્ય થઈ જઈશ.' વૃકે પોતાની કમરે લટકતો સેનાનાયક તરીકેનો દંડ કાઢ્યો અને એક ગોઠણ પર બેસીને ઊંચું જોઈને શિવની સામે ધર્યો.

આ ઔપચારિકતા જોઈને શિવને હસવું આવી ગયું. 'હું તમારો દેવ નહીં, મિત્ર છું.' કહીને એ વૃકને ભેટી પડ્યો. વૃકના શરીરમાં સહી ન શકાય એવી અદ્ભુત ઊર્જાનો પ્રવાહ ફરી વળ્યો.

વૃકના હાથમાંથી દંડ લઈને શિવે હાથ ઊંચો કર્યો. ફરી એક વાર મહાદેવ, મહાદેવ, મહાદેવના પોકારોએ આસમાનનું કાળજું ચીરી નાખ્યું.

'સૂર્યવંશીઓ, મને સાંભળો.' બધાં પોકારોથી ઉપર શિવનો અવાજ સંભળાયો અને ચારેતરફ શાંતિ ફેલાઈ ગઈ.

'મહાદેવ કોણ છે?' શિવે ગર્જના કરી. જવાબ આપવાને બદલે સૈનિકો મંત્રમુગ્ધ થઈને સાંભળી રહ્યા.

'એ ટેકરી પર બેઠોબેઠો જોયા કરશે અને એની જવાબદારી સામાન્ય માણસના શિરે નાખી દેશે? ના!'

'બીજાઓ સત્ય અને ન્યાય માટે લડતા હોય ત્યારે એ માત્ર આશીર્વચન ઉચ્ચારીને બેઠો રહેશે? દુષ્ટોના વિનાશ માટે બહાદુરો પોતાનું બલિદાન આપતા હોય ત્યારે એ નિરાંતે મડદા ગણ્યા કરશે? ના!'

મેદાનમાં સોય પડે તોયે સંભળાય એટલી શાંતિ હતી. પ્રતિમાની જેમ ઊભેલા સૈનિકો નીલકંઠના શબ્દેશબ્દને હૃદયસાત કરી રહ્યા હતા.

'માણસ મહાદેવ ત્યારે જ બની શકે જ્યારે એ બીજાના ભલા ખાતર લડવા ઊભો થાય. માતાના પેટમાંથી કોઈ મહાદેવ બનીને નથી જનમતું. એનું

ઘડતર તો યુદ્ધની જ્વાળાઓમાં થાય છે. જ્યારે એ દુષ્ટતા સામે જંગ છેડે છે. હું મહાદેવ છું.' શિવે ગર્જના કરી. સામેથી હજારો મુખોએ પ્રતિભાવ આપ્યો. એમનું નેતૃત્વ આજે દેવોના દેવ મહાદેવ કરવાના હતા. ચંદ્રવંશીઓનો પરાજય નિશ્ચિત હતો.

'પણ હું એકલો મહાદેવ નથી.' શિવના આ વિધાનથી પાછો સન્નાટો ફેલાઈ ગયો. ચંદ્રવંશી પાસે પણ કોઈ મહાદેવ હતા?

'હું એકનો એક મહાદેવ નથી. મારી સામે હું એક લાખ મહાદેવ ઊભેલા જોઉં છું. એવા એક લાખ, જે વિશ્વકલ્યાણ માટે લડવા ઊભા થયા છે! એવા એક લાખ, જે દુષ્ટોનો વિનાશ કરવા માટે સમર્થ છે!'

'અમે મહાદેવ છીએ?' દરેક સૂર્યવંશીના મનમાં સવાલ ઊઠ્યો જે પૂછવાની હિંમત નહોતી, પણ શિવ પાસે જવાબ હતો. 'હર એક હૈ મહાદેવ !'

બધાં જોઈ રહ્યા. શિવે ફરી ગર્જના કરી, 'હર હર મહાદેવ!'

'હર હર મહાદેવના નાદથી વાતાવરણ ગાજી ઊઠ્યું. ત્યાં ઊભેલો એકેએક સૂર્યવંશી મહાદેવ હતો. એ વિચારથી રહ્યોસહ્યો છૂપો ભય પણ વરાળ બનીને ઊડી ગયો. દસ તો શું સો સો ચંદ્રવંશી સામે એક એક સૂર્યવંશી બાથ ભીડવા તૈયાર હતો. એ મહાદેવ હતો.

'હર હર મહાદેવ! આજે મહાદેવોએ મહાકાર્ય કરવાનું છે!' એવી ગર્જનાની સાથે શિવે અશ્વની લગામ ખેંચી અને ચંદ્રવંશી સેનાની દિશામાં તલવાર લંબાવી.

હર હર મહાદેવનો પોકાર સૂર્યવંશીઓ માટે હવે નવો યુદ્ધનાદ બની ગયો હતો.

'ભાષણ તો સારું આપ્યું.' વીરભદ્રએ હળવા સૂરે કહ્યું. એની તરફ આંખ મીંચકારીને શિવે એનો ઘોડો પર્વતેશ્વર તરફ ફેરવ્યો. 'સેનાપતિ, સામેવાળા પર વરસવાનો સમય આવી ગયો છે.'

'જી, પ્રભુ!' કહીને પર્વતેશ્વરે એના ધ્વજધારીને આદેશ આપ્યો, 'બાણાવળી !'

ધ્વજધારીએ કાળી વીજળીના ચમકારાનું ચિહ્ન ધરાવતો રાતો ધ્વજ ઊંચો કર્યો. બીજા ધ્વજધારીઓએ આ સંકેત દોહરાવ્યો. તરત આગળ ઊભેલા સૈનિકો ઘૂંટણભેર થઈ ગયા. અશ્વોને પણ લગામ ખેંચીને બેસાડી દેવાયા અને પાછળ વિશાળ અર્ધવર્તુળાકારે જમીન પર પડેલા પાંચ હજાર ધનુર્ધારીઓએ એમના બાણોના રૂપમાં સામે ચંદ્રવંશીઓ પર સાક્ષાત્ મૃત્યુનો વરસાદ કર્યો. વીજળીવેગે છૂટી રહેલા તીરોએ આકાશમાં સૂરજને પણ ઢાંકી દીધો.

ભાલા જેવા બાણે, અપેક્ષા મુજબ સામે સહુથી આગળ ઊભેલા બિનઅનુભવી

સૈનિકોનાં ચામડાં અને લાકડામાંથી બનાવેલી ઢાલો વીંધી નાખી. ઓચિંતાની થયેલી બાણવર્ષાથી ગભરાઈને એ બિચારાએ પડતા આખડતા દોડાદોડી કરી મૂકી. ધાતુની મજબૂત ઢાલ સાથે અનુભવી યોદ્ધાઓએ એમની સ્વસ્થતા જાળવી, પણ ચારેતરફ ફેલાઈ રહેલી અંધાધૂંધીમાં એ પણ અટવાઈ ગયા.

પર્વતેશ્વરે બીજો સંકેત આપ્યો. થોડી ક્ષણ માટે બાણવર્ષા અટકી, પણ પછી ધનુર્ધારીઓએ પગ વધુ ઊંચા કરીને વધુ દૂર ફેંકવાનું શરૂ કરી દીધું. સામેવાળા આ અણધાર્યા વરસાદમાં જાત બચાવે એ પહેલાં તો ડાબી અને જમણી દિશાએથી એમના પર સૂર્યવંશી યોદ્ધાઓ ધસી ગયા.

ધમસાણ યુદ્ધ જામી પડ્યું, પણ ચંદ્રવંશીઓની દશા આજે બહુ ખરાબ હતી. આગળ ઊભેલાઓ સામેવાળા સાથે હાથોહાથ લડતા હતા, પણ એમની પાછળની હરોળ પર દૂરથી આવતા તીર આતંક ફેલાવી રહ્યા હતા. સૂર્યવંશીઓની કાચબા ટુકડીઓએ ચંદ્રવંશી લશ્કરની વચ્ચોવચ્ચ ભંગાણ પાડી દીધેલું અને આ પ્રદેશમાં યુદ્ધ વખતે પહેલી વાર વપરાયેલા ત્રિશૂળે તો લોહીની નદીઓ વહેવડાવી. શિવ અને પર્વતેશ્વરે આજે સાક્ષાત્ યમદેવનું રૂપ લીધેલું. ચંદ્રવંશીઓ સંખ્યામાં વધુ હતા તોયે શિવના વ્યૂહ સામે કાચા પુરવાર થયા. જોકે બહાદુર હતા એટલે છેક સુધી ઘવાયેલા સિંહની જેમ એમણે સામનો કર્યો. પરંતુ નીલકંઠના સૈન્યનો એકએક માણસ આજે મહાદેવ બનીને લડ્યો હતો. છેવટે વિજય સૂર્યવંશીઓનો થયો.

•

પ્રકરણ-૨૪

સ્તબ્ધ કરી દેતો ઘટસ્ફોટ

ઉત્સાહભર્યા પગલે સતી તંબૂની બહાર દોડી. 'જરા ધીરે સતી, તમારી સ્થિતિમાં...' પાછળ આયુર્વતીએ સાદ પાડ્યો.

સતીએ હસતે મોઢે એક વાર પાછું વળીને જોઈ લીધું, પણ એની ચાલ ધીમી ન પડી. યુદ્ધમાં ભવ્ય વિજય મેળવીને શિવ અને પર્વતેશ્વર છાવણીમાં પાછા પધાર્યા હતા એ સમાચાર સતીને મળી ગયેલા. વિજયી પતિને મળવા એનું મન અધીરું થયું હતું.

સતીની પાછળ દોડેલાં આયુર્વતી અને કૃતિકાને દક્ષના તંબૂની બહાર અટકાવી દેવાયાં. 'આયુર્વતીજી, ક્ષમા કરજો પણ સતી સિવાય બીજા કોઈને હમણાં અંદર જવાની પરવાનગી નથી.' નંદીએ નમ્ર અવાજે કહ્યું.

'કેમ?' આયુર્વતીએ આશ્ચર્ય દર્શાવ્યું.

'એ હું નથી જાણતો. માફ કરજો.'

'વાંધો નહીં. તમે તમારી ફરજ બજાવો છો.' એવું કહીને આયુર્વતી પાછી ફરી.

'પ્રિયે, તને પણ અંદર પ્રવેશ નહીં મળે.' વીરભદ્રના શબ્દો સાંભળીને કૃતિકા શરમાઈ ગઈ. 'જાહેરમાં તો બોલવામાં ધ્યાન રાખો.' એ બબડી.

તંબૂનો પડદો ખસેડીને સતી અંદર પ્રવેશી ત્યારે પર્વતેશ્વર બોલી રહ્યો હતો, 'મારા દેવ, મનેય નથી સમજાતું કે આવું કેમ થયું?'

પર્વતેશ્વરના મોઢેથી શિવ માટે 'મારા દેવ'નું સંબોધન સાંભળીને સતીને થોડું આશ્ચર્ય થયું, પણ શિવ પર નજર પડતાંની સાથે એના મનમાંથી બીજા બધાં વિચારો, ભાવો અદૃશ્ય થઈ ગયા. 'શિવ.' એ આનંદથી ઉભરાતા અવાજે બોલી.

પરંતુ સામેથી મળેલો પ્રતિસાદ સાવ ઠંડો હતો. શિવના ચહેરા પર ન તો સતીને જોયાનો આનંદ હતો, ન તો યુદ્ધ જીત્યાનો ગર્વ. શરીર પર થયેલા ઘા પણ એણે હજી સાફ નહોતા કરાવ્યા. એ કોઈ ગડમથલમાં હતો એટલું સ્પષ્ટ હતું.

'પિતૃતુલ્ય શું થયું?' સતીએ પર્વતેશ્વર સામે જોઈને પૂછ્યું.

કોઈ માઠા સમાચારને ઢાંકતા હોય એવું કૃત્રિમ સ્મિત આપતાં પર્વતેશ્વર બોલ્યા, 'યુદ્ધ પૂરું થયું, પણ હજીયે અમને એક વાત કનડે છે.'

'કઈ વાત? સૂર્યવંશીઓના ઇતિહાસમાં સહુથી મોટો ગણાય એવો વિજય તમે મેળવ્યો છે. ચંદ્રવંશીને હરાવવામાં મારા દાદાજીને પણ આવી મોટી સફળતા નહોતી મળી. તમારે તો ગર્વ અનુભવવો જોઈએ.'

સતીની વાક્ધારામાં વિક્ષેપ પાડતાં શિવ બોલ્યો, 'પણ ચંદ્રવંશીઓની સાથે એકેય નાગ દેખાયો નહીં. આપણે તો માનતા હતા કે સૂર્યવંશીઓને હેરાન કરવા માટે ચંદ્રવંશીઓએ નાગનો સાથ લીધો છે, પણ એ જો સાચું હોય તો આજે જ્યારે યુદ્ધમેદાનમાં ખરેખર એમની જરૂરત હતી ત્યારે બધા નાગ ક્યાં ગયા?'

'કદાચ એમની વચ્ચે ફાટફૂટ પડી હશે.'

સતીએ દર્શાવેલી ધારણા પર્વતેશ્વરના ગળે ઊતરી નહીં. 'જેને કારણે આ યુદ્ધ થયું એ મંદાર પર્વત પરના આક્રમણ વખતે તો બંને સાથે હતા. તો હવે અચાનક ખરા સમયે કેમ છૂટા પડી ગયા?'

'શું કામ ચિંતા કરો છો, વખત આવ્યે બધી જાણ થઈ જશે.' સતીએ વાતાવરણ હળવું કરવાનો પ્રયાસ કર્યો, પણ એનું પરિણામ સાવ ઊંધું આવ્યું. 'ચિંતા છે, કારણ કે કંઈ સમજાતું નથી.' શિવે રીતસર રાડ પાડી.

સતી હેબતાઈ ગઈ. એને જોઈને કદાચ શિવને ભાન થયું કે એ વધુ પડતી ઉગ્રતા દાખવી બેઠેલો. 'માફ કરજો સતી, પણ મને...'

શિવ એનું વાક્ય પૂરું કરે એ પહેલાં તંબૂમાં સમ્રાટ દક્ષનો પ્રવેશ થયો. 'મારા દેવ.' ઉત્સાહભેર બોલતાં એ શિવને ભેટી પડ્યા, પરંતુ શિવના ચહેરા પર આવી ગયેલી પીડાના ભાવ જોઈને એને ખ્યાલ આવ્યો કે યુદ્ધમાં થયેલા ઘાવ પર હજી મલમપટ્ટા નહોતા થયા. 'આયુર્વતીને બોલાવો.' એણે તરત આદેશ આપ્યો.

'ના, ના, મેં જ એને થોડી વાર થોભી જવાનું કહ્યું છે. મહારાજ, પાટાપિંડી તો પછી થયા કરશે, પણ એ પહેલાં મારે તમને કંઈ કહેવું છે!' શિવ બોલ્યો.

'પ્રભુ, એ પહેલાં મને બોલી લેવા દો.' નાના બાળકના હાથમાં માંડમાંડ મીઠાઈનો એક ટુકડો આવી ગયો હોય એવા ઉત્સાહથી દક્ષે કહ્યું, 'મારા પિતા પણ જે ન કરી શક્યા એ આજે તમે કરી બતાવ્યું. મારા માટે મેલુહા માટે તમે જે વિજયની ભેટ લઈ આવ્યા એનો ઉપકાર ક્યારેય નહીં ભૂલાય.'

શિવ અને પર્વતેશ્વરે એકબીજાની સામે જોયું.

'સમ્રાટ દિલીપ હમણાં આપણી સામે હાજર થશે.' દક્ષનું વિધાન સાંભળીને પર્વતેશ્વરને આંચકો લાગ્યો. 'આટલા જલદી? હજી થોડી વાર પહેલાં તો મેં આપણા માણસોને એની પાસે જવાનો આદેશ આપ્યો, ત્યાં...'

દક્ષ થનગની રહ્યા હતા. 'પર્વતેશ્વર, એની પહેલાં મેં મોકલેલા માણસો ત્યાં પહોંચી ગયા. યુદ્ધ એના છેલ્લા ચરણમાં હતું, ત્યાં જ નિરીક્ષણ મંચ પર ઊભા ઊભા મને ખ્યાલ આવી ગયેલો કે ચંદ્રવંશીઓની હાર થઈ ચૂકી છે. મને ચિંતા પેઠી કે કાયર દિલીપ કદાચ નાસી છૂટશે એટલે મેં ત્યારે જ એને પકડીને બંદી બનાવી દેવાનો આદેશ આપી દીધો.'

પર્વતેશ્વર અનુભવી સેનાપતિ હતો. એણે હળવેથી પૂછ્યું, 'પણ મહારાજ, એને અહીં લાવતા પહેલાં આપણે શરમાગતિની શરતો વિશે ચર્ચા કરી લેવી જોઈએ. દિલીપ શરણે આવે ત્યારે સામે આપણે શું આપીશું?'

'આવા ભૂંડા હાલે પરાજિત થયેલા સાથે વળી કઈ શરતની ચર્ચા કરવાની હોય? એને તો અહીં મામૂલી અપરાધીના રૂપમાં જ રજૂ કરાશે. જોકે આપણે એને બતાવી દઈશું કે મેલુહા કેટલી હદે ઉદાર થઈ શકે છે. એની સાત પેઢી મેલુહાની ઉદારતાના ગુણગાન ગાતી રહે એવી શરત આપણે દિલીપ સામે મૂકીશું.' વિજયના કેફથી છલકતા અવાજે દક્ષ બોલ્યા.

દક્ષના મનમાં શું હતું એ પૂછવા માટે શિવ હજી મોઢું ઉઘાડે એ પહેલાં તો દ્વારપાલે બહાર મોટે અવાજે ઘોષણા કરી કે સમ્રાટ દિલીપ અને એમના પાટવીકુંવર ભગીરથ હાજર હતા.

'કૌસ્તવ, સહેજ થોભી જાવ.' બોલતાંકને દક્ષ તંબૂમાં ફરી વળ્યા. વિજેતાની છાવણીને શોભે એવું બધું ત્યાં હતું. એ જોયા બાદ તંબૂની વચ્ચોવચ્ચ રાખેલા સિંહાસન પર એમણે સ્થાન લીધું. જમણે શિવને બેસાડ્યો. ત્યાંથી નીકળી જવાનો વિચાર કરી રહેલી સતીને શિવે રોકી પાડી. ચૂપચાપ એ શિવની પાછળ જઈને બેસી ગઈ. પર્વતેશ્વરે દક્ષની ડાબી તરફ આસન ગ્રહણ કર્યું. 'આવવા દો.' દક્ષે સત્તાવાહી અવાજે કહ્યું.

દુષ્ટતાનું જીવતુંજાગતું પ્રતીક ગણાતા દિલીપનો ચહેરો જોવા માટે શિવ ભારે ઉત્સુક હતો. નાગનો ભેટો ભલે યુદ્ધભૂમિ પર ન થયો, પરંતુ શિવને ખાતરી હતી કે પોતે સચ્ચાઈનો પક્ષ લઈને લડેલો. જોકે વિજયનો સંપૂર્ણ સંતોષ તો એને ચંદ્રવંશી સમ્રાટ દિલીપનો પરાજિત ચહેરો જોયા બાદ જ મળવાનો હતો.

તંબૂનો પડદો ખસેડીને અંદર દાખલ થયેલી વૃદ્ધ વ્યક્તિને જોઈને શિવે હળવો આંચકો અનુભવ્યો. એણે દિલીપનું આવું રૂપ જોવાની અપેક્ષા નહોતી રાખી. સાધારણ ઊંચાઈ, ભીનો વાન, સુદૃઢ બાંધો ધરાવતા દિલીપનો ચહેરો આ ઉંમરે પણ આકર્ષક લાગતો હતો. મેલુહાવાસીઓના સાદા પહેરવેશની સામે દિલીપનો ઠાઠમાઠ આંખ આંજી નાખે એવો હતો. ઘેરું ગુલાબી ધોતિયું, ચમકતાં જાંબુડી રંગનું અંગવસ્ત્રમ્ અને આખા શરીરે સુવર્ણ અલંકારોમાં સજ્જ દિલીપનો દેખાવ કોઈ સમૃદ્ધ રાષ્ટ્રના સુખી રાજાને શોભે એવો હતો. એની દાઢીમાં કાળા-સફેદ વાળનું મિશ્રણ હતું. ખભા સુધી પહોંચતા ઘટાદાર વાળ પૂરેપૂરા શ્વેત હતા. એના પર રંગબેરંગી રત્નોથી જડેલો મુકુટ દિલીપના દેખાવને વધુ પ્રભાવશાળી બનાવતો હતો.

'યુવરાજ ભગીરથ ક્યાં છે?'

દક્ષની પૃચ્છાના જવાબમાં દિલીપે કહ્યું, 'મેં એને થોડી વાર બહાર રાહ જોવાનું કહ્યું છે. એ જરાક ગુસ્સાવાળો છે.'

બોલતી વખતે દિલીપની દૃષ્ટિ માત્ર દક્ષ પર હતી. બીજાઓની હાજરીની એણે નોંધસરખી નહોતી લીધી. 'મેલુહામાં અતિથિને આસન આપવાની પ્રથા નથી ?' એણે પૂછ્યું.

'દિલીપ, તમે અતિથિ નહીં બંદીવાન છો.' દક્ષનો જવાબ સાંભળીને દિલીપે મશ્કરીના સૂરે કહ્યું, 'લ્યો, તમે તો મજાક પણ નથી સમજતા.' અને પછી સવાલ કર્યો, 'આ વખતે શું જોઈએ છે?'

દક્ષના જવાબની રાહ જોયા વિના દિલીપે આગળ ચલાવ્યું, 'સો વરસ પહેલાં તમે અમારી પાસેથી યમુનાનું જળ ચોરી ગયેલા. હવે શું લેવા આવ્યા છો?'

શિવે નવાઈભેર દક્ષ તરફ નજર નાખી. ત્યાં રોષ જોવા મળ્યો. 'અમે યમુનાજળની ચોરી નથી કરી. જે અમારું હતું એ જ અમે પાછું લઈ ગયેલા.'

'ઠીક છે, ઠીક છે, હવે અત્યારની વાત કરો.' દિલીપે બેપરવાહીથી હાથ હલાવતાં કહ્યું.

શિવના આશ્ચર્યની સીમા નહોતી. હજી થોડી વાર પહેલાં જ પરાજિત

થયેલા આ દુષ્ટના ચહેરા પર શરમ કે પસ્તાવાના ભાવ હોવા જોઈએ, પણ એને બદલે દિલીપ તો પોતાની ભલમનસાઈથી સામેવાળા પર ઉપકાર કરતો હોય એમ વર્તતો હતો.

દક્ષે જલદીથી સ્વસ્થ થઈને સસ્મિત વદને કહ્યું, 'મને કંઈ જોઈતું નથી. ઊલટું હું તો તમને કંઈ આપવા માંગું છું.'

'અચ્છા?' દિલીપે શંકાશીલ અવાજે પૂછ્યું.

'હા, મારી ઇચ્છા છે કે તમને પણ મેલુહાના લોકોની જેમ વધુ સારી રીતે જીવવાની તક મળે. તમારું ધોરણ ઊંચું આવે. અમે તમને સુધારવા આવ્યા છીએ.' દક્ષ બોલ્યા.

'અમને સુધારવા?' દિલીપ તુચ્છકારભાવે હસ્યા.

એની પરવા કર્યા વિના દક્ષે બોલવાનું ચાલુ રાખ્યું, 'તમે હજીયે રાજા ગણાશો, પણ રાજ્યકારભારનો દોર હવે મારા સૂબા તરીકે સેનાપતિ પર્વતેશ્વર સંભાળી લેશે. ભ્રષ્ટાચારમાં ડૂબેલા તમારા લોકોને મેલુહાની નીતિમત્તાના પાઠ ભણાવશે. આપણે બધાં ભાઈઓની જેમ હવેથી સંપીને રહીશું.'

પર્વતેશ્વર ડઘાઈ ગયો. એણે સ્વપ્નેય નહોતું ધાર્યું કે બાકીનું જીવન હવે સ્વદ્વીપમાં ગાળવાનું આવશે.

દિલીપ માંડ માંડ હસવાનું ખાળતા હોય એવા ભાવે કહ્યું, 'તમને એવું લાગે છે કે તમારા સીધાસાદા માણસો ખરેખર સ્વદ્વીપ પર રાજ કરી શકશે? અરે, વાતે વાતે ભડકો થઈ જતા અમારા લોકોને સંભાળવાનું તમારું ગજુ નથી. કોઈ તમારા ભાષણ નહીં સાંભળે.'

'જરૂર સાંભળશે. તમે જાણતા નથી કે ભાષણની પાછળ કોનો અવાજ હશે!' દક્ષ બોલ્યા.

'કોનો? જરા હું પણ સાંભળું એને!'

દક્ષે પોતાની જમણી તરફ ઇશારો કરતાં કહ્યું, 'જોઈ લો, અહીં મારી બાજુમાં કોણ બેઠું છે! જોઈ લો, એના ગળા તરફ!'

શિવ એના આસન પર સળવળ્યો. એને બધું બહુ વિચિત્ર લાગી રહ્યું હતું. દિલીપે પહેલી વાર શિવની હાજરી નોંધી હોય એવા તુચ્છભાવે એની સામે જોયું,પણ પછી જોતા જ રહી ગયા. યુદ્ધ દરમિયાન લોહીમાંસથી ખરડાઈ ગયા પછી પણ શિવના નીલવર્ણા કંઠનું તેજ ઝાંખું નહોતું પડ્યું. દિલીપના ચહેરા પરથી ઘમંડ ઓગળવા માંડ્યું. એણે બોલવા માટે મોઢું ખોલ્યું, પણ અંદરથી કંઈ અવાજ ન નીકળ્યો.

'ભ્રષ્ટ ચંદ્રવંશી, જોઈ લે અમારી સાથે નીલકંઠ છે.' દક્ષ બોલ્યા, પણ દિલીપની નજર શિવ પરથી ખસવાનું નામ નહોતી લેતી. કોઈ સ્વજને એની પીઠમાં છરી ભોંકી દીધી હોય એવા નિર્દોષ બાળક જેવા ઘવાયેલા ભાવ દિલીપની આંખોમાં તરવરતા હતા.

શિવે અસ્વસ્થતા અનુભવી. બધું એની ધારણાથી વિરુદ્ધ થઈ રહ્યું હતું.

'નીલકંઠે પ્રતિજ્ઞા લીધી છે કે એ ચંદ્રવંશી સંસ્કૃતિનો વિનાશ કરીને જ જંપશે! તમારે એમનો અવાજ સાંભળવો જ પડશે.' દક્ષ જાણે ઊછળી ઊછળીને બોલી રહ્યા હતા.

શિવ તરફ તાકી રહેલા દિલીપ જાણે તંદ્રામાંથી બહાર આવ્યા. 'તમે કહો તેમ.' એના હોઠ ફફડ્યા અને પછી લથડતા પગે એ તંબૂના દરવાજા ભણી ચાલવા માંડ્યા. બહાર નીકળતાં પહેલાં ફરી એક વાર એણે ગરદન ફેરવીને નીલકંઠ સામે જોઈ લીધું. દિલીપની ગર્વિષ્ઠ આંખોમાં આવી ગયેલા ઝળઝળિયાં શિવની નજરે ચઢી ગયાં.

દિલીપના જતાંની સાથે દક્ષ ઊભા થઈને શિવને ભેટી પડ્યા. 'જોયું પેલાનું મોઢું!' ખુશાખુશાલ અવાજે બોલીને એમણે પર્વતેશ્વર ભણી જોયું. 'દિલીપ હવે સાવ ભાંગી પડ્યો છે. સ્વદીપ આપણા કાબૂમાં લાવતાં વાર નહીં લાગે. ઇતિહાસમાં આપણા નામની સાથે લખાશે કે હજારો વર્ષોથી સળગતી સમસ્યાનો કાયમી ઉકેલ આ લોકો લઈ આવ્યા.'

શિવનું ધ્યાન બીજે હતું. એના હૃદયમાં આનંદની જગ્યા હવે વિષાદે લીધી હતી. થોડા કલાકો પહેલાં જે લડાઈને એણે ધર્મયુદ્ધનું નામ આપેલું એમાં હવે કેમ ખોટું દેખાવા લાગેલું?'

'શું વિચારો છો, મારા દેવ?' દક્ષની પૃચ્છાના જવાબમાં શિવે માત્ર માથું ધુણાવ્યું.

'મેં પૂછ્યું કે દિલીપના રથમાં બેસીને તમે અયોધ્યા જશો?' દક્ષના પ્રશ્નનું કોઈ મહત્ત્વ ન હોય એમ શિવે ફરીથી માત્ર માથું હલાવીને હકાર ભણી દીધો.

દક્ષ હવે બીજી વ્યવસ્થાઓ ગોઠવવામાં વ્યસ્ત થઈ ગયા. 'આયુર્વતીને કહો કે નીલકંઠની સારવાર કરે... અયોધ્યા જવા માટે કાલે સવારે જ નીકળી જઈએ... અંધાધૂંધી ફેલાઈ જાય એ પહેલાં ત્યાં પહોંચવું પડશે...'

દક્ષ, પર્વતેશ્વર, સતી, બધાંના અવાજ ધીમા પડતા ગયા. શિવની પાંપણો ભારે થવા લાગી. કોઈ અજબ પ્રકારની નિંદ્રામાં એ સરી રહ્યો હતો. 'નંદી...' અચાનક એણે બૂમ પાડી.

નંદી બહારથી દોડતો આવ્યો.

'હમણાં ને હમણાં આ ગળું ઢાંકવા માટેનો ગલપટ્ટો લઈ આવો!' શિવે હુકમ છોડ્યો.

'કેમ?' નંદીથી પુછાઈ ગયું.

'કારણ કે મને જરૂર છે.' શિવે એટલા જોરથી કહ્યું કે નંદી સહિત તંબૂમાં ઊભેલી દરેક વ્યક્તિ હબક ખાઈ ગઈ, પરંતુ નંદીને હજી બહાર દોડવાની અક્કલ આવે ત્યાં તો શિવ સાનભાન ગુમાવીને જમીન પર ઢળી પડ્યો.

— ⚲⊘⩛⇡⊛ —

દોડતા દોડતા એને હાંફ ચઢી ગયેલી, પરંતુ સહેજ પણ ધીમો પડે તો પાછળથી આવેલા હાથ એને આંબી જવાના હતા. જંગલનું ઝાડવેઝાડવું એને ગળી જવા માટે તૈયાર હતું.

'બચાવો... કોઈ મને બચાવો...' ક્યાંકથી ચીસ સંભળાઈ અને દોડી રહેલા એના પગ અચાનક અટકી ગયા. એણે કેડે ભરાવેલી તલવાર પર હાથ મૂક્યો. એ મહાદેવ હતો. આ વખતે નાસી નહીં છૂટે.

'જય શ્રીરામ'નો સાદ પાડીને શિવ આવ્યો હતો. એ દિશામાં પાછો દોડ્યો. કાંટાકાંકરાથી લોહીલુહાણ થઈ ગયેલા પગે એ દોડતો રહ્યો. મનમાં બસ એક ધૂન હતી. આ વખતે હું સમયસર પહોંચીને એને બચાવી લઈશ... લોહીની સાથે મારા પાપ પણ ધોવાઈ જશે...

પણ ઝાડીઝાંખરાને પાર કરીને ખુલ્લામાં પહોંચ્યો ત્યારે જે દશ્ય જોવા મળ્યું એ જોઈને શિવના ગાત્ર ગળી ગયા. જમીન પર પડેલી સ્ત્રીની છાતીમાં ઊંડે સુધી એક નાની તલવાર ખૂંપી ગયેલી. એની બાજુમાં ઊભેલા છોકરાના હાથ લોહીલુહાણ હતા. આઘાતથી સુન્ન થઈ ગયો હોય એવા ભાવ એના ચહેરા પર હતા. થોડે દૂર ઊંચા ખડક પર બેઠેલો માણસ છોકરા તરફ આંગળી ચીંધીને ખડખડાટ હસી રહ્યો હતો. શરીરે રીંછ જેવા વાળ ધરાવતા એ પુરુષનું અટ્ટહાસ્ય સાંભળનારનાં રૂંવાડાં ખડાં કરી દે એવું હતું.

'ના...' ચીસ પાડીને શિવ જાગી ગયો. આજે ફરી વાર એને દુ:સ્વપ્ન આવી ગયેલું. ધૂંધળી આંખોની સામે ધીમે ધીમે સતી ઉપરાંત બીજા ચહેરા પણ સ્પષ્ટ થયા.

'દેવ, તમને ઝેર ચઢી ગયેલું. અમને શંકા છે કે લડાઈમાં ચંદ્રવંશી સૈનિકોએ ઝેરીલાં શસ્ત્રોનો પણ ઉપયોગ કરેલો. આપણા બીજા થોડા માણસોનીયે આવી જ હાલત છે.' આયુર્વતી બોલી.

શિવે બેઠા થઈને થોડું પાણી પીધું. એના ગળે ભયંકર શોષ પડી રહ્યો હતો. 'લાગે છે, હું બહુ સૂતો.' તંબૂમાં સળગતી મશાલ સામે જોઈને એણે કહ્યું. રાત પડી ગયેલી.

'હા, છત્રીસ કલાક.' આયુર્વતીનો જવાબ શિવને ચોંકાવી ગયો. આંચકાની કળ વળી ત્યારે એનું ધ્યાન બીજી તરફ ગયું. ત્યાં બેઠેલા કદાવર માણસની જમણી આંખ પાટાપિંડી નીચે ઢંકાઈ ગયેલી અને ઝોળીમાં લટકતો ડાબો હાથ અડધો કપાઈ ગયો હોય એવું દેખાતું હતું. 'દ્રપકુ?' શિવે એને ઓળખી કાઢ્યો.

ઉત્તરઘાટ પર ચંદ્રવંશીઓના આક્રમણને ખાળી રાખવાના પ્રયાસમાં દ્રપકુએ એની પાંચ હજારની સેનાના અડધોઅડધ માણસની સાથે પોતાની જમણી આંખ અને ડાબો હાથ ગુમાવ્યા હતા, પણ એનો અફસોસ કરવાને બદલે આ બહાદુર યોદ્ધો ઊંચા માથે શિવ સામે બેઠો હતો. સાચા ક્ષત્રિય માટે લડાઈમાં વિજયથી વિશેષ બીજો કયો આનંદ હોઈ શકે? જોકે દ્રપકુ માટે નીલકંઠનાં દર્શનનું મહત્ત્વ પણ ઓછું નહોતું. એમની જ કૃપાથી જીત મળી હોવાનું એ માનતો હતો.

'ના દ્રપકુ, મારી કૃપા નહીં તમારી શૂરવીરતાએ આપણને વિજય અપાવ્યો. મને તમારા પર ગર્વ છે.' શિવે કહ્યું. ધીમે ધીમે એની શારીરિક અને માનસિક સ્વસ્થતા પાછી ફરવા લાગેલી.

'પિતાજી આજે સવારે અયોધ્યા ગયા.' સતીએ જણાવ્યું. એમાં પર્વતેશ્વરે પોતાના તરફથી માહિતી ઉમેરી. 'અત્યારના સંજોગોમાં સ્વદ્વીપને નધણિયાતું રાખવાનું ઠીક નથી. મહારાજાને લાગે છે કે દિલીપને બંદીવાન અવસ્થામાં રાખીને સૂર્યવંશી સેનાએ આખા સ્વદ્વીપમાં ફરવું જોઈએ જેથી અહીંના લોકોને બદલાયેલી પરિસ્થિતિનો ખ્યાલ આવે અને નવા પ્રશાસનને સ્વીકારવા તૈયાર થાય.'

'તો હવે આપણે અયોધ્યા નથી જવાનું?'

'જવાનું છે, પણ તમારી તબિયતમાં થોડો સુધારો થાય એ પછી.' આયુર્વતી બોલી.

'બારેક હજાર સૈનિકો આપણી સાથે રહ્યા છે. તમારી અનુકૂળતા જોઈને આપણે અયોધ્યા ભણી કૂચ કરી જઈશું. નાનું સૈન્ય જોઈને સ્વદ્વીપમાં કોઈ આપણા પર આક્રમણ કરવાની ભૂલ ન કરી બેસે એટલે સમ્રાટ દિલીપના પરિવારમાંથી એક સભ્ય પણ આપણી સાથે બાનમાં રાખ્યા છે.' પર્વતેશ્વરે કહ્યું.

'કોણ?'

'સમ્રાટ દિલીપની પુત્રી, રાજકુમારી આનંદમયી.' પર્વતેશ્વરનો જવાબ સાંભળીને આયુર્વતીએ સહેજ હસીને માથું હલાવ્યું.

'શું થયું?' શિવે પૂછ્યું.

પર્વતેશ્વરે આયુર્વતી ભણી ડોળા કાઢીને પછી થોડા સંકોચભર્યા અવાજે કહ્યું, 'ખાસ કંઈ નહીં, પણ રાજકુમારી થોડી માથાભારે છે.'

'તો તો એનાથી દૂર રહેવામાં જ ભલાઈ છે.' શિવે હસીને કહ્યું.

* * *

પછીના પાંચેક દિવસમાં શિવ અને બીજા બીમાર સૈનિકો ઝેરની અસરમાંથી સાવ મુક્ત થઈ ગયાનું લાગ્યું અને પર્વતેશ્વરે પ્રવાસની તૈયારી આદરી.

શિવનું મન ફરીફરીને સમ્રાટ દિલીપ સાથે થયેલી પહેલી મુલાકાત ભણી જતું હતું. 'પણ આટલું વિચારીને શું ફાયદો? અમારી સામેની એની વર્તણૂક મોટો ઢોંગ જ હતી. ચંદ્રવંશીઓ દુષ્ટ છે. એમને હરાવીને અમે સારું જ કર્યું છે...' શિવે જાતને સમજાવવાનો પ્રયાસ કર્યો, પણ અંદરથી ડંખ નહોતો જતો.

'આવતીકાલે સવારે પ્રસ્થાન કરીશું. ભગવાન રામની જન્મભૂમિ જોવાની તારી ઇચ્છા આખરે પૂરી થશે.' પર્વતેશ્વરે સતી સામે જોઈને સ્નેહાળ અવાજે કહ્યું.

'હા. પિતૃતુલ્ય, પણ મને ડર છે કે આ લોકોએ આપણા રામનું મંદિર ક્યાંક તોડી ન પાડ્યું હોય!' સતી બોલી.

એવામાં બહારથી સંવાદમાં ખલેલ પાડતો અવાજ આવ્યો. 'શું થયું નંદી ?' પર્વતેશ્વરે મોટે અવાજે પૂછ્યું.

બહારથી જવાબ આવ્યો, 'દેવ, રાજકુમારી આનંદમયી અહીં પધાર્યાં છે. એમની થોડી માંગણીઓ છે જે પૂરી કરવાનું શક્ય નથી. એ હવે તમને મળવાની જીદ કરે છે.'

'કુંવરીને કહો કે એમના તંબૂમાં રાહ જુએ. થોડી વારમાં હું ત્યાં આવું છું.' પર્વતેશ્વરે સહેજ ચિઢાઈને કહ્યું.

'સેનાપતિ, ત્યાં સુધી રાહ જોવાનો સમય મારી પાસે નથી.' કડક અવાજે બહાર ઊભેલી સ્ત્રી બોલી.

શિવે પર્વતેશ્વરને સંકેત આપ્યો. એણે નંદી અને વીરભદ્રને આદેશ આપ્યો. 'રાજકુમારીને અંદર મોકલો, પણ એની પાસે કોઈ હથિયાર નથી એની ખાતરી પહેલાં કરી લેજો.'

થોડી જ વારમાં આનંદમયીએ તંબૂમાં પ્રવેશ કર્યો. એને જોઈને શિવનાં ભવાં થોડાં ઊંચાં થઈ ગયાં. રાજકુમારી એના પિતાથી કદમાં ઊંચી હતી અને રૂપરૂપનો અંબાર હતી. કુદરતે ફુરસદના સમયે ઘડ્યો હોય એવા સુડોળ દેહ

પર આનંદમયીએ જે વસ્ત્રો ધારણ કરેલાં એ જોનારની દાનત બગાડે એવાં હતાં. નાભીથી બહુ નીચે કસીને એણે જે વસ્ત્ર કમરે વીંટાળેલું એ ઘૂંટણ સુધી પણ નહોતું પહોંચતું. મેલુહાના પુરુષો ખાસ પ્રસંગોએ જાહેર સ્નાન દરમિયાન કમરે લંગોટ જેવું કપડું વીંટાળતા હતા, એટલા જ ટૂંકા કાપડમાં આનંદમયીએ શરીરનો નીચલો હિસ્સો ઢાંકેલો. મેલુહાની સ્ત્રીઓની જેમ એણે છાતી પર કંચૂકી બાંધેલી, પરંતુ એ પણ એટલી નીચી અને તંગ હતી કે એમાંથી એના યૌવનનો ઉભાર સ્પષ્ટપણે નજરે પડે. ઘઉંવર્ણી ચમકદાર ત્વચા, ધનુષ્યની કમાન જેવા હોઠ અને હરણ જેવી ચંચળ આંખોની માલિક આનંદમયી, કમરે હાથ દઈને, એક તરફ સહેજ ઝૂકીને ઊભી રહી.' આમાં ક્યાં હથિયાર સંતાડું?' એણે પર્વતેશ્વરને પૂછ્યું.

નંદી અને સતીના ચહેરા પર નારાજગીના ભાવ આવી ગયા. પર્વતેશ્વરે માત્ર માથું હલાવ્યું. ચૂપ રહ્યા પણ શિવ અને વીરભદ્ર માટે સ્મિત છુપાવવાનું કઠિન હતું.

'કેમ છો, પર્વતેશ્વર?' આનંદમયીએ આંખો નચાવતાં પૂછ્યું.

પર્વતેશ્વરના ગાલ ગુલાબી થઈ ગયા, પણ પછી ગુસ્સાનો દેખાવ કરીને એણે પૂછ્યું, 'શું જોઈએ તમને?'

'માંગું એ આપશો?' આનંદમયીની આંખોમાં મસ્તી હતી. પર્વતેશ્વરના ગાલ ગુલાબીમાંથી રાતા થયા. 'રાજકુમારી, નકામી વાતો કરવાનો સમય મારી પાસે નથી. શું જોઈએ છે એ કહી દો.'

'ઠીક છે, તમારી આ ગરીબડી છાવણીમાં ક્યાંયથી મને થોડું દૂધ અને ગુલાબના ફૂલની પાંદડીઓ મળશે?' આનંદમયીની માંગણી સાંભળીને પર્વતેશ્વરે નંદી સામે જોયું.

નંદીએ તરત પોતાનો બચાવ કરતાં કહ્યું, 'એમને એકાદ-બે પ્યાલા નહીં, પચાસ ઘડા ભરીને દૂધ જોઈએ છે.'

પર્વતેશ્વરનું આશ્ચર્ય વધ્યું. 'તમારે પચાસ ઘડા દૂધ પીવું છે?' એણે આનંદમયીને પૂછ્યું.

'પીવું નથી, સ્નાન કરવું છે, સેનાપતિ!' તીખા અવાજે આનંદમયીએ જવાબ આપ્યો. 'કાલથી આપણે લાંબા પ્રવાસ પર નીકળવાનું છે. એ માટે તૈયાર તો થવું પડે ને!'

'હું મારાથી બનતા પ્રવાસ કરું છું.' પર્વતેશ્વર સહેજ મૂંઝાઈને બોલ્યો.

'માત્ર પ્રયત્ન કરવાથી નહીં ચાલે. ગમે ત્યાંથી દૂધ હાજર કરો.' મેલુહાના સેનાપતિને તતડાવી નાખતી હોય એવા સૂરે આનંદમયી બોલી.

શિવ માટે હવે જાત પર કાબૂ રાખવાનું કઠિન હતું. એ ખડખડાટ હસી પડ્યો.

'એય, આમાં હસવા જેવું શું છે?' આનંદમયીએ શિવ તરફ ફરીને તીખા અવાજે પૂછ્યું.

'રાજકુમારી, મહાદેવ સામે બોલવામાં મર્યાદા જાળવજો.' પર્વતેશ્વર ઘૂરક્યો.

'મહાદેવ, અચ્છા તો આ જ એ માણસ છે જેને દક્ષ આખી દુનિયામાં બતાવતા ફરે છે?' આનંદમયીના ચહેરા પર ઉપાલંભના ભાવ હતા. 'અચ્છા, તો તમે મારા પિતાને એવું તે શું કહી નાખ્યું કે હવે એમણે બધાં સાથે બોલવાનું બંધ કરી દીધું છે? મોઢા પરથી તો લાગતું નથી કે તમે કોઈને પણ ડરાવી શકો.'

'રાજકુમારી સાવધાન, તમે જાણતા નથી કે કોની સામે આવું બોલી રહ્યા છો!' પર્વતેશ્વરને રોષ પર કાબૂ રાખવા માટે શિવે હાથ ઊંચો કરીને સંકેત આપ્યો, પણ આનંદમયીને હવે ચૂપ કરવી કઠિન હતી.

'તમે ગમે તે હો, પણ અમારા દેવ આવીને તમને કચડી નાખશે. એમનું આગમન સ્વદ્વીપમાં થશે ત્યારે તમારા જેવા દુષ્ટોને છુપાવા માટે ક્યાંય જગ્યા નહીં મળે.'

'નંદી, આને બહાર લઈ જાવ.' પર્વતેશ્વરે ત્રાડ પાડી.

'શાંતિ રાખો.' શિવે એને વાર્યો અને પછી આનંદમયી સામે જોઈને પૂછ્યું, 'તમારા દેવ સ્વદ્વીપમાં આવીને અમારા જેવા દુષ્ટોનો નાશ કરશે... એટલે?'

'પર્વતેશ્વરના દેવ, મારે તમને શું કામ જવાબ આપવો જોઈએ?'

'આનંદમયી, મહાદેવ જે પૂછે એના સરખા જવાબ આપો.' રાજકુમારીની ગરદન પર તલવારની અણી ધરતાં પર્વતેશ્વરે કહ્યું.

પણ આનંદમયીને કોઈ ડર નહોતો. શિવ તરફ જોઈને એ બોલી, 'અમે એ દિવસની પ્રતીક્ષામાં છીએ જ્યારે અમારા ભગવાન આવીને સૂર્યવંશીઓનો નાશ કરશે.'

શિવના કપાળે ચિંતાના સળ પડ્યા. 'કોણ છે તમારા ભગવાન?' એણે પૂછ્યું.

'હું નથી જાણતી. એમના દર્શન હજી નથી થયાં.'

શિવના કાળજાની ફરતે કોઈ અજાણ ભયે ભરડો લીધો. હવે પછીનો પ્રશ્ન પૂછવાની હિંમત નહોતી, પણ મન કહેતું હતું કે પૂછ્યા વિના આરો નહોતો. 'ભગવાન આવશે ત્યારે તમે એમને કઈ રીતે ઓળખશો?' એણે પૂછી લીધું.

'તમારે જાણીને શું કરવું છે?'

'જાણવું બહુ જરૂરી છે.'

શિવના માનસિક સંતુલન વિશે હવે શંકા જાગી હોય એમ આનંદમયીએ ધીમેથી કહ્યું, 'એ સપ્તસિંધુના બહારના કોઈ પ્રદેશમાંથી આવશે. ન તો એ સૂર્યવંશી હશે, ન તો ચંદ્રવંશી! પણ આવશે ત્યારે અમારા પક્ષે હશે.'

'અને?' શિવના હોઠ ફફડ્યા.

'અને સોમરસ પીતાંની સાથે એના ગળાનો રંગ બદલાઈને નીલવર્ણો થઈ જશે.'

આનંદમયીના મોઢેથી આ છેલ્લું વાક્ય સાંભળતાંની સાથે શિવને આસપાસની આખી દુનિયા ગોળગોળ ફરતી લાગી. એના ચહેરાનો રંગ ઊડી ગયો. આ જોઈને આનંદમયીને આશ્ચર્ય થયું.

પર્વતેશ્વર ધૂંઆપૂંઆ થઈ ગયો. 'છોકરી, તું જૂઠું બોલે છે. કબૂલ કર કે જૂઠું બોલે છે.' એણે રીતસર ચીસ પાડી.

'અરે, હું શું કામ જૂઠું...' શિવે ગળાની ફરતે વીંટાળેલા ગલપટ્ટા પર રહીરહીને આનંદમયીનું ધ્યાન ખેંચાયું અને આગળના શબ્દો એના ગળામાં અટવાઈને રહી ગયા. ફિક્કા પડી ગયેલા ચહેરે એ શિવના ગળા તરફ તાકી રહી. એની આંખોમાં હવે કોઈ અભિમાન નહોતું. 'તમે ગળું કેમ ઢાંકી દીધું છે?' થોડી વારે એણે ધ્રૂજતા અવાજે પૂછ્યું.

'નંદી, આને બહાર લઈ જાવ.' પર્વતેશ્વરે ફરીથી આદેશ આપ્યો.

'તમે કોણ છો?' આનંદમયીનો અવાજ ફાટી ગયો.

નંદી અને વીરભદ્રએ પહેલાં ધીમેથી અને પછી બળપૂર્વક આનંદમયીને તંબૂમાંથી બહાર ખેંચી જવાનો પ્રયાસ કર્યો, પણ નાજુક લાગતી એ સ્ત્રીના શરીરમાં હવે જબરી તાકાત આવી ગયેલી. બંને પુરુષ સાથે બાખડતાં એણે ફરીથી ચીસ પાડી, 'કોણ છો તમે?'

જવાબ આપવાનું તો બાજુએ રહ્યું, નજર ઊંચી કરવાની તાકાત પણ શિવમાં નહોતી બચી. ચક્કર ખાઈને નીચે પડી ન જવાય એટલે એણે એક ઊંચા આસનનો હાથો પકડી રાખ્યો.

'જવાબ આપો, તમે કોણ છો?' આનંદમયીના અવાજમાં હવે આક્રંદ હતું. શિવે માથું ઊંચું કર્યું. ક્ષણભર એની આંખો આનંદમયીની આંખોને મળી અને એમાં જે યાતના દેખાઈ એણે શિવના હૃદયને ચીરી નાખ્યું. અંદર એક આગ ઊઠી અને શિવના આત્માને દઝાડી ગઈ.

આનંદમયી હવે નંદી અને વીરભદ્ર સાથે લડવાનું બંધ કરીને પરાજિત

મુદ્રામાં ઊભી હતી. ગમે તેવા ક્રૂર સૈનિકના હાથ પણ અટકી જાય એવી પીડા એની આંખોમાં હતી. ભાંગી પડેલા અવાજે એ બોલી, 'તમારે તો અમારો સાથ આપવાનો હતો!'

નંદી અને વીરભદ્ર પછી તો એને આસાનીપૂર્વક બહાર ઢસડી ગયા. પર્વતેશ્વર નીચી દૃષ્ટિ રાખીને ઊભો રહ્યો. એ સૂર્યવંશી હતો. એનાથી ઊંચી કક્ષાની વ્યક્તિ દયામણી હાલતમાં હોય ત્યારે નજર મિલાવીને એને વધુ શરમમાં નાખવા જેવી ધૃષ્ટતા એ નહોતો કરવાનો.

પરંતુ સતીની વાત જુદી હતી. પતિની નબળી ક્ષણોમાં એ એનો સાથ નહોતી છોડવાની. એણે નજીક આવીને શિવના ગાલે કોમળતાથી સ્પર્શ કર્યો.

'આ હું શું કરી બેઠો?' શિવ ચિત્કાર કરી ઊઠ્યો.

પ્રકરણ-૨૫

`સ્વ'નો એક દ્વીપ

ધર્મખેતથી અયોધ્યા સુધીનું અંતર કાપતાં પૂરા ત્રણ સપ્તાહ નીકળી ગયા. લાંબા, ઉબડખાબડ રસ્તે ગંગા સુધી પહોંચીને શિવનો કાફલો પછી જળમાર્ગે પૂર્વ દિશામાં આગળ વધ્યો. સરયુ નદીના પાણી ગંગામાં ઠલવાતાં હતાં ત્યાંથી ઉત્તરનું વહેણ એમને છેવટે અયોધ્યા લઈ ગયું.

એમણે જે માર્ગ પસંદ કર્યો એ લાંબો હતો, પણ સ્વદ્વીપના રસ્તાઓની કંગાળ સ્થિતિને લક્ષમાં રાખતા જળપ્રવાસમાં વધુ ડહાપણ હતું.

પ્રવાસ ભલે કઠિન હોય, પણ મેલુહાના સૈનિકો માટે કદાચ જીવનની આ સહુથી મોટી અને મહત્ત્વની યાત્રા હતી. મનમાં ઉત્સાહ માતો નહોતો. અયોધ્યા ! ભગવાન રામના ચરણસ્પર્શથી પહેલવહેલી પાવન થયેલી ભૂમિ વિશે એ બધાંએ અત્યાર સુધી માત્ર સાંભળેલું, પણ કોઈએ જોઈ નહોતી. મેલુહાવાસીઓની કલ્પનામાં અયોધ્યા એક એવું નગર હતું જે ભલે ચંદ્રવંશીઓની હાજરીથી અભડાયું હોય, એની આસપાસનો વિસ્તાર ભલે ખેદાનમેદાન થઈ ગયો હોય, પણ હજીયે વિશ્વમાં એની તુલનાએ આવી શકે એવું બીજું કોઈ શહેર નહોતું.

દૂરથી દેખાયેલી અયોધ્યાની ઝલક આ માન્યતાને પુષ્ટિ આપે એવી હતી. નગરની બહારની દીવાલો પહેલી નજરે અભેદ્ય લાગતી હતી. જોકે મજબૂતીમાં અહીં સૌંદર્યનું મિશ્રણ હતું. મેલુહામાં જ્યાં જુઓ ત્યાં સાદો ભૂખરો રંગ જોવા

મળે, પણ સ્વદ્વીપમાં તો શહેરની ફરતેની દીવાલો પણ રંગબેરંગી હતી. સૃષ્ટિમાં હતા એટલા બધા રંગ સ્વદ્વીપવાળાએ એમનાં બાંધકામોમાં વાપરેલા એક ઈંટ રંગીન તો બીજી સફેદ એવી રંગરચના હતી. ચંદ્રવંશીઓ માટે સહુથી પવિત્ર રંગશ્વેત હતો. ઠેરઠેર ઊંચા મીનારા પરથી ગુલાબી અને આકાશી રંગના પતાકાઓ ફરફરતી હતી. આ સજાવટ કોઈ ખાસ પ્રસંગ માટે નહોતી કરાઈ. બારે મહિના અયોધ્યાનગર આવા જ શણગાર સજીને રહેતું હતું.

કિલ્લાની થોડે નજીક પહોંચતા જ રસ્તો વળાંક લઈ લેતો હતો. એના મુખ્ય પ્રવેશદ્વારને તોડવા માટે હાથીઓ કે માણસોના ટોળાં દૂરથી દોડતા સીધા ધસી ન આવે એ માટે આ વ્યવસ્થા હતી, પરંતુ મેલુહાના સૈન્ય માટે હવે દરવાજા ખુલ્લા હતા.

નકશીદાર મુખ્ય પ્રવેશદ્વાર પર ચંદ્રવંશીઓનું રાજચિહ્ન હતું. અર્ધચંદ્રની નીચે મોટા અક્ષરે કોતરાયેલું – શૃંગાર, સૌંદર્ય, સ્વાતંત્ર્ય.

પરંતુ અયોધ્યાની ભવ્યતા અને સુંદરતા એની બહારની દીવાલો અને પ્રવેશદ્વાર પૂરતી સીમિત હતી. શહેરમાં પગ મૂકતાંની સાથે મેલુહાવાસીઓની બધીયે કલ્પના છિન્નભિન્ન થઈ ગઈ. કૃતિકાના શબ્દોમાં અહીં અરાજકતાનું રાજ હતું.

શહેરનું બાંધકામ મેલુહા જેવા ઊંચા ચબૂતરા પર નહોતું થયું. સરયુમાં પૂર આવે તો આસાનીથી આખા શહેરને પાણીમાં તાણી જાય. અછડતી નજર નાખો તો અતૂટ લાગે એવી સાત કોઠા ધરાવતી દીવાલો પણ પછી સુરક્ષાની દૃષ્ટિએ ધ્યાન આપો તો સાવ નબળી પુરવાર થાય એવી હતી. દુશ્મનો માટે અયોધ્યાની અંદર ધસી જવાનું મુશ્કેલ નહોતું. કદાચ એટલે જ ચંદ્રવંશીઓ જરૂર પડે ત્યારે શહેરની બહાર દૂરદૂરની જગ્યાને રણભૂમિ બનાવવાનું પસંદ કરતા હતા.

અયોધ્યાનું પ્રશાસન સંભાળતા માણસોને કદાચ કામકાજ કરતાં ચર્ચાઓમાં વધુ રસ હતો. રાજમહેલ તરફ જતા રાજમાર્ગને બાદ કરો તો શહેરના બીજા બધા રસ્તા ધૂળિયા, ખાબડખૂબડ હતા. એક સમયે જાહેર કાર્યક્રમો અને રમતગમત માટે વપરાતા ખુલ્લાં મેદાનો પર હવે ઝૂંપડાં ઊભાં થઈ ગયેલાં. બહારથી આવીને ગેરકાયદે અહીં વસી જનારા વિદેશીઓને કોઈ પૂછવાવાળું નહોતું. મનફાવે ત્યાં તંબૂ ઊભા કરીને એમણે શહેરનાં મેદાનો જ નહીં, રસ્તાઓ પર પણ કબજો જમાવી દીધેલો. અયોધ્યાવાસીઓ એમને આંગળી પણ અડાડી નહોતા શકતા, કારણ કે રાજાએ ઉદારભાવે જાહેર કરી દીધેલું કે વર્ષોથી અહીં

રહેતાં ઝૂંપડાવાસીઓ માટે પાકા ઘરની વ્યવસ્થા ન થાય ત્યાં સુધી એમને ખસેડવા નહીં. કમનસીબે છેલ્લાં બાર વર્ષમાં અહીંના રેઢિયાળ શાસને આવું એકેય મકાન ઊભું નહોતું કર્યું. આખા શહેરનો કારભાર ખાડે ગયો હતો.

મેલુહાથી આવનારા માટે તો આ મોટો આઘાત હતો. એમના પૂજ્ય રામ ભગવાનની અયોધ્યાની ચંદ્રવંશીઓએ આવી વલે કરેલી? કોઈકે વળી એવી ધારણા વ્યક્ત કરી કે અયોધ્યા પહેલેથી આવું હશે અને એટલે જ કદાચ ભગવાન રામે સરયુ નદી પાર કરીને બહુ દૂર આવેલી સરસ્વતીના કાંઠે દેવગિરિમાં નવું પાટનગર પ્રસ્થાપિત કરેલું.

પ્રાથમિક આઘાતમાંથી કળ વળી ગયા પછી જોકે મેલુહાવાસીઓને ધીમે ધીમે લાગવા માંડ્યું કે પહેલી નજરે ગંદા, વેરવિખેર લાગતા શહેરની અંદર એવુંયે ઘણું હતું જે મનને આકર્ષિત કરી જાય. અયોધ્યામાં કોઈ બે ઘર સરખાં નહોતાં લાગતાં. મેલુહામાં તો રાજ્યના નિયમ પ્રમાણે દરેક મકાનની બાંધણી અને રંગ એક સમાન હતા, પણ સ્વદ્વીપમાં તો બધાંએ પોતપોતાને ગમે એવાં ઘર બનાવેલાં. ક્યાંક કેસરી રંગની દીવાલો હતી તો ક્યાંક પોપટી રંગની છત અને ભડક ગુલાબી રંગના ઝરૂખા. ઘણાં મકાન તો એટલાં ઊંચાં અને ભવ્ય હતાં કે સાદગીથી ટેવાયેલા મેલુહાવાસીઓની આંખો અંજાઈ જાય. અયોધ્યાના શ્રીમંત નાગરિકોએ રાજ્યની મદદ મળે એની રાહ જોયા વિના ઠેકઠેકાણે વિશાળ બાગબગીચા, મંદિરો, નાટ્યમંદિરો અને પુસ્તકાલયો ઊભાં કરેલાં. એના પર દાતાપરિવારના નામની તકતીઓ જોઈને મેલુહાવાળાઓને ભારે આશ્ચર્ય થયું. મેલુહામાં આવી અંગત પ્રસિદ્ધિને કોઈ સ્થાન નહોતું. અયોધ્યામાં સમૃદ્ધિ અને ગરીબી, સૌંદર્ય અને કુરૂપતા બાજુબાજુમાં વસતાં હતાં. ક્યાંક નાકનું ટેરવું ચઢાવીને તો ક્યાંક મંત્રમુગ્ધ થઈને મેલુહાના સૈનિકો આ અનોખા શહેરને જોઈ રહ્યા.

શહેર હતું એવા જ એના નાગરિકો હતા. અહીંની નારીઓ લજ્જાનો ભાર લઈને નહોતી ચાલતી. ઓછાં કપડાંમાં શારીરિક સૌંદર્યનું પ્રદર્શન કરવામાં એ જાણે ગૌરવ અનુભવતી હતી અને પુરુષો પણ સજવાધજવાના શોખીન લાગતા હતા. પ્રેમ, ગુસ્સો કે ઘૃણા જેવી લાગણીઓ ખુલ્લેઆમ વ્યક્ત કરી દેવામાં અહીં કોઈને છોછ નહોતો. બે અંતિમોમાં મુક્ત જીવન જીવતા અયોધ્યાવાસીઓ માટે 'મધ્યમ માર્ગ' જેવા શબ્દ જાણે સાવ અજાણ્યા હતા.

આવા લોકોએ જ્યારે સાંભળ્યું કે બહારથી આવેલો કોઈ રાજા એમને સુધારવા માંગે છે ત્યારે સ્વાભાવિક રીતે જ પહેલાં રમૂજ અને પછી અણગમાની

લાગણી ફરી વળી. અહીં પગ મૂકતા પહેલાં જ દક્ષ તો માની બેઠેલા કે ચંદ્રવંશીઓના અત્યાચારી શાસનમાંથી એમને છોડાવનારનું અયોધ્યાવાસીઓ રંગેચંગે સ્વાગત કરશે, પણ સામેથી ઠંડોગાર, રૂક્ષ પ્રતિસાદ મળ્યો. કદાચ લોકો હજીયે ચંદ્રવંશી રાજાથી દબાયેલા હશે એટલે આનંદ વ્યક્ત કરતાં ડરે છે. એવું કહીને દક્ષે મનને મનાવ્યું.

પરંતુ એના એક સપ્તાહ પછી અહીં આવેલો શિવ કોઈ ભ્રમણામાં નહોતો. એણે તો ગુસ્સે ભરાયેલા અયોધ્યાવાસીઓ તરફથી નાનામોટા હુમલા માટેની પણ માનસિક તૈયારી રાખેલી. જે નીલકંઠમાં સદીઓથી એ લોકો શ્રદ્ધા રાખીને બેઠેલા, એ હવે સૂર્યવંશીઓના પક્ષે જોઈને બેઠેલા. આ જોઈને અયોધ્યાવાસીઓને રોષ ચઢવો સ્વાભાવિક હતો. શિવનું ખુદનું મન પણ હજી અવઢવમાં હતું. રહીરહીને એને લાગતું હતું કે ચંદ્રવંશીઓ એણે ધાર્યા એટલા ખરાબ નહોતા. સૂર્યવંશીઓનો પક્ષ લઈને પોતે કંઈ ખોટું નહોતું કર્યું એવું એણે સતત જાતને સમજાવવું પડતું હતું. શિવ આ ઘડીએ નહોતો જાણતો કે ભાગ્ય એને ક્યાં લઈ જશે? જેની સલાહ લઈ શકાય એવા બૃહસ્પતિની ખોટ શિવને વધુ ને વધુ સાલી રહી હતી.

વિચારોમાં ખોવાયેલા શિવે સતીનો હાથ પકડીને રાજમહેલ તરફ જતા એકસો પગથિયાં ચઢવાનું શરૂ કર્યું. પાછળ પર્વતેશ્વર હતો. સહુથી છેલ્લે આવી રહેલી આનંદમયીનો ચહેરો ભાવશૂન્ય હતો. શિવ જ નીલકંઠ છે એ જાણ્યા બાદ આનંદમયી જાણે કોચલામાં પુરાઈ ગયેલી.

'આ વળી કોણ છે, જેને આવકારવા માટે આપણા રાજા અને પેલો સાજોગાંડો આટલા સજીધજીને ઊભા રહી ગયા છે?' ટોળામાંથી એક સુથારે પૂછ્યું.

'સાજો-ગાંડો કોણ?' એના મિત્રે પૂછ્યું.

'અરે પેલો મૂર્ખ દક્ષ જે ખરેખર માની બેઠો છે કે આપણો ઉદ્ધાર એના હાથે થશે.' સાંભળીને ત્યાં ઊભેલા થોડા લોકો ખડખડાટ હસી પડ્યા.

પણ એમાંથી એક વૃદ્ધ ચિઢાઈ ગયો. 'અયોધ્યાનું આટલું અપમાન થઈ રહ્યું છે અને તમારે ખિખિયાટા કરવા છે?'

દક્ષે કમરેથી ઝૂકીને હસતે મોઢે શિવને વંદન કર્યા. દિલીપ પણ ઝૂક્યા, પરંતુ એની આંખોમાં ભીનાશ હતી. 'અમે દુષ્ટ નથી, મારા દેવ અમે ખરેખર ખરાબ માણસો નથી.' એણે ગણગણાટ કર્યો.

'શું કહ્યું?' દક્ષે શંકાશીલ અવાજે પૂછ્યું. શિવના ગળે ડૂમો ભરાઈ આવ્યો. દિલીપ પણ પછી ચૂપ થઈ ગયા.

દક્ષે માથું ધુણાવીને અવાજમાં બને એટલો ઉત્સાહ ભરીને કહ્યું, ‘ચાલો પ્રભુ, અયોધ્યાના નગરજનોને તમારો પરિચય કરાવી દઈએ. નીલકંઠ એમના ઉદ્ધાર કરવા માટે પધાર્યા છે. એ સાંભળીને એમના આનંદ, ઉત્સાહનો પાર નહીં રહે. આળસ-પ્રમાદ છોડીને બધાં લોકો કામ કરવા માટે તૈયાર થઈ જશે.’

શિવની મનોદશા કળી ગયેલી સતીએ ધીમેથી કહ્યું, ‘પિતાજી, શિવને આટલા લાંબા પ્રવાસનો થાક લાગ્યો હશે. એમને થોડો વિશ્રામ કરવા દઈએ ?’

‘હા. જરૂર.’ છોભીલા પડી જઈને દક્ષે શિવની સામે જોયું. ‘ક્ષમા કરજો, પણ ક્યારેક હું વધુ પડતા ઉત્સાહમાં આવીને ન બોલવાનું બોલી નાખું છું. આજે તમે આરામ કરો. આવતી કાલે રાજદરબારમાં આપણે તમારો પરિચય આપશું.’

શિવને ત્યારે ખ્યાલ આવ્યો કે અયોધ્યામાં દિલીપ અને આનંદમયી સિવાય બીજા કોઈને શિવની સાચી ઓળખ નહોતી અપાઈ. રાજકુમાર ભગીરથ પણ નહોતો જાણતો કે નીલકંઠ એની સામે હતા.

પર્વતેશ્વરે હળવો ખોંખારો ખાતાં કહ્યું, ‘પ્રભુ, આપણા સૈન્યને શહેરની બહાર ઉતારો આપ્યો છે. ત્યાં થોડું કામ પતાવીને હું બે કલાકમાં તમારી સેવામાં હાજર થઈ જઈશ.’

શિવ માત્ર માથું હલાવી શક્યો.

— —

અયોધ્યામાં પહોંચ્યાને કલાકો વીતી ગયેલા, પણ શિવે હજી એનું મૌન નહોતું તોડ્યું. રાજમહેલના જે ખંડમાં એને ઉતારો અપાયેલો. એની બારીમાંથી દૂર દૂર શ્વેત આરસપહાણમાંથી બન્યું હોય એવું કોઈ બાંધકામ નજરે પડતું હતું. શિવ એ તરફ તાકી રહ્યો. કોઈ અકળ કારણસર ત્યાં જોઈને એના મનને થોડી શાતા વળતી હતી. શહેરમાં ગમે તે જગ્યાએ ઊભા રહીને જોઈ શકાય એટલી ઊંચાઈ પર આ બાંધકામ થયું હતું. શિવને વિચાર આવી ગયો કે રાજમહેલથી એ વધુ ઊંચે ઊભેલું આ મકાન ખરેખર કોઈ બહુ મહત્ત્વ ધરાવતું હોવું જોઈએ.

બારણે ટકોરા પડ્યા. ‘કોણ છે?’ ખંડના એક ખૂણે બેઠેલા પર્વતેશ્વરે પૂછ્યું.

‘રાજકુમારી આનંદમયી પધાર્યાં છે.’ નંદીનો જવાબ સાંભળીને પર્વતેશ્વરનું મોઢું કટાણું થઈ ગયું, પણ પછી શિવે આપેલો મૌન સંકેત જોઈને એણે આગંતુકને પ્રવેશની પરવાનગી આપવી પડી.

‘તમારી શું સેવા કરું, રાજકુમારી?’ પર્વતેશ્વરનો સવાલ સાંભળીને આનંદમયી હસી પડી. ‘સેનાપતિ, એકનો એક સવાલ વારંવાર શું કામ પૂછો છો અને જે જવાબ આપું છું એ તો તમને ગમતો નથી.’

પર્વતેશ્વર ખીસિયાણો પડી ગયો. શિવના ચહેરા પર ઘણાં સમયે એક હળવું સ્મિત ફરકી ગયું. આનંદમયી પોતાની મૂળ પ્રકૃતિ પર પાછી ફરી હતી એ જોઈને શિવે થોડી રાહત અનુભવી.

આનંદમયીએ શિવ તરફ માથું નમાવીને કહ્યું, 'છેલ્લા થોડા દિવસોના મારા વર્તન બદલ ક્ષમા માંગું છું. હું બહુ મૂંઝવણમાં હતી, પણ લાંબું વિચાર્યા પછી હું એવા તારણ પર આવી કે તમે સૂર્યવંશીઓનો પક્ષ લીધો એની પાછળ બેમાંથી એક કારણ હોઈ શકે. કાં તો અમે દુષ્ટ, દુર્જન છીએ અને કાં નીલકંઠવાળી કથા-માન્યતા સાવ ખોટી છે, પણ આમાંથી એકેય કારણ સ્વીકારવું મારા માટે બહુ દુઃખદાયક હતું.'

શિવ ધ્યાનપૂર્વક સાંભળી રહ્યો. ઊંડો શ્વાસ ભરીને આનંદમયી આગળ બોલી, 'પણ થોડી વાર પહેલાં મને ત્રીજું અને સાચું કારણ મળી ગયું. નીલકંઠવાળી કથા ખોટી નથી અને અમે પણ દુષ્ટ નથી, પરંતુ તમે બહુ ભોળા છો. લુચ્ચા સૂર્યવંશીઓ તમને ગેરમાર્ગે દોરી ગયા, પણ એ ગેરસમજ હવે હું દૂર કરી દઈશ. તમને બતાવીશ કે અમે સાચા માર્ગે ચાલનારી પ્રજા છીએ.'

'અમે લુચ્ચા, ખરાબ નથી.' પર્વતેશ્વર ઘૂરક્યો.

'વ્યર્થ બકવાસ કરવાને બદલે તમારા મોઢાનો કોઈ બીજો સારો ઉપયોગ કરો ને! આનંદમયીનો ટોણો સાંભળીને પર્વતેશ્વર રાતોપીળો થઈ ગયો. 'ખબરદાર સૂર્યવંશી માટે કંઈ ઘસાતું બોલ્યા છો તો! આટલા સમયમાં અમે જોઈ લીધું કે તમારા રાજમાં શું ચાલે છે! એક તરફ લોકો ભૂખ્યા મરે છે, સ્ત્રીઓ ભીખ માંગે છે. પોતાનાં બાળકોને રસ્તાની કોરે મરવા માટે છોડી દે છે અને બીજી તરફ શ્રીમંતો પોતાના મહાલયોમાં જલસા કરે છે. અમારા મેલુહામાં આવું નથી થતું. પ્રભુના કહેવાથી હું એટલું સ્વીકારી લઉં કે તમે સાવ ખરાબ નથી, પરંતુ એ પણ વાસ્તવિકતા છે કે તમારા શાસનમાં પ્રજા સુખી નથી. હવે અમારા આવ્યા પછી તમારી સ્થિતિમાં કેટલો સુધારો થશે એ જોઈ લેજો.

'સુધારો?' આનંદમયીએ તુચ્છભાવે કહ્યું. 'ચાલો, માની લીધું કે અમે સર્વગુણસંપન્ન નથી. પ્રશાસનમાં થોડા ફેરફારની જરૂર છે એ પણ સ્વીકાર્યું. પરંતુ મેલુહામાં નથી એવી એક વસ્તુ અમે અયોધ્યાને આપી છે અને એ છે સ્વાતંત્ર્ય ! મૂઠીભર સત્તાધીશોએ બનાવેલા કાયદા અમે અમારી પ્રજાને માથે નથી થોપી દેતા.'

'સ્વાતંત્ર્ય શેનું.... ચોરી કરવાનું, લૂંટફાટ કરવાનું, ભીખ માંગવાનું, કોઈને મારી નાખવાનું?' પર્વતેશ્વરના અવાજમાં ઘૃણા આવી ગઈ.

'પર્વતેશ્વર, તમારી સાથે દલીલમાં ઊતરવાનો અર્થ નથી. અમે જે કરીએ છીએ એ સમજવા માટે તમારી બુદ્ધિ ઓછી પડશે.'

'મને પણ આ ચર્ચામાં કોઈ રસ નથી. જે લોકો પોતાના સ્વાર્થ માટે નાગની મદદ લેવા જેટલી હીન કક્ષાએ જાય. સામી છાતીએ ક્ષત્રિયની જેમ લડવાને બદલે કાયરની જેમ ચોરીછૂપીથી નિર્દોષ લોકો પર આતંકવાદી હુમલા કરે એની સાથે શું વાત કરવી?'

'નાગ?' આનંદમયીનો અવાજ ફરી ગયો. 'કેવી વાહિયાત વાત કરો છો ? નાગનો સાથ લઈને અમે અમારા સાત જનમ બગાડીએ? પર્વતેશ્વર, અમે મૂર્ખ નથી અને કયો આતંકવાદ? અમે ક્યારેય એવી હલકી પ્રવૃત્તિમાં નથી પડ્યા. ઊલટું છેલ્લાં સો વરસમાં તમારી સાથે ઘર્ષણ ટાળવા માટે અમે અમારાથી બનતા બધા પ્રયત્ન કરી લીધા. સૂર્યવંશીઓ સાથેના બધાં સંબંધ કાપી નાખ્યા, સીમાડે વસેલા અમારા શહેરો ખાલી કરી નખાવ્યા. તમે અમારી યમુના ચોરી ગયા તો ઝઘડવાને બદલે અમે ગંગાના નીચલા વહેણથી કામ ચલાવવાનું શીખી ગયા. મારા પિતાએ તમને સ્પષ્ટ ભાષામાં કહ્યું કે મંદાર પર થયેલા આક્રમણમાં અમારો હાથ નથી, પણ તમે છો કે કંઈ સાંભળવા, સમજવા તૈયાર નથી.'

'પણ અમે ચંદ્રવંશીઓની સાથે નાગસૈનિક જોયા છે.' પર્વતેશ્વરે કહ્યું.

'અમારી જાણ બહાર કોઈ ચંદ્રવંશીએ નાગ સાથે હાથ મિલાવ્યા હોય એવું બની શકે. જોકે આ કાવતરામાં તમારા સૂર્યવંશી પણ સામેલ હોવાની શક્યતા છે.'

'અશક્ય છે. કોઈ સૂર્યવંશી રાક્ષસોને સાથ ન આપે અને કોઈ ચંદ્રવંશીએ તમારી જાણ બહાર આવું કર્યું હોય તોયે એમના રાજા હોવાને નાતે તમે અમને જવાબ આપવા માટે બંધાયેલા છો. સ્વદ્વીપમાં તમારું શાસન છે.'

'પર્વતેશ્વર, અમારી સાથે રાજદ્વારી સંબંધ જાળવી રાખ્યા હોત તો કદાચ તમ્નને વાસ્તવિકતાનો ખ્યાલ આવી જાત. અમારે ત્યાં તમારી જેમ એકહથ્થું શાસન નથી. સ્વદ્વીપમાં અનેક નાનાં નાનાં રજવાડાં છે. એમણે અયોધ્યાનું આધિપત્ય સ્વીકાર્યું છે. બહારના આક્રમણો સામે અમારું સૈન્ય એમનું રક્ષણ કરે છે અને બદલામાં એ રાજાઓ અમને ખંડણી ચૂકવે છે. આટલું બાદ કરો તો દરેક રાજ્ય સ્વતંત્ર છે અને પોતપોતાના કાયદા પાળે છે.

'અર્થાત્ સ્વદ્વીપના સમ્રાટ ગણાતા દિલીપ પાસે આખા રાજ્યની સત્તા નથી ?' પર્વતેશ્વરે ભારે આશ્ચર્ય સાથે પૂછ્યું.

'બસ કરો. કૃપા કરીને આ ચર્ચા અહીં જ બંધ કરો.' શિવનો અવાજ સાંભળીને પર્વતેશ્વર અને આનંદમયી ચૂપ થઈ ગયાં. બંનેમાંથી કોઈ નહોતું જાણતું કે શિવને કયા સવાલ સતાવતા હતા.

શિવે પોતાનું મન વાળવા માટે વિષયાંતર કર્યું. બારીમાંથી દૂર દેખાતા મકાન ભણી આંગળી ચીંધીને એણે પૂછ્યું, 'આનંદમયી, ત્યાં શું છે?'

'મારા દેવ, એ રામમંદિર છે. ભગવાન રામનો જન્મ થયો એ સ્થાને આ મંદિર બન્યું છે.'

આનંદમયીનો આ જવાબ સાંભળીને પર્વતેશ્વર ચોંકી ગયો. 'ભગવાન રામ તો સૂર્યવંશી હતા, તમારા દુશ્મન! એમને નામે તમે મંદિર બનાવ્યું છે?'

'રામમંદિર અમે બનાવ્યું નથી. માત્ર જૂના મંદિરનો જિર્ણોદ્ધાર કરીને હવે એને પ્રેમથી સાચવીએ છીએ અને હા, તમને કોણે એવું કહ્યું કે રામ અમારા દુશ્મન હતા? શિવની જેમ કદાચ એ પણ ગેરમાર્ગે દોરવાઈ ગયેલા. તેમ છતાં ચંદ્રવંશીઓના ભલા માટે એમણે ઘણાં કાર્યો કર્યાં છે. અમારે ત્યાં રામ ભગવાન તરીકે પૂજાય છે.

પર્વતેશ્વરના માનવામાં નહોતું આવતું. 'પણ રામે તો ચંદ્રવંશીઓનો વિનાશ કરવાની પ્રતિજ્ઞા લીધેલી.'

'રામે ખરેખર એવી પ્રતિજ્ઞા લીધી હોત તો આજે અમારું અસ્તિત્વ જ ન રહ્યું હોત. સત્ય એ છે કે રામને અમારી પર વિશ્વાસ હતો. અમને અમારી રીતે જીવવા દેવામાં એમને કંઈ ખોટું નહોતું લાગ્યું.'

પર્વતેશ્વરને ઝટ કોઈ નવી દલીલ સૂઝી નહીં. આનંદમયીએ મૌખિક આક્રમણ ચાલુ રાખ્યું. 'તમે ભગવાન રામનું આખું નામ જાણો છો?' એણે પૂછ્યું.

'હાસ્તો, ભગવાન રામ, ઈક્ષ્વાકુ સૂર્યવંશી ક્ષત્રિય, દશરથ-કૌશલ્યાના પુત્ર, સીતાના પતિ અને વિષ્ણુનો સાતમો અવતાર.' પર્વતેશ્વર કડકડાટ બોલી ગયા.

'બરાબર, પણ તમે એક નાની વાત ભૂલી ગયા. ભગવાન રામનું આખું નામ રામચંદ્ર હતું. રામચંદ્ર એટલે ચંદ્રનો ચહેરો! ભગવાન રામ કેટલી હદે ચંદ્રવંશી હતા એ તમે નથી જાણતા.' આનંદમયી બોલી.

'શબ્દો અને એના અર્થ શોધવામાં તમે મૂળ વાત ભૂલી જાવ છો. ભગવાન રામે કહેલું કે વ્યક્તિની સાચી ઓળખ એના જન્મ કે નામથી નહીં પણ કર્મથી થાય છે. રામના નામ સાથે ભલે ચંદ્ર જોડાયેલો હોય પણ એમનાં કાર્યો સૂર્ય જેવા પ્રતાપી અને તેજસ્વી હતા. ખરા અર્થમાં એ નખશીખ સૂર્યવંશી હતા.' પર્વતેશ્વરે ભારપૂર્વક કહ્યું.

'એવું ન બને કે રામ જેટલા સૂર્યવંશી હતા એટલા જ ચંદ્રવંશી પણ હોય ?'

આનંદમયીનું આ સૂચન સાંભળીને પર્વતેશ્વર ચિઢાઈ ગયો. 'અશક્ય! આવો વિરોધાભાસ...'

'પર્વતેશ્વર, સૃષ્ટિમાં ઠેરઠેર વિરોધાભાસ છે, પણ આ સમજવા જેટલી અક્કલ તમારામાં નથી.'

આનંદમયી અને પર્વતેશ્વર વચ્ચે દલીલો ચાલુ રહી, પણ એક તબક્કે પહોંચીને શિવે એમને સાંભળવાનું બંધ કરી દીધું. એની આંખો હવે રામમંદિર પર સ્થિર થઈ ગયેલી અને મનમાંથી આવતો એકમાત્ર અવાજ હવે એને સંભળાઈ રહ્યો હતો – ભગવાન રામને શરણે જતો રહે. એ તારી સહાય કરશે, તને માર્ગદર્શન આપશે, શાંતિ આપશે.

— ⋆ —

દિવસના ત્રીજા પહોરના મધ્યમાં રાજમહેલમાંથી નીકળીને શિવે રામમંદિરની વાટ પકડી. સતીએ સમજીવિચારીને સાથે આવવાની જીદ નહોતી કરી. કોઈ અંગરક્ષકને બદલે શિવે પોતાની રક્ષા માટે માત્ર તલવાર અને ઢાલ રાખવાનું પસંદ કરેલું. ગલપટ્ટા અને શાલમાં અડધું શરીર ઢાંકીને જઈ રહેલા શિવને રસ્તામાં કોઈ ઓળખનારું નહોતું.

જ્યાં જુઓ ત્યાં માણસોની ભીડ અને ઘોંઘાટ હતાં. ધીમે પગલે ચાલી રહેલા શિવને અનેક વાર કોઈના ધક્કા તો કોઈના અપશબ્દનો સ્વાદ ચાખવા મળ્યો. દુકાનદાર અને ગ્રાહકો જાણે ઝઘડતા હોય એવા સૂરે ભાવની રકઝક કરતા હતા. સવાલ અહીં થોડા પૈસા બચાવવાનો નહીં, પણ ખુદનો કક્કો ખરો કરવાનો હતો. બાગબગીચામાં બેઠેલા યુગલો જાણે આજુબાજુની દુનિયાનું અસ્તિત્વ જ ન હોય એવી રીતે વર્તી રહ્યાં હતાં. એમને કોઈ રોકવાટોકવાવાળું નહોતું. આવતાજતા લોકો માટે જાણે આ રોજબરોજની સામાન્ય ઘટના હતી.

શિવને કડક શિસ્તમાં રહેતા મેલુહાવાસીઓ યાદ આવી ગયા. એ જ વખતે કોઈએ એની પીઠને સ્પર્શ કર્યો. ચોંકીને શિવે પાછળ જોયું તો મસ્તીભર્યું હાસ્ય વેરી રહેલી યુવતી દેખાઈ. એની પાછળ કદાચ એની માતા હોય એટલી ઉંમરની સ્ત્રી હતી. શિવને કંઈ બોલવાને બદલે ચાલતા રહેવાનું યોગ્ય લાગ્યું, પણ થોડી જ વારમાં ફરી કોઈ એના ખભાને અડ્યું અને આ વખતે જોયું તો પાછળ પેલી મોટી ઉંમરની સ્ત્રી હતી. એની આંખો પણ શિવને જાણે આમંત્રણ આપી રહી હતી. પીઠ ફેરવીને શિવ ઝપાટાભેર ચાલવા માંડ્યો.

મંદિર નજીક આવતું ગયું તેમ તેમ લોકોની ભીડ અને શોરબકોર પણ ઓછા થતા ગયા. શિવ હવે શહેરના પૈસેટકે સુખી લાગતા રહેણાક વિસ્તારમાં હતો. અહીંથી ચઢાણ શરૂ થતું હતું. રાજપથ પછી શિવે આ પહેલો એવો રસ્તો

જોયો જેમાં વધુ ખાડા કે ગંદકી નહોતા. ભગવાનના શરણે જઈ રહેલા દુ:ખિયા જીવોને છાયા અને શાતા આપતા હોય એવા ઘટાદાર કેસરિયા ગુલમહોરનાં વૃક્ષો રસ્તાની બંને બાજુ ઊભાં હતાં.

પરંતુ અહીં પહોંચીને તો શિવના મનમાં ચાલી રહેલું પ્રશ્નોનું તોફાન વધુ તીવ્ર બની ગયું. થોડી વાર માટે એ રસ્તાની વચ્ચે જ ઊભો રહી ગયો, પણ પછી બધાં સવાલના જવાબ ટેકરીના મથાળે ઊભેલા રામમંદિરમાં જઈને મળશે એવી આશા લઈને એણે આગળ ચાલવાનું શરૂ કર્યું. રામ... રામ... રામ...

થોડે આગળ જઈને શિવના હોઠ પરનું રામનામનું રટણ અટક્યું. રસ્તાની એક તરફ બેઠેલા વૃદ્ધ માણસ પર એની નજર પડી. દૂબળુંપાતળું શરીર, એના પર ફાટ્યાતૂટ્યા મેલાં વસ્ત્રો અને ચહેરો જુઓ તો દિવસોથી પેટમાં અન્નનો દાણોય ન પડ્યો હોય એવો! પરંતુ આજે કોઈએ કદાચ એની દયા ખાધેલી. ભિખારી જેવો લાગતો એ માણસ જમણા હાથમાં કેળનું પાન પકડીને એમાં મુકાયેલા રોટલાના ટુકડા અને દાળ કે શાક જેવી લાગતી કોઈ વાનગીને માત્ર ભૂખ્યો જ જોઈ શકે એવી નજરે તાકી રહેલો. એનો ડાબો હાથ માથું ખંજવાળવામાં વ્યસ્ત હતો. મહિનાઓથી ધોવાયા ન હોય એવા વાળમાં કદાચ જૂઓને રહેવાની મજા પડી ગયેલી.

સહેજ વધુ નજીક જઈને શિવે જોયું કે પેલા માણસના પગ પર મોટો ઘાવ હતો. લાગતું હતું કે ઘણાં દિવસો પહેલાં થયેલી ઈજા કોઈ સારવારના અભાવે વકરી ગયેલી. સડી ગયેલા ઘાવમાંથી નીકળતા લોહીપરુની દુર્ગંધ સામેવાળાના નાક સુધી પહોંચે એટલી તીવ્ર હતી.

શિવના મનમાં પહેલાં દયા અને પછી અચાનક તીવ્ર રોષની લાગણીએ ઉછાળો માર્યો. આ કેવો સમાજ હતો જેમાં વૃદ્ધો અને ગરીબોને આવી દશામાં રહેવાની ફરજ પડતી હતી? સૂર્યવંશીઓને સાથ આપવાનો એનો નિર્ણય યોગ્ય જ હતો. મેલુહામાં વસતી દરેક વ્યક્તિના માથે છાપરું હતું. અંગ ઢાંકવા માટે સારાં વસ્ત્રો અને પેટ ભરવા માટે પૂરતું ભોજન હતું. ત્યાં કોઈ ઘરડા, માંદા વૃદ્ધે રસ્તે બેસીને ભીખ નહોતી માંગવી પડતી. સારું થયું કે અયોધ્યાની શાસનધુરા હવે સૂર્યવંશીઓના હાથમાં આવી ગઈ. એમની છત્રછાયામાં આના જેવા ગરીબો પણ સુખેથી જીવી શકશે. યુદ્ધ જરૂરી હતું અને સૂર્યવંશીઓના પક્ષે રહીને શિવે આવા લોકોનું ભલું કરેલું. મંદિરે પહોંચતા પહેલાં જ શિવને જાણે એના મનને કનડી રહેલા પ્રશ્નોના જવાબ મળી ગયા.

વિચારોમાં ખોવાઈ ગયેલા શિવને ખ્યાલ ન રહ્યો કે એ પેલા વૃદ્ધ

ભિખારીની પાસે જઈને ઊભો રહી ગયેલો. પેલાએ શિવ સામે જોઈને સ્મિત કર્યું. આ સ્મિતમાં કોઈ લાચારી કે ભીખની ભાવના નહોતી. પોતાના ઘરમાં સુખેથી બેઠેલો કોઈ માણસ અતિથિને આવકારે એવા ભાવ સાથે ભિખારીએ શિવને નજીક આવવાનો સંકેત આપ્યો અને હાથમાં પકડેલું પાન સહેજ ઊંચું કરતાં પૂછ્યું, 'બેટા, તારે જમવું છે?'

શિવ સ્તબ્ધ થઈ ગયો. ઘડી પહેલાં એ જેને નિર્બળ, અસહાય ગણીને દયા ખાઈ રહ્યો હતો, એનામાં સો માણસની ઉદારતા જોઈને હવે શિવને ખુદ પર શરમ ઊપજી.

'સંકોચ રાખવાની જરૂર નથી. આપણા બે જણ માટે પૂરતું ખાવાનું છે.' વૃદ્ધે પ્રેમથી કહ્યું. પણ શિવે જોયું કે કેળના પાન પર જે ખાવાનું હતું એમાંથી એક જણનું પેટ પણ માંડ માંડ ભરાય.

'ના જી, આભાર.' એણે હાથ જોડીને નમ્રભાવે કહ્યું.

પણ આ સાંભળીને પેલા માણસનું મોઢું ઊતરી ગયું. 'બેટા, આ વાસી ભોજન નથી. સારું છે એટલે જ તને ખાવાનું કહું છું.'

શિવને ભાન થયું કે એના નકારથી કદાચ સામેવાળાની લાગણીને ઠેસ પહોંચી હતી. વધુ આનાકાની કર્યા વિના એ બેસી પડ્યો. પેલાએ કેળનું પાન નીચે મૂકીને હસતે મોઢે કહ્યું, 'ચાલ, હવે જમવાનું શરૂ કર.'

શિવે રોટલાનો નાનો ટુકડો તોડીને મોઢામાં મૂક્યો. પોતે સામેવાળાથી ઊંચો હોવાની ભાવના હવે ભાંગીને ભુક્કો થઈ ગયેલી. આ અયોધ્યાવાસીને કોઈની દયાની જરૂર નહોતી. ઊલટું પોતાના ભાગનું ભોજન બીજાને આપવા જેટલી ઉદારતા એનામાં હતી.

'અરે, આમ ચકલીની જેમ ચણીશ તો આવડી મોટી કાયા કેવી રીતે ટકાવી રાખીશ?' શિવ તરફ ભોજનનો વધુ મોટો હિસ્સો સરકાવતાં વૃદ્ધ બોલ્યો. શિવે મૂંગામૂંગા ખાઈ લીધું. ઓચિંતા ટપકી પડેલા આગંતુકને કારણે કદાચ પેલા માણસે અડધા ભૂખ્યા રહેવું પડેલું, પણ એના ચહેરા પર સંતોષની લાગણી હતી. એ ભલે કંગાળ હોય, પણ બીજા કોઈ ભૂખ્યા માણસનું પેટ ભરી શક્યાનો એને આનંદ હતો.

વૃદ્ધના મલકી રહેલા ચહેરા સામે શિવે જોયું અને કદાચ ત્યારે એને સમજાયું કે આનંદમયી કયા સ્વાતંત્ર્યની વાત કરતી હતી. ગરીબ માણસને પણ અહીં ગર્વભેર જીવવાની આઝાદી હતી. મેલુહામાં જ્યાં બધી સત્તા શાસકના હાથમાં હતી ત્યાં આવી વ્યક્તિગત સ્વતંત્રતા શક્ય નહોતી.

'દીકરા, પેટ ભરાઈ ગયું ને? તો હવે નીકળ. મંદિર હજી ઘણું દૂર છે.' વડીલભાવે વૃદ્ધ બોલ્યો. શિવના હાથ આપોઆપ એ માણસના ચરણ તરફ ગયા. સડી ગયેલા, ઈજાગ્રસ્ત પગનો સ્પર્શ કરવામાં હવે એને જરાય ઘૃણા ઊપજી નહીં.

'બેટા, ભગવાન કરે કે તું જેની શોધમાં આવ્યો છે એ તને મળી જાય.' શિવના માથે હાથ મૂકીને વૃદ્ધે આશીર્વચન ઉચ્ચાર્યાં.

'સૂર્યવંશીઓની સાથે હું આવા લોકોને સુધારવા નીકળ્યો છું?' શિવે રામમંદિર તરફ ચાલવાનું શરૂ કર્યું. જોકે પગમાં હવે ફરીથી ભાર વર્તાવા લાગેલો. પોતે કંઈ ખોટું કરી બેઠેલો એવી લાગણી ફરી એના મનને ઘેરી વળી.

પ્રકરણ-૨૬

મહાપ્રશ્ન

ટેકરીની ટોચે પહોંચીને નીચે જુઓ તો શ્વાસ ઘડીક થંભી જાય અને આંખોને હટવાની ઇચ્છા ન થાય એવું દૃશ્ય હતું, પણ શિવને એ તરફ જોવાની પરવા નહોતી.

રામજન્મભૂમિ મંદિર પર નજર નાખો તો લાગે કે આ સર્જન મૃત્યુલોકના કોઈ સામાન્ય કારીગરના હાથે નહોતું થયું. જાણે ઇન્દ્રલોકના શિલ્પકારોએ પોતાના હાથે આરસપહાણમાં એક સુંદર કાવ્ય ઉતાર્યું હોય એટલું સુંદર અને ભવ્ય આ મંદિર હતું. ભડક રંગોના શોખીન સ્વદ્વીપવાસીઓએ રામનું ઘર બનાવવામાં જાત પર સંયમ રાખ્યો હતો. શ્વેત, આકાશી અને ભૂખરા રંગનો આરસપહાણ અહીં જોનારની આંખોને ઠંડક આપતો હતો. થાંભલે થાંભલે અદ્‌ભુત નકશીકામ હતું. ભગવાન રામને વહેલી સવારનો સમય અત્યંત પ્રિય હતો. એ જાણનારા રંગારાએ મંદિરની છત પર એવા રંગ ભર્યા હતા કે ઉપર ખુલ્લું આકાશ હોવાનો ભ્રમ થાય. મંદિરનું ઊંચું શિખર જાણે આભને અડીને ત્યાં વસતા દેવોને વંદન કરતું હતું.

પરંતુ આમાંથી કોઈ વસ્તુ પર શિવનું ધ્યાન નહોતું. પગથિયાં ચઢીને મંદિરમાં પ્રવેશ કરતાંની સાથે એની નજર સામે રામની પ્રતિમા આવી. એમની એક તરફ લક્ષ્મણ, બીજી તરફ સીતા અને પગ પાસે વાયુપુત્ર હનુમાન હતા, પરંતુ પલક ઝપકતામાં શિવે ચહેરો ફેરવી લીધો. ભગવાન રામ સાથે નજર

મિલાવવાની એનામાં હિંમત નહોતી. એક થાંભલાનો ટેકો લઈને એ બેસી પડ્યો. હવે મન પર સંયમ રાખવો કઠિન હતો. બંધ આંખોમાંથી અશ્રુધારા ફૂટી નીકળી. છાતી પર બે હાથની મુઠ્ઠી દબાવીને ઘૂંટણ પર માથું ટેકવીને શિવ નાના બાળકની જેમ ધ્રુસકે ચઢ્યો. એ અયોધ્યાનો જ નહીં, ભગવાન રામનો અપરાધી હતો.

પાપ અને પશ્ચાત્તાપની આગમાં બળી રહેલા શિવને સમયનું ભાન ન રહ્યું, પણ અચાનક એણે એના ખભે કોઈનો હળવો સ્પર્શ થયાનું અનુભવ્યું. જોયા વિના શિવ સમજી ગયો કે સામે કોણ હતું, પરંતુ ખુદની નબળાઈનું પ્રદર્શન ન થઈ જાય એ માટે એણે થોડો સમય ન તો આંખો ખોલી ન તો ઊંચું જોયું.

શિવની મનોવ્યથા સમજાતી હોય એમ સામેની વ્યક્તિ પણ હળવે પગલે ત્યાંથી ખસી ગઈ. ધીમે ધીમે શિવની સ્વસ્થતા પાછી ફરી. માથું ઊંચું કરીને એણે હથેળીથી ચહેરો સાફ કર્યો અને થોડે દૂર ઊભેલી વ્યક્તિ તરફ જોયું. આ પહેલાં મેરુના બ્રહ્મા મંદિરમાં અને મોહન-જો-દરોના મોહન મંદિરમાં જોયેલા એવા જ વયોવૃદ્ધ પંડિતજી એની સામે આવીને બેઠા. એ જ શ્વેત ફરફરતી દાઢી, એ જ ભગવું ધોતિયું અને અંગવસ્ત્ર, ચહેરા પર એ જ શાંત સૌમ્ય સ્મિત! ફરક કહો તો રામમંદિરમાં શિવની સામે બેઠેલા પંડિતની કમરનો ઘેરાવો બીજાથી ખાસ્સો વધુ હતો.

'ખરેખર પરિસ્થિતિ એટલી ખરાબ લાગે છે?' શાંત અવાજે પંડિતે પૂછ્યું.

'તમે જાણતા નથી કે મેં શું કરી નાખ્યું!' શિવની ગરદન પાછી ઝૂકી ગઈ.

'બધું જાણું છું, નીલકંઠ! અને ફરીથી પૂછું છું કે જે થઈ ગયું, જે થઈ રહ્યું છે એ ખરેખર બહુ ખરાબ, બહુ ભયંકર લાગે છે?' પંડિતે હૂંફાળા અવાજે પૂછ્યું.

'મને નીલકંઠના નામે નહીં બોલાવતા! હું એ પદને લાયક નથી. હજારોનાં લોહીથી મેં મારા હાથ ખરડ્યા છે.'

'હજારો નહીં કદાચ લાખો લોકો મર્યા છે, પણ એ બધાંના મૃત્યુ માટે તમે તમારી જાતને જવાબદાર ગણશો? તમે ન આવ્યા હોત તો એ બધાં હજી જીવિત હોત?'

'મારી જ મૂર્ખાઈના પરિણામે આ યુદ્ધ થયું. જેના માટે હું લાયક નહોતો એવી જવાબદારી બીજાઓએ મારા શિરે નાખી દીધી અને વગર વિચાર્યે હું ન કરવાનું કરી બેઠો.' શિવે કપાળ પર મુઠ્ઠી પછાડી.

પંડિતની આંખોમાં આછું આશ્ચર્ય તરવરી ઊઠ્યું. શિવના કપાળ પર બે આંખોની બરાબર વચ્ચે રાતોચોળ એક ડાઘ હતો. કોઈ માર લાગવાથી ચામડી

નીચે લોહીનો ગઢ્ઢો જામી જાય એવો એનો રંગ નહોતો. આ કંઈ અલગ હતું, પણ આ વિશે અત્યારે વાત કરવાનો સમય નહોતો.

'બધું મારા પાપે થયું.' શિવની આંખો પાછી ભીની થવા લાગી.

'દરેક યોદ્ધો ક્ષત્રિય હોય છે. એમને કોઈ મરવા કે મારવાની ફરજ નથી પાડતું. બધાં જોખમ જોયાંજાણ્યાં પછી એ પોતાની મરજીથી આ માર્ગ પસંદ કરે છે, કારણ કે એના પર ચાલીને ઝળહળતી કીર્તિ મળવાનીયે આશા હોય છે અને નીલકંઠ એવી કોઈ સામાન્ય વ્યક્તિ નથી જેના પર પરાણે કોઈ જવાબદારી નાખી શકાય. તમે આ માર્ગ સ્વેચ્છાએ પસંદ કર્યો છે. તમારો જન્મ જ એ માટે થયો છે.' પંડિતે ધીમા પણ સ્પષ્ટ અવાજે કહ્યું.

'મારો જન્મ...?' શિવની આંખોમાં તરી આવેલો પ્રશ્નાર્થભાવ અવગણીને પંડિતે આગળ ચલાવ્યું. 'સૃષ્ટિમાં બનતી દરેક ઘટનાની પાછળ કોઈ ને કોઈ હેતુ કે કારણ હોય છે. તમારા જીવનમાં અત્યારે જે ઝંઝાવાત આવ્યો છે એની પાછળ પણ નક્કી કોઈ દૈવી હેતુ છે.'

'એવો તે કેવો દૈવી હેતુ, જેમાં લાખોના લોહી રેડાય?' શિવના અવાજમાં કડવાશ આવી ગઈ.

પણ પંડિતે શાંતિભેર ઉત્તર આપ્યો, 'અશુભનો સંહાર! આ કારણ પૂરતું નથી?'

'પણ મેં કોઈ અશુભનો, દુષ્ટતાનો નાશ નથી કર્યો. ચંદ્રવંશીઓ દુષ્ટ નથી. બસ, સૂર્યવંશીથી જુદા છે અને બીજાથી જુદા હોવું એ કોઈ અક્ષમ્ય અપરાધ નથી.' શિવે આક્રંદ જેવા અવાજે કહ્યું.

પંડિતના ચહેરા પર સ્મિત આવી ગયું. 'સાવ સાચું કહ્યું. ચંદ્રવંશીઓ બીજાથી જુદા છે, પણ દુષ્ટ, દુર્જન નથી. તમે આ વાત બહુ જલદી સમજી ગયા. દુર્ભાગ્યે તમારી પહેલાંના મહાદેવને આ સત્યની સમજ આવતાં બહુ લાંબો સમય લાગેલો.'

'મહાદેવ રુદ્ર?' શિવે આશ્ચર્યથી પૂછ્યું.

'હા, રુદ્ર.'

'પણ એમણે તો ખરેખર અશુભનો, અનિષ્ટનો એટલે કે અસૂરોનો સંહાર કરેલો.' શિવ મૂંઝાઈને બોલ્યો.

'પણ કોણે કહ્યું કે અસૂરો ખરેખર દુષ્ટ-અનિષ્ટ હતા?' પંડિતે પૂછ્યું.

'મેં એવું વાંચ્યું કે...' શિવનું વાક્ય અધૂરું રહ્યું, પણ એને વાત પૂરેપૂરી સમજાઈ ગઈ.

પંડિત હસ્યા. 'હવે સમજાયું ને? સૂર્યવંશી અને ચંદ્રવંશીની જેમ જ પ્રાચીનકાળમાં દેવો અને અસૂરો પણ એકબીજાને ખરાબ ગણતા હતા. હવે દેવે લખેલું પુસ્તક તમે આજે વાંચો તો એમાં અસૂરોનું કેવું ચિત્રણ જોવા મળે?'

'હં.' શિવે હળવેથી માથું હલાવ્યું.

'દેવ અને અસૂર, સૂર્યવંશી અને ચંદ્રવંશી સૃષ્ટિનાં બે મૂળ તત્ત્વ છે. એમનાથી સંસારમાં સંતુલન જળવાય છે. એક પુરુષ એટલે શિવ છે અને બીજી સ્ત્રી એટલે શક્તિ છે. સૂર્યવંશી અને અસૂરો પુરુષત્વનું પ્રતીક છે. તો ચંદ્રવંશી અને દેવો સ્ત્રીત્વનું! યુગેયુગે નામ બદલાતાં રહે છે, પણ મૂળ તત્ત્વો, પરિબળો એ જ રહે છે. બેમાંથી કોઈનો વિનાશ શક્ય નથી. થાય તો બ્રહ્માંડમાં પ્રલય આવી જાય.'

'પણ બંને લડતા રહે છે અને બેઉની નજરે આ સંઘર્ષ શુભ અને અશુભ, સારા અને ખરાબ વચ્ચે છે.' શિવ બોલ્યો.

'હા. જોકે એવુંયે નથી કે આ લડાઈ સતત ચાલતી રહે છે. વચ્ચેવચ્ચે ક્યારેક એવો સમય પણ આવી જાય જ્યારે આપસમાં લડવાને બદલે બંને પક્ષ સંપીને રહેવાનું નક્કી કરે, પરંતુ સમાધાન કે સંઘર્ષ બેમાંથી કોઈ સ્થિતિ કાયમ માટે નથી ટકતી. બંને જણ પોતાને સાચા અને સામાને ખોટા ગણાવે છે. હવે સમજાયું કે નીલકંઠે બહારથી આવવાની જરૂર શું કામ પડે છે?'

'જેથી એ બેમાંથી કોઈનો પણ પક્ષ લીધા વિના તટસ્થ રહી શકે.' શિવને આંખ આડેથી આવરણ હટતા હોવાનું લાગ્યું.

'હા. નીલકંઠ નિષ્પક્ષ છે. બધા પૂર્વગ્રહોથી પર છે.' પંડિત બોલ્યા.

'પરંતુ મેં તો ભયંકર પક્ષપાત કર્યો. હું તો પહેલેથી માની બેઠેલો કે ચંદ્રવંશીઓ દુષ્ટ છે. આનંદમયીએ કદાચ સાચું જ કહ્યું કે હું નાદાન હતો. સહેલાઈથી ગેરમાર્ગે દોરવાઈ ગયો.' શિવ પાછો અસ્વસ્થ થઈ ગયો.

'મિત્ર, શું કામ જાત પર આટલો જુલમ કરો છો? તમે કંઈ સર્વજ્ઞાનીના રૂપમાં સીધા આકાશમાંથી નીચે નહોતા ઊતરી આવ્યા. આગમન કોઈ એક દિશામાંથી થવાનું હતું અને જે બાજુથી આવ્યા ત્યાંનો થોડો ઘણો રંગ તો તમને લાગવાનો જ હતો, પણ સદ્નસીબે તમને તમારી ભૂલ જલદી સમજાઈ ગઈ. તમારી પહેલાં આવેલા ભગવાન રુદ્રને સત્યની ઝાંખી થઈ ત્યાં સુધીમાં બહુ મોડું થઈ ચૂકેલું. અસૂરો ખરાબ નથી માત્ર દેવોથી જુદા છે. એ સાદું સત્ય એમને સમજાયું એ પહેલાં તો રુદ્રએ લગભગ તમામ અસૂરોનો સંહાર કરી નાખેલો.'

'લગભગ તમામ... એટલે કે બધાં નહીં. તમે કહો છો કે થોડાઘણા અસૂરો હજીયે બચ્ચા છે?' શિવના કુતૂહલે મોટો ઉછાળો માર્યો.

પંડિતે રહસ્યમય સ્મિત આપ્યું. 'એમની વાત ક્યારેક ફરી મળીએ ત્યારે કરશું. આજે તો તમારે એટલું જ સમજીને સ્વીકારવાનું છે કે તમે પહેલવહેલા એવા મહાદેવ નથી જે ગેરમાર્ગે દોરવાઈ ગયા હો અને કદાચ છેલ્લા પણ નહીં હો. કલ્પના તો કરી જુઓ કે વાસ્તવિકતા જાણ્યા બાદ ભગવાન રુદ્રએ કેવો ભયાનક અપરાધભાવ અનુભવ્યો હશે!'

શિવ ચૂપ રહ્યો. રુદ્ર પણ એના જેવી ભૂલ કરી બેઠેલા એ જાણ્યા પછીયે શિવનો પોતાનો અપરાધભાવ ઓછો નહોતો થયો. વગર કહ્યે આ સમજી ગયેલા પંડિત બોલ્યા, 'પ્રવર્તમાન સંજોગોમાં તમે તમારી નજરે શ્રેષ્ઠ લાગે એવો નિર્ણય લીધો. જોકે કોઈ પણ આશ્વાસન અત્યારે તમને ઠાલું જ લાગશે. પરંતુ યાદ રાખજો, નીલકંઠ હોવું સહેલું નથી. અપરાધનો બોજ ઉપાડીને તમારે ચાલતા રહેવું પડશે. હું તમારી પ્રકૃતિ જાણું છું. આત્મા પરનું આ વજન તમને બહુ ભારે લાગશે, પરંતુ એ અપરાધભાવ એ પીડાને અવગણવાને બદલે એનું અસ્તિત્વ સ્વીકારતાં શીખવું પડશે. આમાંની કોઈ યાતના તમારા કર્મ કે ફરજની આડે ન આવવી જોઈએ. આવું કરી શકે એ જ મહાદેવ.'

'પણ હું કઈ રીતે મહાદેવ બની શકીશ? હું અશુભને કે અનિષ્ટને ઓળખતો પણ નથી તો પછી એનો સંહાર કેવી રીતે કરીશ?' શિવ પૂછી બેઠો.

પંડિતે માથું ધુણાવ્યું. 'કોણે કહ્યું કે તમારો જન્મ અશુભ કે દુષ્ટતાના સંહાર માટે થયો છે?'

શબ્દોની રમતથી કંટાળી ગયેલા શિવે પંડિત સામે સહેજ અકળામણભરી દૃષ્ટિ ફેંકી. પંડિતે તરત સ્પષ્ટતા કરી, 'અશુભ કે દુષ્ટતાની તાકાત આપણે વધુ પડતી આંકી બેઠા છીએ. વાસ્તવિકતામાં એમને હરાવવાનું કઠિન નથી. બસ, થોડા સારા માણસો ભેગા થઈને સામનો કરે એટલું પૂરતું છે અને યુગે યુગે જ્યારે પણ અનિષ્ટ તત્ત્વોએ માથું ઊંચક્યું છે, ત્યારે ત્યારે સજ્જનોના હાથે એનો વિનાશ થયો જ છે.'

'તો પછી મારી શું જરૂર છે?' શિવે પૂછ્યું.

'સંસારના સહુથી મોટા, સહુથી મહત્ત્વના પ્રશ્નનો જવાબ આપવા માટે તમારી જરૂર છે અને એ મહાપ્રશ્ન છે. અશુભ એટલે શું, અશુભ કોણ?'

શિવ એક ચિત્તે સાંભળી રહ્યો. પંડિતે પ્રશ્નનો અર્થ વિસ્તારથી સમજાવ્યો. 'વિશ્વના દરેક ખૂણે કોઈ ને કોઈ કારણસર લડાઈઓ ચાલ્યા કરે છે અને

ભવિષ્યમાં પણ ચાલતી રહેશે. આ બધાંની વચ્ચે માત્ર મહાદેવ નિર્ણય કરી શકે કે કઈ લડાઈને શુભ અને અશુભ વચ્ચેના મહાયુદ્ધનું રૂપ આપવું! મહાદેવ જ અશુભને પારખીને એની વિરુદ્ધ લડવા માટે લોકોને પ્રેરણા આપી શકે.'

'પરંતુ અશુભ કે અનિષ્ટને ઓળખવું કઈ રીતે?' શિવ મૂળ પ્રશ્ન પર પાછો ફર્યો.

'મિત્ર, એનો ઉત્તર મારી પાસે નથી. હું મહાદેવ નથી. આ પ્રશ્નનો જવાબ તમારે જ શોધવાનો છે. ચિત્તનાં દ્વાર ખુલ્લાં રાખજો. અશુભનું પ્રાગટ્ય આપોઆપ તમારી સામે થશે.'

'ખરેખર એ પ્રગટશે?'

'હા. તમારે અધીરા થવાની જરૂર નથી. અશુભ સાથે તમારો પ્રાચીનકાળથી સંબંધ છે. પ્રતીક્ષા કરજો. એક દિવસ સામે ચાલીને દુષ્ટતાનું એ રૂપ તમારી સામે આવશે.'

શિવે થોડીવાર મૌન રહીને મનોમન આ વિચિત્ર લાગતો સંવાદ સમજવાનો પ્રયાસ કર્યો. માર્ગદર્શન માટે એણે રામની પ્રતિમા સામે જોયું. રામના ચહેરા પર હૂંફાળું સ્મિત જોવા મળ્યું.

'તમારી યાત્રાનો હજી આરંભ થયો છે. તમારે ચાલતા રહેવાનું છે. ક્યાંક અટકી ગયા તો દુષ્ટતાનો વિજય થયો એવું માનજો.' પંડિત બોલ્યા.

શિવનાં આંસુ સહેજ સુકાયાં. મન પરનો બોજ હજી ઊતર્યો નહોતો, પરંતુ એ ઉપાડવા જેટલી શક્તિનો સંચાર હવે એના તનમનમાં થતો લાગ્યો. લક્ષ્ય સુધી પહોંચવા માટેની યાત્રા હવે થંભાવવાની નહોતી. 'તમે કોણ છો?' એણે હવે થોડા સ્વસ્થ થઈને સામેવાળાને પૂછ્યું.

પંડિતે સ્મિત આપ્યું. 'આ પ્રશ્નનો જવાબ અમારા બધા વતી આજે હું જરૂર આપીશ. અમે વાસુદેવ છીએ. અત્યાર સુધી થઈ ગયેલા દરેક વિષ્ણુ પોતાની પાછળ એવા થોડા લોકોને મૂકી ગયા છે કે જે બે મહત્ત્વનાં કામ કરે. વાસુદેવનું પ્રથમ કાર્ય છે, જો અને જ્યારે મહાદેવ આવે ત્યારે એમની સહાય કરવી અને બીજી જવાબદારી છે ખુદ વિષ્ણુનું રૂપ ધારણ કરવાની. સાતમા વિષ્ણુ, ભગવાન રામ એમના વિશ્વાસુ સહાયક વાસુદેવને કહી ગયેલા કે જરૂર પડ્યે અમારામાંથી એક જણ વિષ્ણુના રૂપે પ્રગટ થશે. અમે સહુ વાસુદેવના વંશજ છીએ.'

શિવે થોડો વિચાર કરીને પૂછ્યું, 'મહાદેવ, ભગવાન રુદ્ર પણ એમની પાછળ અનુગામીઓને મૂકી ગયા હશે?'

'હા, રુદ્રના અનુગામી કે વંશજ, વાયુપુત્ર તરીકે ઓળખાય છે.'

'વાયુપુત્ર?' શિવની આંખો ઝીણી થઈ. આ નામ એને થોડું પરિચિત લાગ્યું.

'એમની વાત પછી ક્યારેક કરીશું. મિત્ર, આજ માટે આટલું પૂરતું છે. હવે તમારે ઘરમાં પત્ની પાસે પાછા ફરવાનો સમય થઈ ગયો છે. આવતીકાલ નવો સંદેશ લઈને આવશે. ત્યાં સુધી વિશ્રામ કરો.'

શિવના ચહેરા પર અકળ લાગે એવું સ્મિત પથરાઈ ગયું. હવે એ તિબેટથી આવેલો સીધોસાદો આદિવાસી નહોતો રહ્યો. જેના મનના ભાવ તત્કાળ ચહેરા પર દેખાઈ જાય. એણે પંડિતના ચરણસ્પર્શ કર્યાં.

'વિજયીભવ. જય ગુરુ વિશ્વામિત્ર, જય ગુરુ વશિષ્ઠ.' પંડિતે આશીર્વાદ આપ્યા.

શિવ ઊભો થઈને મંદિરમાંથી બહાર નીકળ્યો. જતાં જતાં જોકે છેલ્લી વાર પાછું ફરીને જોયું તો એણે ખાલી કરેલા સ્થાન પર ભક્તિભાવે કપાળનો સ્પર્શ કરી રહેલા પંડિતને જોયા. શિવે રામની પ્રતિમા સામે હાથ જોડીને ત્યાંથી વિદાય લીધી.

શિવ પગથિયાં ઊતરીને મંદિરના પ્રાંગણમાં આવ્યો. ત્યાં થોડે દૂર એક અપ્સરાના શિલ્પને ટેકે ઊભેલી સતી નજરે પડી. 'હું જ્યાં જાઉં ત્યાં તમે મારી પાછળ આવશો?' શિવે એની તરફ જતાં જતાં મશ્કરીના સૂરે પૂછ્યું.

સતીના સુંદર ચહેરા પર સ્મિત આવી ગયું. 'હું જાણું છું કે ક્યારે તમને એકલા છોડવા અને ક્યારે તમારી સાથે રહેવું.'

શિવ આ વાત સાથે સંપૂર્ણપણે સહમત હતો. આ ઘડીએ આખી દુનિયામાં એને માત્ર સતીની જરૂર વર્તાતી હતી, પણ અચાનક એણે થોડે દૂર એક વૃક્ષની પાછળ સંતાવા મથી રહેલો કાળો ઓળો જોયો. શિવના ચહેરા પર આવી ગયેલા ભાવ જોઈને સતીએ પણ પાછળ જોયું. નખશીખ કાળાં કપડાંમાં સજ્જ માણસના ચહેરા પર રંગબેરંગી મુખવટો હતો. શિવને હવે એટલી જાણ થઈ ગયેલી કે આવા મુખવટા લોકો હોળી તરીકે ઓળખાતા તહેવારમાં પહેરતા હતા, પરંતુ આજે હોળી નહોતી અને મુખવટાની પાછળ ચહેરો છુપાવનારને શિવે ઓળખી લીધો. એ નાગ હતો.

શિવના હૃદયના ધબકારા વધી ગયા. પોતે હજી સતીથી દૂર હતો, પણ નાગ સાવ નજીક! ક્ષણભર તો ત્રણેય જણ પોતપોતાના સ્થાન પર જડાઈ રહ્યા. પણ પછી પહેલું પગલું સતીએ ભર્યું. કમરે ભરાવેલી કટાર કાઢીને એણે નાગ તરફ ફેંકી, પણ લક્ષ્ય ચૂકી ગયેલું હથિયાર નાગની જગ્યાએ વૃક્ષના થડમાં જઈને ખૂંપી ગયું.

શિવે હવે કેડેથી તલવાર ખેંચી પણ એના આશ્ચર્ય વચ્ચે નાગે પાછળ ઝાડમાં ખૂંપેલી સતીની કટાર બહાર કાઢી અને કોઈના તરફ ફેંકવાને બદલે એક કપડાંથી ખુદના જમણા કાંડે બાંધી દીધી અને પછી એણે પગ ઉપાડ્યો.

'સતી...' મોટેથી ચીસ પાડીને ખુલ્લી તલવાર સાથે શિવ એની પત્ની તરફ દોડ્યો.

(ક્રમશઃ)

[હવે આગળની કથા બીજા ભાગમાં વાંચો.]